TRANZLATY

Language is for everyone

ภาษาเป็นสิ่งที่ทุกคนต้องการ

Folk Tales of Bengal

นิทานพื้นบ้านเบงกอล

Part One

ส่วนที่หนึ่ง

1 / 2

Lal Behari Day

English / ไทย

Published by Tranzlaty
ISBN: 978-1-80572-938-9
Original text by Reverend Lal Behari Day
Folk Tales of Bengal
First published in 1912
www.tranzlaty.com

Folk Tales of Bengal
นิทานพื้นบ้านเบงกอล

Life's Secret
ความลับของชีวิต

Once upon a time there was a king.
กาลครั้งหนึ่งนานมาแล้ว มีกษัตริย์พระองค์หนึ่ง
This King had married two Queens.
กษัตริย์พระองค์นี้ได้แต่งงานกับราชินีถึงสองพระองค์
The two queens were called Duo and Suo.
ราชินีทั้งสองพระองค์มีชื่อว่า ตัวและซั่ว
Both of the queens were childless.
ราชินีทั้งสองพระองค์ไม่มีทายาท
One day a Faquir came to the palace gate.
วันหนึ่งมีฟาคีร์มาที่ประตูพระราชวัง
The Faquir had come to ask for alms.
ฟาคีร์ได้มาขอบิณฑบาต
Queen Suo went to the door.
ราชินีซั่วเดินไปที่ประตู
And she gave him a handful of rice.
และเธอก็มอบข้าวสารให้เขาหนึ่งกำมือ
The mendicant asked her a question.
ขอทานได้ถามเธอว่า
"Do you have any children?"
"คุณมีลูกไหม?"
The queen had no children.
ราชินีไม่มีลูก
"I wish had children, but I have none"
"ฉันอยากมีลูกแต่ฉันไม่มีเลย"
The holy man refused to take alms from her.
พระสงฆ์ก็ไม่ยอมรับทานจากนาง
In these times there were different traditions.
ในยุคนี้มีประเพณีที่แตกต่างกันออกไป
And the people believed many different things.
และผู้คนก็มีความเชื่อที่แตกต่างกันมากมาย
Don't take charity from the hands of a childless woman.
อย่ารับทานจากมือหญิงไม่มีลูก

Such hands were ceremonially unclean.
มือดังกล่าวถือเป็นสิ่งที่ไม่สะอาดตามพิธีกรรม
The mendicant offered her a medicine.
ขอทานได้นำยามาถวายให้เธอ
This medicine was to remove her barrenness.
ยานี้ใช้เพื่อทำให้นางหายจากอาการเป็นหมัน
She expressed her willingness to take the medicine.
เธอแสดงความเต็มใจที่จะรับยา
The mendicant told her how to take the medicine.
ขอทานจึงบอกวิธีการรับประทานยาให้เธอทราบ
"This is the potion you must swallow"
"นี่คือยาพิษที่คุณจะต้องกลืน"
"Prepare the juice of a pomegranate flower"
"เตรียมน้ำดอกทับทิม"
"Swallow the medicine with the juice"
"กลืนยาพร้อมกับน้ำผลไม้"
"If you do this, you will soon have a son"
"ถ้าทำแบบนี้อีกไม่นานก็จะได้ลูกชาย"
"Your son will be exceedingly handsome"
"ลูกชายของคุณคงจะหล่อมาก"
"His complexion will be beautiful"
"ผิวพรรณของเขาจะงดงาม"
"He will have the colour of pomegranate flowers"
"เขาจะมีสีเหมือนดอกทับทิม"
"And you shall call him Dalim Kumar"
"และเจ้าจะเรียกเขาว่า ดาลิม กุมาร"
"But he will also have enemies"
"แต่เขาก็จะมีศัตรูด้วย"
"They will try to take your son's life"
"พวกเขาจะพยายามเอาชีวิตลูกชายของคุณ"
"But there is a secret to his life"
"แต่ชีวิตของเขายังมีความลับอยู่"
"And I will tell you this secret"
"แล้วฉันจะบอกความลับนี้ให้คุณฟัง"

"In front of your palace is a pond"
"หน้าพระราชวังของท่านมีบ่อน้ำ"
"In that pond there is a big Boal fish"
"ในบ่อนั้นมีปลาโบอัลตัวใหญ่"
"Your son's life is connected to that fish"
"ชีวิตของลูกชายคุณเชื่อมโยงกับปลาตัวนั้น"
"In the heart of the fish is a small box"
"ในหัวใจของปลามีกล่องเล็กๆ"
"This small box is made of wood"
"กล่องเล็กๆ นี้ทำด้วยไม้"
"In the box of wood is a necklace of gold"
"ในกล่องไม้มีสร้อยคอทองคำ"
"That necklace is the life of your son"
"สร้อยคอเส้นนั้นคือชีวิตของลูกชายคุณ"
The mendicant gave her the medicine.
ขอทานจึงนำยาไปถวายให้เธอ
And they said their farewells.
และพวกเขาก็กล่าวคำอำลากัน

Soon all in the palace whispered of an heir.
ในไม่ช้าทุกคนในวังก็กระซิบถึงทายาท
Great was the joy of the King.
ความยินดีของพระราชาเป็นยิ่งใหญ่
He had visions of an heir to the throne.
พระองค์ทรงเห็นนิมิตถึงรัชทายาทผู้จะขึ้นครองราชย์
A never-ending succession of powerful monarchs.
การสืบราชสันตติวงศ์อันทรงอำนาจที่ไม่มีวันสิ้นสุด
He dreamt of how they perpetuated his dynasty.
เขาฝันว่าพวกเขาสืบสานราชวงศ์ของเขาต่อไปอย่างไร
These ideas floated before his mind.
ความคิดเหล่านี้ลอยมาอยู่ในใจของเขา
It made him the happiest he had ever been.
มันทำให้เขามีความสุขมากที่สุดเท่าที่เคยเป็นมา
Many ceremonies were performed for the occasion.

มีการประกอบพิธีกรรมต่างๆ มากมายเพื่อโอกาสนี้
The people of the kingdom played loud music.
ประชาชนในอาณาจักรเล่นดนตรีเสียงดัง
The birth of a prince was a truly special event.
การเกิดของเจ้าชายเป็นเหตุการณ์พิเศษจริงๆ
Soon queen Suo gave birth to a son.
ในไม่ช้าราชินีซูก็ให้กำเนิดบุตรชาย
He was more beautiful than anyone had imagined.
เขามีความงามมากกว่าที่ใครจะจินตนาการได้
The King saw his son's face.
กษัตริย์ทรงเห็นพระพักตร์ของพระโอรสของพระองค์
And his heart leaped with joy.
และหัวใจของเขาก็เต้นด้วยความปิติยินดี
Soon the child ate his first rice.
ในไม่ช้าเด็กน้อยก็ได้กินข้าวเป็นครั้งแรก
Mukhe bhaat was celebrated with great joy.
Mukhe bhaat ได้รับการเฉลิมฉลองด้วยความยินดีอย่างยิ่ง
And the whole kingdom was filled with gladness.
และทั่วราชอาณาจักรก็เต็มไปด้วยความยินดี

Dalim Kumar grew up to be a fine boy.
ดาลิม กุมาร เติบโตมาเป็นเด็กดี
There was one activity he particularly liked.
มีกิจกรรมหนึ่งที่เขาชอบเป็นพิเศษ
He loved playing with the pigeons.
เขาชอบเล่นกับนกพิราบ
However, the pigeons often flew to Queen Duo.
อย่างไรก็ตาม นกพิราบมักจะบินไปหาควีนดูโอ
Nobody knows why they did this.
ไม่มีใครรู้ว่าทำไมพวกเขาถึงทำเช่นนี้
And they flew into her apartment.
และพวกเขาก็บินเข้าไปในอพาร์ทเมนต์ของเธอ
So Dalim Kumar often met Queen Duo.
ดังนั้น Dalim Kumar จึงมักพบกับ Queen Duo
At first, she happily gave the pigeons back.

ตอนแรกเธอก็คืนนกพิราบให้ด้วยความยินดี
But later she wasn't as willing to return the pigeons.
แต่ต่อมาเธอกลับไม่เต็มใจที่จะส่งนกพิราบกลับอีกต่อไป
She gave the pigeons up with some reluctance.
เธอจึงยอมปล่อยนกพิราบไปอย่างไม่เต็มใจนัก
She felt she could use this to her advantage.
เธอคิดว่าเธอสามารถใช้สิ่งนี้เพื่อประโยชน์ของเธอได้
She naturally hated the child.
เธอเกลียดเด็กคนนั้นโดยธรรมชาติ
Since Dalim's birth the king had neglected her.
ตั้งแต่ดาลิมเกิดมา กษัตริย์ก็ละเลยเธอมาตลอด
And the King idolized the mother of Dalim.
และกษัตริย์ก็บูชามารดาของดาลิม
Somehow, she had heard of the mendicant.
ไม่ทราบว่าเธอเคยได้ยินเรื่องขอทานมาบ้างหรือเปล่า
She heard he had given queen Suo a medicine.
เธอได้ยินมาว่าเขาให้ยาแก่ราชินีซู
She had also heard about what he had said.
เธอยังได้ยินสิ่งที่เขาพูดด้วย
There was a secret to the prince's life.
ชีวิตของเจ้าชายมีเรื่องลึกลับซ่อนอยู่
She had heard his life was bound to something.
เธอได้ยินมาว่าชีวิตของเขาผูกพันกับบางสิ่งบางอย่าง
But she did not know what his life was bound to.
แต่เธอไม่รู้ว่าชีวิตของเขาผูกพันอยู่กับอะไร
She was determined to get the secret.
เธอตั้งใจที่จะได้ความลับนี้มา

Of course, the pigeons came back to her.
แน่นอนว่านกพิราบก็กลับมาหาเธอแล้ว
And the pigeons flew into her room again.
และนกพิราบก็บินกลับเข้าไปในห้องของเธออีกครั้ง
This time she refused to give the pigeons back.
คราวนี้เธอปฏิเสธที่จะคืนนกพิราบ
"I won't just give you your pigeon back"

"ฉันจะไม่คืนนกพิราบของคุณให้คุณหรอก"
"First, you have to tell me something"
"ก่อนอื่นคุณต้องบอกฉันบางอย่าง"
"What do you want, aunty?" the boy asked.
"ป้าต้องการอะไร" เด็กชายถาม
"Oh, my darling, do not worry"
"โอ้ที่รักของฉัน อย่ากังวลเลย"
"It's just a small thing I want"
"มันเป็นแค่สิ่งเล็กๆ น้อยๆ ที่ฉันต้องการ"
"I want to know where your life is hidden"
"ฉันอยากรู้ว่าชีวิตของคุณซ่อนอยู่ที่ไหน"
The boy was very confused by this.
เด็กชายรู้สึกสับสนมากกับเรื่องนี้
"What is that, aunty?"
"นั่นอะไรคะป้า?"
"Where can my life be, except in me?"
"ชีวิตของฉันจะอยู่ที่ไหนได้ นอกจากในตัวฉันเอง?"
"No, child, that is not what I meant"
"ไม่นะลูก ฉันไม่ได้หมายถึงแบบนั้น"
"A holy mendicant told your mother a secret"
"พระภิกษุสงฆ์ได้บอกความลับแก่แม่ของคุณ"
"Your life is bound up with something"
"ชีวิตของคุณผูกพันอยู่กับบางสิ่งบางอย่าง"
"I wish to know what that thing is"
"ฉันอยากรู้ว่าสิ่งนั้นคืออะไร "
The boy was confused by what she said.
เด็กชายรู้สึกสับสนกับสิ่งที่เธอพูด
"I never heard of any such thing"
"ฉันไม่เคยได้ยินเรื่องแบบนั้นเลย"
But Queen Duo insisted it was true.
แต่ควีนดูโอก็ยืนกรานว่ามันเป็นเรื่องจริง
"Promise to find out from your mother"
"สัญญาว่าจะหาคำตอบจากแม่ของคุณ"
"Ask her where your life is hidden"

"ถามเธอสิว่าชีวิตของคุณซ่อนอยู่ที่ไหน"
"Then I will let you have the pigeons"
"งั้นฉันจะให้คุณมีนกพิราบ"
"Otherwise, I will keep the pigeons"
"ไม่อย่างนั้นฉันจะเก็บนกพิราบไว้"
The boy wanted his pigeons back.
เด็กชายต้องการนกพิราบของเขากลับคืน
So he agreed to get the information.
เขาจึงตกลงที่จะหาข้อมูลดังกล่าว
But first she made him promise.
แต่ก่อนอื่นเธอต้องให้เขาสัญญาเสียก่อน
"Promise me you won't tell your mother"
"สัญญากับฉันว่าคุณจะไม่บอกแม่ของคุณ"
And the boy promised not to tell her.
และเด็กชายก็สัญญาว่าจะไม่บอกเธอ
"I promise I won't tell my mum"
"ฉันสัญญาว่าจะไม่บอกแม่"
Queen Duo freed the prince's pigeons.
ราชินีดูโอปล่อยนกพิราบของเจ้าชาย
Dalim was overjoyed to have his birds again.
ดาลิมรู้สึกดีใจมากที่ได้นกของเขาอีกครั้ง
And he forgot the entire conversation.
และเขาก็ลืมการสนทนาทั้งหมด

The next day Dalim was playing again.
วันรุ่งขึ้น ดาลิมก็เล่นอีกครั้ง
You can imagine what happened again.
คุณคงจินตนาการได้ว่าเกิดอะไรขึ้นอีกครั้ง
The pigeons flew to Queen Duo's apartment.
นกพิราบบินไปยังอพาร์ทเมนต์ของราชินีดูโอ
And they flew into her room again.
และพวกเขาก็บินเข้าไปในห้องของเธออีกครั้ง
Dalim went in to his stepmother's apartment.
ดาลิมเข้าไปในอพาร์ทเมนต์ของแม่เลี้ยงของเขา
And he asked her for the pigeons.

และเขาขอนกพิราบจากเธอ
Of course she asked him for the information.
แน่นอนว่าเธอขอข้อมูลจากเขา
Dalim could not tell her where his life was hidden.
ดาลิมไม่สามารถบอกเธอได้ว่าชีวิตของเขาถูกซ่อนไว้ที่ไหน
"I promise I will ask her today"
"ฉันสัญญาว่าจะถามเธอวันนี้"
"But please can I have my pigeons"
"แต่ฉันขอนกพิราบของฉันได้ไหม"
She didn't give the pigeons back so quickly.
เธอไม่ได้คืนนกพิราบอย่างรวดเร็ว
But, in the end, he got his pigeons again.
แต่สุดท้ายเขาก็ได้นกพิราบของเขากลับมาอีกครั้ง

After playing, Dalim went to his mother.
หลังจากเล่นเสร็จ ดาลิมก็ไปหาแม่ของเขา
"Mamma, please tell me where my life is hidden"
"แม่ครับ โปรดบอกผมทีว่าชีวิตผมซ่อนอยู่ที่ไหน"
"What do you mean, child?" asked the mother.
"หมายความว่ายังไงลูก" แม่ถาม
She was astonished at the question.
เธอรู้สึกประหลาดใจกับคำถามนี้
Why would her child ask her this?
เหตุใดลูกของเธอจึงถามเธออย่างนี้?
"Yes, mamma," replied the child.
"ครับแม่" เด็กน้อยตอบ
"I have heard of a holy mendicant"
"ข้าพเจ้าได้ยินเรื่องขอทานศักดิ์สิทธิ์"
"He told you something about my life"
"เขาบอกคุณบางอย่างเกี่ยวกับชีวิตของฉัน"
"He said my life is hidden in something"
"เขาบอกว่าชีวิตของฉันซ่อนอยู่ในบางสิ่งบางอย่าง"
"Tell me what that thing is"
"บอกฉันหน่อยว่าสิ่งนั้นคืออะไร"

"My child, my darling, my treasure"
"ลูกของฉัน ที่รักของฉัน สมบัติของฉัน"
"My golden moon," his mother pleaded.
"พระจันทร์สีทองของฉัน" แม่ของเขาอ้อนวอน
"Do not ask such a question"
"อย่าถามคำถามเช่นนี้"
"Cover my enemies' mouths with ashes"
"จงปิดปากศัตรูของข้าพเจ้าด้วยขี้เถ้า"
"Let my Dalim live forever," she begged.
"ขอให้ดาลิมของฉันมีชีวิตตลอดไป" เธอวิงวอน
But the child insisted on knowing the secret.
แต่เด็กยังคงยืนกรานที่จะรู้ความลับนี้
He refused to eat or drink until he knew.
เขาปฏิเสธที่จะกินหรือดื่มจนกว่าเขาจะรู้
Queen Suo had no choice but to tell him.
ราชินีซูไม่มีทางเลือกอื่นนอกจากต้องบอกเขา
Eventually she told him the secret of his life.
ในที่สุดเธอก็บอกความลับในชีวิตของเขาให้เขาฟัง

The next day Dalim was playing again.
วันรุ่งขึ้น ดาลิมก็เล่นอีกครั้ง
You can imagine where the pigeons flew.
คุณคงจินตนาการได้ว่านกพิราบบินไปที่ไหน
Dalim chased after the birds into the apartment.
ดาลิมไล่ตามนกเข้าไปในอพาร์ทเมนท์
His stepmother told him many sweet words.
แม่เลี้ยงของเขาบอกคำหวานๆ กับเขาหลายคำ
And finally, she got his secret from him.
และในที่สุดเธอก็ได้ความลับของเขามาจากเขา
She wasted no time to start her wicked plan.
เธอไม่เสียเวลาที่จะเริ่มแผนชั่วร้ายของเธอ
And she gave orders to her servants.
และนางก็ทรงบัญชาแก่คนรับใช้ของนาง
"Get some dried stalk from the hemp plant"
"เอาก้านแห้งจากต้นกัญชามาหน่อย"

"Make sure the stalks are very brittle"
"ตรวจสอบให้แน่ใจว่าก้านมีความเปราะมาก"
Brittle hemp stalks make a cracking sound.
ลำต้นกัญชาที่เปราะบางจะส่งเสียงดังกรอบแกรบ
The sound is similar to the cracking of joints.
เสียงจะคล้ายเสียงข้อต่อแตก
And it sounds like the bones of old people.
และมันฟังดูเหมือนกระดูกของคนแก่
She put the brittle hemp stalks under her bed.
เธอเอาต้นกัญชาที่เปราะบางวางไว้ใต้เตียงของเธอ
And then she lied on her bed.
แล้วเธอก็นอนลงบนเตียง
She wanted to test the hemp stalks.
เธอต้องการทดสอบก้านกัญชา
The stalks cracked just as much as she wanted.
ก้านแตกร้าวได้เท่าที่เธอต้องการ
She was satisfied with how her plan was going.
เธอพอใจกับสิ่งที่แผนของเธอกำลังดำเนินไป
She gave more orders to her servants.
นางสั่งคนรับใช้ของนางมากขึ้น
"Tell the King I am very ill"
"ไปบอกพระราชาว่าข้าพเจ้าป่วยหนัก"
"He must come to see me immediately"
"เขาต้องมาพบฉันทันที"
The king did not love this queen.
กษัตริย์ไม่ทรงรักราชินีองค์นี้
But he still had a duty to care for her.
แต่เขาก็ยังมีหน้าที่ดูแลเธอ
If she was ill, he had to look after her.
ถ้าเธอป่วยเขาก็ต้องดูแลเธอ
The King came to her bedroom.
พระราชาเสด็จมายังห้องนอนของเธอ
She rolled on the bed in pain.
เธอพลิกตัวไปมาบนเตียงด้วยความเจ็บปวด
The King heard the cracking of her bones.

กษัตริย์ได้ยินเสียงกระดูกของเธอแตก
He ordered his best physician to attend her.
เขาสั่งให้แพทย์ที่ดีที่สุดของเขามาดูแลเธอ
But the queen had thought of this.
แต่ราชินีทรงคิดเรื่องนี้
She had already spoken with the physician.
เธอได้พูดคุยกับแพทย์แล้ว
"There is only one remedy," he told the king.
"มีวิธีแก้ไขเพียงทางเดียว" เขากล่าวแก่กษัตริย์
"There's a pond in front of the palace"
"หน้าพระราชวังมีบ่อน้ำ"
"In the pond there's a large Boal fish"
"ในบ่อมีปลาโบอัลตัวใหญ่"
"The remedy is in that fish"
"ทางแก้อยู่ที่ปลาตัวนั้น"
So the king let the physician catch the fish.
พระราชาจึงทรงให้หมอจับปลาไป
Meanwhile Dalim was busy playing.
ระหว่างนี้ดาลิมก็กำลังเล่นอยู่
He knew nothing of his aunt's illness.
เขาไม่รู้เรื่องอาการป่วยของป้าของเขา
The fish was taken out the water.
นำปลาออกจากน้ำไปแล้ว
Dalim fell to the ground immediately.
ลง กับพื้น ทันที
He flopped around on the floor.
เขาล้มตัวลงบนพื้น
And he could not breathe.
และเขาก็หายใจไม่ออก
The guards immediately noticed.
ผู้คุมก็สังเกตเห็นทันที
Dalim was taken to his mother's room.
ดาลิมถูกพาไปที่ห้องแม่ของเขา
And the King was informed of his son.
และพระราชาทรงทราบเรื่องพระโอรสของพระองค์

He couldn't believe his son's illness.
เขาไม่สามารถเชื่อความเจ็บป่วยของลูกชายของเขาได้
The fish was taken to Queen Duo.
ปลาตัวนี้ถูกนำไปให้ควีนดูโอแล้ว
Queen Duo was being saved.
ราชินีคู่กำลังได้รับการช่วยเหลือ
At the same time Dalim was dying.
ในเวลาเดียวกันนั้น ดาลิมก็กำลังจะตาย
The fish was cut open.
ปลาถูกฝาเปิดออก
And they found the wooden box.
และพวกเขาก็พบกล่องไม้
In the box lay a necklace of gold.
ในกล่องมีสร้อยคอทองคำวางอยู่
Queen Duo put on the necklace.
ราชินีดูโอสวมสร้อยคอ
And Dalim died at the very same moment.
และดาลิมก็เสียชีวิตในเวลาเดียวกันนั้นเอง

News of the tragedy reached the king.
ข่าวโศกนาฏกรรมดังกล่าวได้ล่วงไปถึงกษัตริย์
He was plunged into an ocean of grief.
เขาถูกโยนลงไปในทะเลแห่งความเศร้าโศก
News of Queen Duo's recovery did not help.
ข่าวการฟื้นตัวของควีนดูโอไม่ได้ช่วยอะไรเลย
He wept painful and bitter tears.
เขาร้องไห้ด้วยน้ำตาอันเจ็บปวดและขมขื่น
No one thought he would recover.
ไม่มีใครคิดว่าเขาจะฟื้นขึ้นมาได้
He could not bear to bury his son.
เขาไม่อาจทนฝังศพลูกชายของตนได้
Nor did he allow his body to be burned.
และพระองค์ก็ไม่ยอมให้ร่างกายของพระองค์ถูกเผา
He could not accept that his son had died.
เขาไม่อาจยอมรับได้ว่าลูกชายของเขาเสียชีวิตไปแล้ว

His death was so sudden and senseless.
การตายของเขาเป็นเรื่องกะทันหันและไร้เหตุผลมาก
He had the dead body moved to a garden-houses.
เขาให้ย้ายศพไปไว้ในบ้านสวนแห่งหนึ่ง
This garden-house was in the suburbs.
บ้านสวนหลังนี้อยู่ชานเมือง
Here his son was laid in state.
ที่นี่พระโอรสของพระองค์ถูกฝังอย่างสงบ
All sorts of provisions were put there.
มีสิ่งของต่างๆ วางอยู่ตรงนั้น
Although everyone knew it was unnecessary.
แม้ว่าทุกคนรู้ว่ามันไม่จำเป็น
The young boy did not need food anymore.
เด็กชายไม่ต้องการอาหารอีกต่อไป
The house was kept locked day and night.
บ้านถูกล็อคไว้ทั้งวันทั้งคืน
Dalim had had one very close friend.
ดาลิมมีเพื่อนสนิทคนหนึ่ง
Only this friend was allowed to visit.
มีเพียงเพื่อนคนนี้เท่านั้นที่ได้รับอนุญาตให้เข้าเยี่ยมชม
He was the son of the prime minister.
เขาเป็นลูกชายของนายกรัฐมนตรี
He was entrusted with the key of the house.
เขาได้รับมอบกุญแจบ้านไว้
Once a day he could visit his dead friend.
วันละครั้งเขาสามารถไปเยี่ยมเพื่อนที่ตายของเขาได้

Queen Suo retired after the loss of her son.
ราชินีซูเกษียณหลังจากสูญเสียบุตรชาย
Now the King spent the nights with Queen Duo.
ขณะนี้พระราชาทรงประทับค้างคืนกับราชินีดูโอ
The Queen wanted to avoid suspicion.
ราชินีทรงต้องการหลีกเลี่ยงความสงสัย
So she took the necklace off at night.
เธอจึงถอดสร้อยคอออกตอนกลางคืน

But Dalim's life was tied to the necklace.
แต่ชีวิตของดาลิมผูกพันอยู่กับสร้อยคอเส้นนี้
And his death was not so simple.
และการตายของเขาไม่ใช่เรื่องง่ายเช่นนั้น
He was dead when the queen wore the necklace.
เขาเสียชีวิตแล้วเมื่อราชินีสวมสร้อยคอ
But when she took the necklace off, he returned to life.
แต่เมื่อเธอถอดสร้อยคอออก เขาก็กลับมามีชีวิตอีกครั้ง
And so he returned to life every night.
และเขาก็กลับมามีชีวิตอีกครั้งทุกคืน
Every morning she put the necklace on again.
ทุกเช้าเธอจะใส่สร้อยคอเส้นใหม่อีกครั้ง
And so, he died again every morning.
และแล้วเขาก็ตายอีกทุกเช้า
At night he ate whatever food he liked.
กลางคืนเขากินอาหารอะไรก็ได้ที่เขาชอบ
Because there was plenty of food for him.
เพราะมีอาหารให้เขากินอุดมสมบูรณ์
He walked around in the premises.
เขาเดินไปมาในบริเวณนั้น
And he meditated on the strangeness of his life.
และเขาคิดถึงความแปลกประหลาดของชีวิตของเขา
Dalim's friend only visited him during the day.
เพื่อนของดาลิมมาเยี่ยมเขาเพียงตอนกลางวันเท่านั้น
So he always saw him as a lifeless corpse.
เขาจึงมองเห็นเขาเป็นศพที่ไร้ชีวิตอยู่เสมอ
But his body never seemed to change.
แต่ร่างกายของเขาดูเหมือนจะไม่เปลี่ยนแปลงเลย
There was no sign of putrefaction.
ไม่ปรากฏร่องรอยการเน่าเปื่อยแต่อย่างใด
The body was lifeless and pale.
ร่างกายนั้นไร้ชีวิตชีวาและซีดเซียว
But there were no symptoms of death.
แต่ก็ไม่มีอาการเสียชีวิตแต่อย่างใด
It all seemed too strange for him.

ทุกสิ่งดูแปลกเกินไปสำหรับเขา
So he decided to watch the corpse more closely.
เขาจึงตัดสินใจเฝ้าดูศพอย่างใกล้ชิดมากขึ้น
And he visited his friend at night.
และเขาไปเยี่ยมเพื่อนของเขาในเวลากลางคืน
He was astonished at what he saw that night.
เขาประหลาดใจกับสิ่งที่เขาเห็นในคืนนั้น
His dead friend was walking about in the garden.
เพื่อนที่ตายของเขาเดินไปมาอยู่ในสวน
At first, he thought Dalim might be a ghost.
ตอนแรกเขาคิดว่าดาลิมอาจจะเป็นผี
So he went to see if he could touch him.
เขาจึงไปดูว่าจะสัมผัสเขาได้หรือไม่
And then he saw it was really his friend.
แล้วเขาก็เห็นว่านั่นเป็นเพื่อนของเขาจริงๆ
Dalim told his friend everything that had happened.
ดาลิมเล่าทุกอย่างที่เกิดขึ้นให้เพื่อนของเขาฟัง
He told him all the circumstances of his death.
เขาเล่าเหตุการณ์การตายของเขาทั้งหมดให้เขาฟัง
And soon they solved the mystery.
และในไม่ช้าพวกเขาก็ไขปริศนาได้
They understood why he revived only at night.
พวกเขาเข้าใจว่าทำไมเขาถึงฟื้นคืนมาเฉพาะตอนกลางคืนเท่านั้น
Every night the king came to see Queen Duo.
ทุกคืนกษัตริย์จะมาเฝ้าราชินีคู่
When the King visited, she took off her necklace.
เมื่อพระราชาเสด็จเยือน นางก็ถอดสร้อยคอของนางออก
The life of the prince depended on the necklace.
ชีวิตของเจ้าชายขึ้นอยู่กับสร้อยคอ
So the two friends worked on a plan.
เพื่อนทั้งสองจึงได้วางแผนกัน
Night after night they consulted together.
พวกเขาปรึกษาหารือกันทุกคืน
But they could not think of any feasible scheme.
แต่พวกเขาไม่สามารถคิดถึงแผนการใดๆ ที่เป็นไปได้

Eventually the Gods must have taken pity.
ในที่สุดเทพเจ้าก็ต้องมีความเมตตา
And they decided to free Dalim.
และพวกเขาตัดสินใจที่จะปล่อยตัวดาลิม
But we must understand how the Gods work.
แต่เราต้องเข้าใจว่าเทพเจ้าทรงงานอย่างไร
These things are planned long before.
สิ่งเหล่านี้ได้รับการวางแผนไว้ล่วงหน้านานแล้ว
The sister of Bidhata-Purusha had had a daughter.
น้องสาวของบิดถะปุรุษะมีบุตรสาวคนหนึ่ง
Bidhata-Purusha was a great fortune teller.
บิดถะปุรุษะเป็นหมอดูผู้ยิ่งใหญ่
He had written something on the child's forehead.
เขาได้เขียนอะไรบางอย่างไว้ที่หน้าผากของเด็ก
"This child will marry the dead bridegroom"
"เด็กคนนี้จะแต่งงานกับเจ้าป่าวที่ตายไปแล้ว"
Her mother was very saddened by this.
แม่ของเธอเสียใจมากกับเรื่องนี้
She did not want this destiny for her daughter.
เธอไม่อยากให้ลูกสาวของเธอต้องประสบชะตากรรมเช่นนี้
But she could not argue with him.
แต่เธอไม่สามารถโต้แย้งกับเขาได้
He never changed what he had written.
เขาไม่เคยเปลี่ยนแปลงสิ่งที่เขาเขียน
The child became exceedingly beautiful.
เด็กคนนี้ก็กลายเป็นสาวงามยิ่งนัก
But the mother could not take any pleasure in this.
แต่แม่ก็ไม่สามารถมีความสุขจากสิ่งนี้ได้
Because she knew the destiny of her child.
เพราะเธอรู้ชะตากรรมของลูกเธออยู่แล้ว
Eventually the girl came to marriageable age.
ในที่สุดหญิงสาวก็ถึงวัยที่สามารถแต่งงานได้
She had to find a way to avoid her fate.
เธอต้องหาวิธีหลีกเลี่ยงชะตากรรมของเธอ

So the mother fled the country with her child.
แม่จึงพาลูกหนีออกนอกประเทศไปด้วย
Perhaps she could avoid her dreadful destiny.
บางทีเธออาจหลีกเลี่ยงชะตากรรมอันเลวร้ายของเธอได้
But what was written was written.
แต่สิ่งที่เขียนก็เขียนไปแล้ว
And fate cannot be overruled like this.
และโชคชะตาไม่อาจเอาชนะได้เช่นนี้
Together they journeyed through the land.
พวกเขาเดินทางผ่านดินแดนด้วยกัน
You can imagine how fate was working.
คุณคงจินตนาการได้ว่าโชคชะตาจะดำเนินไปอย่างไร
They wandered past Dalim's resting place.
พวกเขาเดินผ่านที่พักของดาลิม
The shade of the evening was approaching.
เงาของตอนเย็นกำลังใกล้เข้ามา
"Mother, I am thirsty," said her child.
"แม่ครับ ผมหิวน้ำ" ลูกน้อยพูด
"Sit at this gate," replied her mother.
"จงนั่งที่ประตูนี้" แม่ของเธอตอบ
"I will search for water in the village"
"ฉันจะไปหาน้ำในหมู่บ้าน"
The girl was curious about the garden.
เด็กสาวรู้สึกอยากรู้เกี่ยวกับสวน
And in the garden she saw strange house.
และในสวนเธอก็เห็นบ้านแปลกๆ
She pushed the gate, which opened itself.
เธอผลักประตูซึ่งเปิดออกเอง
When she went in, she saw a beautiful palace.
เมื่อเธอเข้าไปก็เห็นพระราชวังอันสวยงามแห่งหนึ่ง
But she had an uneasy feeling about the palace.
แต่เธอมีความรู้สึกไม่สบายใจเกี่ยวกับพระราชวัง
However, the door had shut itself.
อย่างไรก็ตามประตูได้ปิดตัวเองลง
So she had no way of getting out.

ดังนั้นเธอจึงไม่มีทางออก

When night came the prince revived.
เมื่อถึงเวลากลางคืนเจ้าชายก็ฟื้นคืนชีพ
As usual, he walked around in the garden.
เขาเดินเล่นไปรอบๆ สวนตามปกติ
But this time he saw a female figure.
แต่คราวนี้เขาเห็นร่างผู้หญิง
The figure was standing near the gate.
รูปร่างนั้นยืนอยู่ใกล้ประตู
Soon he saw that it was a girl.
ไม่นานเขาก็รู้ว่าเป็นเด็กผู้หญิง
And he saw she was of unsurpassed beauty.
และเขาเห็นว่านางมีความงามที่ไม่มีใครเทียบได้
"Who are you?" he asked her.
"คุณเป็นใคร" เขาถามเธอ
She told Dalim everything that had happened.
นางเล่าเรื่องที่เกิดขึ้นให้ดาลิมฟังทั้งหมด
All the details of her little history.
รายละเอียดทั้งหมดเกี่ยวกับประวัติเล็กๆ น้อยๆ ของเธอ
"My uncle is the divine Bidhata-Purusha"
"อาของข้าพเจ้าคือพระบิดตะปุรุชะ"
"He wrote on my forehead at birth"
"เขาเขียนบนหน้าผากของฉันตอนเกิด"
"This child will marry the dead bridegroom"
"เด็กคนนี้จะแต่งงานกับเจ้าบ่าวที่ตายไปแล้ว"
"My mother did not want that life for me"
"แม่ของฉันไม่ต้องการชีวิตแบบนั้นให้กับฉัน"
"So we left our house and city"
"แล้วเราก็ออกจากบ้านและเมืองของเรา"
"And we wandered through the country"
"แล้วเราก็เที่ยวไปทั่วชนบท"
"We had come to the gate of your palace"
"พวกเรามาถึงประตูพระราชวังของท่านแล้ว"

"After our journey I was thirsty"
"หลังจากการเดินทางของเรา ฉันรู้สึกกระหายน้ำ"
"So my mother went to look for water"
"แม่ฉันก็เลยไปหาน้ำ"
"And now I am standing here before you"
"และตอนนี้ฉันยืนอยู่ตรงนี้ต่อหน้าคุณ"
Dalim Kumar knew the meaning of the story.
ดาลิม กุมาร รู้ความหมายของเรื่องราวนี้
"I am the dead bridegroom," he told the girl.
"ฉันคือเจ้าบ่าวที่ตายแล้ว" เขาบอกกับหญิงสาว
"It is me who you will marry"
"ฉันจะเป็นคนที่คุณจะแต่งงานด้วย"
"Come with me to the house," he asked of her.
"มาบ้านกับฉันสิ" เขาถามเธอ
But the girl wasn't so easily persuaded.
แต่เด็กสาวไม่ง่ายที่จะเชื่อ
"You are standing and speaking to me"
"คุณยืนพูดกับฉัน"
"How can you be the dead bridegroom?"
"เจ้าจะเป็นเจ้าบ่าวที่ตายแล้วได้อย่างไร?"
The prince understood her objection.
เจ้าชายเข้าใจการคัดค้านของเธอ
"You will understand it afterwards"
"เดี๋ยวคุณก็เข้าใจเอง"
The girl followed the prince into the house.
หญิงสาวเดินตามเจ้าชายเข้าไปในบ้าน
She had been fasting the whole day.
เธอได้อดอาหารตลอดทั้งวัน
So the prince gave her wonderful food.
เจ้าชายจึงทรงประทานอาหารอันวิเศษแก่เธอ
Meanwhile, the girl's mother had come back.
ระหว่างนั้นแม่ของเด็กสาวก็กลับมาแล้ว
She was standing at the gates of the garden.
เธอได้ยืนอยู่ที่ประตูสวน

But her daughter was not there anymore.
แต่ลูกสาวของเธอไม่อยู่ที่นั่นอีกต่อไปแล้ว
She cried out for her daughter.
เธอได้ร้องไห้หาลูกสาวของเธอ
But she got no reply from her daughter.
แต่เธอไม่ได้รับคำตอบจากลูกสาวของเธอ
So she went looking for her in the village.
นางจึงออกตามหานางในหมู่บ้าน

As usual, Dalim's friend came that night.
คืนนั้นเพื่อนของดาลิมก็มาตามปกติ
Dalim was still entertaining his guest.
ดาลิมยังคงต้อนรับแขกของเขาอยู่
He was not expecting to see a stranger.
เขาไม่ได้คาดหวังว่าจะพบคนแปลกหน้า
And the girl retold him her story.
และหญิงสาวก็เล่าเรื่องของเธอให้เขาฟังอีกครั้ง
You can imagine his surprise when she told him.
คุณคงจินตนาการถึงความประหลาดใจของเขาได้เมื่อเธอเล่าเรื่องนี้ให้เ
ขาฟัง
He was able to confirm Dalim's story.
เขาสามารถยืนยันเรื่องราวของดาลิมได้
Soon they had all accepted destiny.
ในไม่ช้าพวกเขาทั้งหมดก็ยอมรับชะตากรรม
That night they fulfilled their fates.
คืนนั้นพวกเขาก็ทำตามโชคชะตาของตน
They decided to unite the couple in matrimony.
พวกเขาตัดสินใจที่จะรวมคู่รักให้เป็นสามีภรรยากัน
It was going to be impossible to get a priest.
การที่จะได้พระมาเป็นบาทหลวงคงเป็นไปไม่ได้
So Dalim's friend performed the hymeneal rites.
แล้วเพื่อนของดาลิมก็ทำพิธีไฮมีนัล
The friend of the bridegroom left the palace.
เพื่อนเจ้าบ่าวออกจากวังไปแล้ว
The newly-weds had the palace to themselves.

คู่บ่าวสาวที่เพิ่งแต่งงานใหม่ต่างก็มีพระราชวังเป็นของตัวเอง
The happy couple did not sleep much that night.
คู่รักที่มีความสุขไม่ได้นอนหลับมากนักในคืนนั้น
So it was long after sunrise that they woke up.
จึงได้ตื่นนอนหลังจากพระอาทิตย์ขึ้นเป็นเวลานาน
Of course it was only the young wife that woke up.
แน่นอนว่ามีเพียงภรรยาสาวเท่านั้นที่ตื่นขึ้นมา
The prince had become a cold corpse again.
เจ้าชายกลับกลายเป็นศพเย็นชาอีกครั้ง
The queen had put on her necklace.
ราชินีทรงสวมสร้อยคอของพระองค์
And life had departed from him again.
และชีวิตก็จากไปจากเขาอีกครั้ง
You can imagine how the young wife felt.
คุณคงจินตนาการได้ว่าภรรยาสาวรู้สึกอย่างไร
She shook her husband to try and wake him.
เธอเขย่าสามีเพื่อพยายามปลุกเขา
She kissed him on his cold lips.
เธอจูบเขาที่ริมฝีปากเย็นๆ ของเขา
But all her efforts were in vain.
แต่ความพยายามทั้งหมดของเธอก็ไร้ผล
He was as lifeless as a marble statue.
เขาไร้ชีวิตชีวาเหมือนรูปปั้นหินอ่อน
The young wife was stricken with horror.
ภรรยาสาวก็ตกตะลึงไปด้วย
She smote her breast with her fists.
เธอทุบหน้าอกตัวเองด้วยกำปั้น
She struck her forehead with her palms.
เธอตบหน้าผากของเธอด้วยฝ่ามือของเธอ
And she tore her hair from her head.
และเธอก็ฉีกผมออกจากศีรษะ
She ran through the garden like a mad woman.
เธอวิ่งไปทั่วสวนเหมือนคนบ้า
Dalim's friend did not come during the day.
เพื่อนของดาลิมไม่มาในระหว่างวัน

He did not want to see his friend this way.
เขาไม่อยากเห็นเพื่อนของเขาเป็นแบบนี้
The poor girl did not know what to do.
เด็กสาวผู้น่าสงสารไม่รู้จะทำอย่างไร
Time could not pass quickly enough.
เวลาไม่อาจผ่านไปได้เร็วพอ
The day seemed as long as a year.
วันนั้นดูเหมือนจะยาวนานเท่ากับหนึ่งปี
But the even longest day has its end.
แต่แม้กระทั่งวันอันยาวนานที่สุดก็ยังมีวันสิ้นสุด
The shades of evening were descending.
ยามเย็นเริ่มมืดลง
Her dead husband was awakened into consciousness.
สามีที่ตายของเธอได้รับการปลุกให้ตื่นขึ้นสู่สติ
He rose up from his bed again.
เขาลุกขึ้นจากเตียงอีกครั้ง
And he embraced his new wife.
และเขาก็โอบกอดภรรยาใหม่ของเขา
Again they ate, drank, and became merry.
พวกเขาก็กินดื่มและรื่นเริงกันอีกครั้ง
His friend made his usual appearance.
เพื่อนของเขามาปรากฏตัวตามปกติ
And the whole night was spent celebrating.
และทั้งคืนก็หมดไปกับการเฉลิมฉลอง

They spent the next seven years this way.
พวกเขาใช้เวลาเจ็ดปีถัดมาในลักษณะนี้
During the day Dalim was lifeless.
ระหว่างวันดาลิมก็ไม่มีชีวิตชีวา
But at night he came to life.
แต่ในเวลากลางคืนเขาก็กลับมามีชีวิตอีกครั้ง
And their life was quite usual.
และชีวิตของพวกเขาก็เป็นปกติธรรมดา
The princess gave her husband two lovely boys.
เจ้าหญิงทรงประทานลูกชายที่น่ารักสองคนแก่สามีของเธอ

They were the exact image of their father.
พวกเขาเป็นภาพลักษณ์ที่เหมือนพ่อของพวกเขาทุกประการ
Of course the king and Queens did not know.
แน่นอนว่ากษัตริย์และราชินีไม่รู้
They did not know they were grandparents.
พวกเขาไม่รู้ว่าตนเป็นปู่ย่าตายาย
And they did not know Dalim was alive.
และพวกเขาไม่ทราบว่าดาลิมยังมีชีวิตอยู่
To be precise I should say he was alive at night.
ถ้าจะให้ชัดเจน ฉันควรจะบอกว่าเขายังมีชีวิตอยู่ตอนกลางคืน
They all thought he had long been dead.
พวกเขาทั้งหมดคิดว่าเขาตายไปนานแล้ว
They assumed his corpse would now be gone.
พวกเขาคิดว่าศพของเขาคงจะหายไปแล้ว
But the heart of Dalim s wife was yearning.
แต่ใจของภรรยาดาลิมก็โหยหา
She wanted nothing more than her mother-in-law.
เธอไม่ต้องการอะไรอีกนอกจากแม่สามีของเธอ
Over the years she had come up with a plan.
ในช่วงหลายปีที่ผ่านมา เธอได้คิดแผนขึ้นมา
Perhaps she could see her mother-in-law.
บางทีเธออาจจะได้พบกับแม่สามีของเธอ
Maybe they could get hold of the necklace.
บางทีพวกเขาอาจจะได้สร้อยคอเส้นนั้นมาได้
She asked for the consent of her husband.
เธอได้ขอความยินยอมจากสามีของเธอ
And he allowed her to disguise herself.
และเขาอนุญาตให้เธอปลอมตัวได้
She took on the appearance of a female barber.
เธอมีรูปร่างหน้าตาเหมือนช่างตัดผมหญิง
Like every female barber, she needed equipment.
เช่นเดียวกับช่างตัดผมผู้หญิงทุกคน เธอต้องการอุปกรณ์
She took the following tools;
เธอหยิบเครื่องมือดังต่อไปนี้
An iron instrument for preparing finger nails.

อุปกรณ์เหล็กสำหรับเตรียมเล็บ
Another iron instrument for scraping the feet.
อุปกรณ์เหล็กอีกชนิดหนึ่งที่ใช้ขูดเท้า
A piece of burnt jhama brick.
ชิ้นส่วนของอิฐจามาที่ถูกเผา
For rubbing the soles of the feet.
สำหรับถูฝ่าเท้า
And paint for the edges of the feet.
และทาสีบริเวณขอบเท้า
She took all her tools with her.
เธอเอาเครื่องมือทั้งหมดของเธอไปด้วย
And she stood at the gate of the King's palace.
และนางก็ยืนอยู่ที่ประตูพระราชวังของพระราชา
I forgot something else she brought.
ฉันลืมอีกอย่างที่เธอเอามาด้วย
She had come with her two sons.
เธอมาพร้อมกับลูกชายสองคนของเธอ
She spoke with the guards.
เธอพูดคุยกับทหารยาม
"I work as a barber"
"ฉันทำงานเป็นช่างตัดผม"
"I have come to offer my services"
"ผมมาเพื่อเสนอบริการของผม"
"I desire to see Queen Suo"
"ข้าปรารถนาที่จะพบราชินีซัว"
Queen Suo quickly gave her an interview.
ราชินีซูรีบให้สัมภาษณ์กับเธอ
The queen was quite fond of the two little boys.
ราชินีทรงโปรดปรานเด็กชายทั้งสองมาก
They strangely reminded her of her own son.
พวกเขาทำให้เธอคิดถึงลูกชายของเธอเองอย่างประหลาด
And she remembered her lost treasure.
และเธอระลึกถึงสมบัติที่หายไปของเธอ
Tears fell profusely from her eyes.
น้ำตาของเธอไหลออกมาเป็นจำนวนมาก

She had not the remotest idea who they were.
เธอไม่รู้เลยว่าพวกเขาเป็นใคร
Of course we know who they are.
แน่นอนว่าเรารู้ว่าพวกเขาเป็นใคร
The two little boys are her grandsons.
เด็กชายสองคนนี้เป็นหลานชายของเธอ
She spoke to the barber.
เธอพูดคุยกับช่างตัดผม
"My son died when he was young"
"ลูกชายของฉันเสียชีวิตตั้งแต่เขายังเด็ก"
"I have given up these vanities"
"ฉันได้ละทิ้งความฟุ่มเฟือยเหล่านี้แล้ว"
"I stopped having my feet ceremoniously dyed"
"ฉันหยุดย้อมเท้าแบบพิธีการแล้ว"
"But I would be glad to see your two fine boys"
"แต่ฉันจะดีใจมากถ้าได้เห็นลูกชายสุดหล่อของคุณสองคน"
The barber agreed to let Queen Suo see her boys.
ช่างตัดผมตกลงให้ราชินีซูได้พบกับลูกชายของเธอ
But she had one question before she went.
แต่เธอมีคำถามหนึ่งก่อนที่เธอจะไป
"Are there other ladies in the palace?
"ในวังยังมีผู้หญิงคนอื่นอีกไหม?"
"Someone else I could provide my service to"
"คนอื่นที่ฉันสามารถให้บริการได้"
She was told there was another queen.
เธอได้ยินมาว่ามีราชินีอีกองค์หนึ่ง
And she was also allowed to go to that queen.
และเธอยังได้รับอนุญาตให้ไปหาราชินีนั้นด้วย
Queen Duo allowed her to prepare her nails.
ราชินีคู่ยอมให้เธอเตรียมเล็บของเธอ
And she was allowed to scrape her feet.
และเธอก็ได้รับอนุญาตให้ขูดเท้าของเธอ
She painted her feet with alakta.
เธอทาเท้าของเธอด้วยอะลักตะ
And the queen was very pleased with her skill.

และราชินีก็พอใจในทักษะของเธอมาก
She also enjoyed the sweetness of her disposition.
เธอยังมีความสุขกับความอ่อนหวานของอุปนิสัยของเธอด้วย
So she booked to have more of her services.
เธอจึงจองเพื่อรับบริการเพิ่มเติม
The female barber had come for something else.
ช่างตัดผมสาวมาเพื่อเรื่องอื่น
And she quickly noticed the necklace.
และเธอก็สังเกตเห็นสร้อยคออย่างรวดเร็ว
The necklace was around the Queen's neck.
สร้อยคอเส้นนั้นอยู่รอบคอของราชินี

The day of her second visit had come.
วันเยี่ยมครั้งที่สองของเธอมาถึงแล้ว
She gave her eldest son the instructions.
เธอได้ให้คำสั่งแก่ลูกชายคนโตของเธอ
"We are going into the palace again"
"เรากำลังจะเข้าไปในพระราชวังอีกครั้ง"
"When in the palace you have to cry"
"เมื่ออยู่ในวังต้องร้องไห้"
"Say you would like the queen's necklace"
"บอกว่าคุณอยากได้สร้อยคอของราชินี"
"Don't stop crying until you have her necklace"
"อย่าหยุดร้องไห้จนกว่าคุณจะได้สร้อยคอของเธอ"
The female barber went to queen Duo's apartment.
ช่างตัดผมสาวไปที่อพาร์ทเมนต์ของราชินีดูโอ
Soon the elder boy started to cry.
ไม่นานเด็กชายคนโตก็เริ่มร้องไห้
The boy acted his role well.
เด็กชายแสดงบทบาทของเขาได้ดี
Nothing would console the boy.
ไม่มีอะไรจะช่วยปลอบใจเด็กชายได้
"What is wrong?" Queen Duo asked.
"มีอะไรผิดปกติ" ราชินีคู่ถาม
They boy could hardly speak.

เด็กชายแทบจะพูดไม่ได้เลย
"Your necklace is so beautiful"
"สร้อยคอของคุณสวยมาก"
And he continued to sob.
และเขาก็ยังคงร้องไห้ต่อไป
"Can I please hold the necklace?"
"ฉันขอถือสร้อยคอได้ไหม?"
Queen Duo did not want to let him.
ราชินีดูโอไม่อยากปล่อยให้เขาทำ
"I cannot part with my necklace"
"ฉันไม่สามารถแยกสร้อยคอของฉันได้"
"It is my most valuable jewel"
"มันคืออัญมณีอันล้ำค่าที่สุดของฉัน"
But the boy did not stop crying.
แต่เด็กชายก็ยังไม่หยุดร้องไห้
So she took the necklace off her neck.
แล้วเธอก็ถอดสร้อยคอออกจากคอของเธอ
And she put the necklace into the boy's hand.
แล้วเธอก็ใส่สร้อยคอไว้ในมือของเด็กชาย
The boy quickly stopped crying.
เด็กชายหยุดร้องไห้อย่างรวดเร็ว
And he held the necklace in his hand.
และเขาก็ถือสร้อยคอไว้ในมือของเขา
The female barber had finished her work.
ช่างตัดผมหญิงได้ทำงานของเธอเสร็จแล้ว
She was packing up her tools.
เธอกำลังเก็บเครื่องมือของเธอ
And she was about to leave the palace.
และนางก็เตรียมจะออกจากพระราชวัง
So the queen wanted the necklace back.
ราชินีจึงอยากได้สร้อยคอคืน
But the boy would not let her have the necklace.
แต่เด็กชายไม่ยอมให้เธอได้สร้อยคอเส้นนั้น
His mother attempted to snatch the necklace from him.
แม่ของเขาพยายามแย่งสร้อยคอจากเขา

But he wept bitterly when she tried.
แต่เขากลับร้องไห้อย่างขมขื่นเมื่อเธอพยายาม
And he cried as if his heart would break.
และเขาก็ร้องไห้เหมือนหัวใจจะแตกสลาย
The female barber politely asked the queen;
ช่างตัดผมหญิงได้ถามราชินีอย่างสุภาพว่า
"Please let the boy take the necklace home"
"ขอให้เด็กชายนำสร้อยคอกลับบ้านด้วยเถิด"
"He will fall asleep after drinking his milk"
"เขาจะหลับหลังจากดื่มนมแล้ว"
"And then I will bring your necklace back"
"แล้วฉันจะเอาสร้อยคอของคุณคืน"
She could see she had no choice.
เธอรู้ว่าเธอไม่มีทางเลือก
The boy would not allow her to take the necklace.
เด็กชายไม่ยอมให้เธอเอาสร้อยคอไป
So she agreed to the proposal.
แล้วเธอก็ตกลงตามข้อเสนอนั้น
"Dalim must now be long dead," she thought.
"ดาลิมคงจะตายไปนานแล้ว" เธอคิด
And she had nothing to worry about.
และเธอก็ไม่มีอะไรต้องกังวลอีกต่อไป

The princess had the prized necklace.
เจ้าหญิงทรงมีสร้อยคออันล้ำค่า
The treasure bound to her husband's life.
สมบัติที่ผูกพันกับชีวิตสามีของเธอ
She rushed back to the garden-house.
เธอรีบวิ่งกลับไปที่บ้านสวน
And she gave the necklace to Dalim.
แล้วนางก็มอบสร้อยคอให้แก่ดาลิม
Dalim had been alive all morning.
ดาลิมยังมีชีวิตอยู่ตลอดเช้า
It was the first time he saw the sun again.
นั่นเป็นครั้งแรกที่เขาได้เห็นดวงอาทิตย์อีกครั้ง

Their joy of his life knew no bounds.
ความสุขในชีวิตของเขาไม่มีขอบเขต
Their friend advised them to go to the palace.
เพื่อนของพวกเขาแนะนำให้พวกเขาไปที่พระราชวัง
"Go to the palace tomorrow"
"พรุ่งนี้ไปที่พระราชวัง"
"Present yourselves to the King and Queen"
"จงถวายตัวแด่พระราชาและพระราชินี"
"Let them know you're alive and well"
"ให้พวกเขารู้ว่าคุณยังมีชีวิตอยู่และสบายดี"
The couple accepted their friend's advice.
ทั้งคู่ยอมรับคำแนะนำของเพื่อนของพวกเขา
And they prepared everything for their arrival.
และพวกเขาก็จัดเตรียมทุกสิ่งเพื่อการมาถึงของพวกเขา
An elephant was brought for the prince.
มีการนำช้างมาถวายเจ้าชาย
A pair of ponies were brought for the boys.
มีการนำม้าสองตัวมาให้เด็กๆ
And there was a grand chaturdala.
และมีจตุรทลอันยิ่งใหญ่
It was furnished with curtains of gold lace.
ตกแต่งด้วยม่านลูกไม้สีทอง
Word was sent to the king and Queen Suo.
ข่าวนี้ถูกส่งไปถึงกษัตริย์และราชินีซู
"Prince Dalim Kumar is alive and well"
"เจ้าชายดาลิม กุมาร์ ยังมีชีวิตอยู่และมีสุขภาพแข็งแรงดี"
"And he is coming to visit you"
"แล้วเขาก็จะมาเยี่ยมคุณ"
"Now he has a wife and two sons"
"ตอนนี้เขามีภรรยาและลูกชายสองคน"
The King and Queen Suo could hardly believe it.
ทั้งกษัตริย์และราชินีซูแทบไม่อยากจะเชื่อเลย
But they were assured that it was all true.
แต่พวกเขาก็มั่นใจว่ามันเป็นเรื่องจริงทั้งหมด
Queen Duo quickly realized her predicament.

ราชินีดูโอตระหนักถึงสถานการณ์ที่ยากลำบากของเธอได้อย่างรวดเร็ว
And she became overwhelmed with grief.
และนางก็เกิดความโศกเศร้าเสียใจมาก
A band of musicians followed the prince.
วงดนตรีได้ติดตามเจ้าชายไป
Prince Dalim Kumar approached the palace-gate.
เจ้าชายดาลิม กุมาร์เสด็จเข้าใกล้ประตูพระราชวัง
The King and Queen Suo went to the gates.
กษัตริย์และราชินีซูไปที่ประตู
And they welcomed their long-lost son.
และพวกเขาก็ต้อนรับลูกชายที่หายไปนานของพวกเขา
You can imagine how happy they were.
คุณคงจินตนาการได้ว่าพวกเขามีความสุขขนาดไหน
Dalim told his parents of his death.
ดาลิมบอกฟอแม่ของเขาถึงการตายของเขา
He told them of the pond by the palace.
พระองค์ได้ทรงบอกเขาถึงสระน้ำใกล้พระราชวัง
And he told them of the fish in the pond.
และพระองค์ได้ทรงบอกพวกเขาถึงเรื่องปลาที่อยู่ในสระ
He told them of the wooden box in the fish.
เขาเล่าให้พวกเขาฟังถึงกล่องไม้ที่ใส่ปลาไว้
He told them of the necklace in the wooden box.
เขาเล่าให้พวกเขาฟังถึงสร้อยคอที่อยู่ในกล่องไม้
And he told them the secret of his life.
และเขาบอกความลับของชีวิตของเขาให้พวกเขาฟัง
He told them how he died each night.
เขาเล่าให้พวกเขาฟังว่าเขาเสียชีวิตทุกคืน
Of course he also mentioned his new wife.
แน่นอนว่าเขายังพูดถึงภรรยาใหม่ของเขาด้วย
The king was inflamed with rage at the news.
กษัตริย์ทรงกริ้วมากเมื่อได้ยินข่าวนี้
He ordered Queen Duo into his presence.
เขาสั่งให้ราชินีดูโอเข้าเฝ้าเขา
A large hole was dug in the ground.
พื้นดินได้ขุดหลุมขนาดใหญ่

The hole was as deep as the height of a man.
หลุมนั้นลึกเท่ากับความสูงของชายคนหนึ่ง
Queen Duo was made to stand in the hole.
ควีนดูโอถูกสร้างมาเพื่อยืนอยู่ในหลุม
Prickly thorns were heaped around her.
มีหนามแหลมขึ้นอยู่รอบตัวเธอ
The thorns went up to the crown of her head.
หนามขึ้นมาถึงยอดศีรษะของเธอ
And in this manner she was buried alive.
และนางก็ถูกฝังทั้งเป็นเช่นนี้

<h1 style="text-align:center">Phakir Chand</h1>

พาคีร์ จันด์

There was once a king, who had a son.
กาลครั้งหนึ่งนานมาแล้ว มีกษัตริย์พระองค์หนึ่งมีโอรสหนึ่ง
The king's minister also had a son.
เสนาบดีของกษัตริย์ก็มีลูกชายด้วย
The two sons loved each other dearly.
ลูกชายทั้งสองรักกันมาก
And they did everything together.
และพวกเขาก็ทำทุกอย่างร่วมกัน
The two sons sat and stood up together.
ลูกชายทั้งสองนั่งและยืนพร้อมกัน
They walked together to the same places.
พวกเขาเดินไปยังสถานที่เดียวกันด้วยกัน
They ate their meals together.
พวกเขารับประทานอาหารร่วมกัน
They slept and got up together.
พวกเขาทั้งนอนและตื่นพร้อมกัน
They spent years in each other's company.
พวกเขาใช้เวลาหลายปีอยู่ร่วมกัน
One day they both felt a new desire.
วันหนึ่งพวกเขาทั้งสองก็รู้สึกถึงความปรารถนาใหม่
They wanted to see foreign lands.
พวกเขาต้องการเห็นดินแดนต่างแดน
And so they set out on their journey.
แล้วพวกเขาก็เริ่มออกเดินทาง
One of them was the son of a king.
คนหนึ่งเป็นโอรสของกษัตริย์
One of them was the son of his chief minister.
คนหนึ่งเป็นลูกชายของมุขมนตรีของเขา
So of course they were both quite rich.
แน่นอนว่าพวกเขาทั้งคู่ก็ค่อนข้างร่ำรวย
But they did not take any servants with them.
แต่พวกเขาไม่ได้พาคนรับใช้ไปด้วยเลย

They went by themselves, on horseback.
พวกเขาเดินไปกันเองโดยขี่ม้า
The horses were beautiful to look at.
ม้าเหล่านี้ดูสวยงามมาก
They were Pakshirajes horses.
พวกมันคือม้าพันธุ์ปักชีราเจส
Such horses are known as the kings of birds.
ม้าเหล่านี้เป็นที่รู้จักกันว่าเป็นราชาแห่งนก
The two sons rode together for many days.
ลูกชายทั้งสองขี่ม้าด้วยกันเป็นเวลานานหลายวัน
They passed through extensive plains.
พวกเขาเดินทางผ่านทุ่งราบอันกว้างใหญ่
And the plains were covered with paddy.
และที่ราบก็ปกคลุมไปด้วยข้าวเปลือก
And they passed through strange cities.
และพวกเขาก็ผ่านเมืองแปลกๆ
And they passed through towns, and villages.
และพวกเขาก็ผ่านเมืองและหมู่บ้านต่างๆ
They passed through treeless deserts.
พวกเขาผ่านทะเลทรายที่ไร้ต้นไม้
And they passed through forests.
และพวกเขาก็ผ่านป่าไป
And the forests were dense with trees.
และป่าก็เต็มไปด้วยต้นไม้
These forests were the abode of the tiger.
ป่าเหล่านี้เป็นที่อยู่อาศัยของเสือ
And the bear also lived in these forests.
และหมีก็อาศัยอยู่ในป่าเหล่านี้ด้วย
One evening they were overtaken by the night.
เย็นวันหนึ่งพวกเขาถูกกลางคืนครอบงำ
They had not seen any human habitations.
พวกเขาไม่เคยเห็นที่อยู่อาศัยของมนุษย์เลย
But it was getting darker and darker.
แต่กลับยิ่งมืดลงเรื่อยๆ
So they dismounted beneath a lofty tree.

แล้วพวกเขาก็ลงจากหลังม้าไปใต้ต้นไม้สูงต้นหนึ่ง
They tied their horses to the tree.
พวกเขาผูกม้าไว้กับต้นไม้
And then they climbed up the tree.
แล้วพวกเขาก็ปีนขึ้นไปบนต้นไม้
They covered the branches with thick foliage.
พวกมันปกคลุมกิ่งก้านด้วยใบไม้หนาๆ
So that they could sit on the branches.
เพื่อจะได้นั่งบนกิ่งไม้ได้
The tree had grown near a large body of water.
ต้นไม้นั้นเติบโตใกล้กับแหล่งน้ำขนาดใหญ่
The water was as clear as the eye of a crow.
น้ำก็ใสเหมือนตาของอีกา
The two friends made themselves comfortable.
ทั้งสองเพื่อนก็จัดแจงความสบายใจของตนให้เรียบร้อย
Of course it wasn't very comfortable in a tree.
แน่นอนว่าการอยู่บนต้นไม้มันไม่สบายตัวเลย
But it wasn't uncomfortable in the tree either.
แต่บนต้นไม้ก็ไม่ได้รู้สึกอึดอัดอะไรเช่นกัน
They had decided to spend the night there.
พวกเขาตัดสินใจที่จะพักค้างคืนที่นั่น
They sometimes chatted together in whispers.
บางครั้งพวกเขาก็คุยกันแบบกระซิบ
They felt whispering was better than talking.
พวกเขาคิดว่าการกระซิบดีกว่าการพูด
Because the region seemed very strange to them.
เพราะดินแดนนั้นดูแปลกประหลาดสำหรับพวกเขามาก
And soon they were falling into a doze.
และในไม่ช้าพวกเขาก็เริ่มง่วงนอน
But their attention was suddenly jolted.
แต่ความสนใจของพวกเขาก็สะดุดลงอย่างกะทันหัน
From the water they heard a noise.
พวกเขาได้ยินเสียงดังมาจากน้ำ
It sounded like the rushing of water.
มันฟังเหมือนเสียงน้ำไหลแรง

In front of them was a terrible sight!
เบื้องหน้าพวกเขามีภาพอันน่าสยดสยอง!
A huge serpent came from under the water.
มีงูขนาดใหญ่ตัวหนึ่งโผล่ออกมาจากใต้น้ำ
The snake swam ashore and slithered around.
งูนั้นว่ายน้ำเข้าฝั่งแล้วเลื้อยไปมา
But something else attracted their attention.
แต่มีสิ่งหนึ่งดึงดูดความสนใจของพวกเขาอีก
The crested hood of the serpent was shining.
หงอนหมวกของงูกำลังเปล่งประกาย
The snake had a brilliant manikya embedded.
งูมีมณีที่มีประกายแวววาวฝังอยู่
The jewel shone like a thousand diamonds.
อัญมณีนั้นส่องประกายราวกับเพชรนับพันเม็ด
The crystal lit up the water in the tank.
คริสตัลส่องแสงให้กับน้ำในถัง
The embankments and trees were irradiated.
คันดินและต้นไม้ได้รับการฉายรังสี
The serpent doffed the jewel from its crest.
งูถอดอัญมณีออกจากยอด
And the serpent threw the jewel on the ground.
และงูก็โยนอัญมณีลงสู่พื้นดิน
And then the serpent went in search of food.
แล้วงูก็ออกไปหาอาหาร
They could not believe what they had seen.
พวกเขาไม่สามารถเชื่อสิ่งที่พวกเขาเห็น
They stayed in the safety of the tree.
พวกเขาอยู่ในความปลอดภัยของต้นไม้
But they greatly admired the jewel.
แต่พวกเขาก็ชื่นชมอัญมณีชิ้นนี้มาก
The ruby shed an ineffable luster.
ทับทิมมีประกายแวววาวอย่างไม่อาจพรรณนา
Everything had a magical glow around it.
ทุกสิ่งทุกอย่างมีแสงเรืองรองอันมหัศจรรย์อยู่รอบๆ
They had never seen anything like it.

พวกเขาไม่เคยเห็นอะไรแบบนี้มาก่อน
Although, they had heard of this treasure.
แม้ว่าพวกเขาจะเคยได้ยินเรื่องสมบัติล้ำค่านี้มาบ้าง
The jewel equaled the treasures of seven kings.
อัญมณีนี้เทียบเท่ากับสมบัติของกษัตริย์ทั้งเจ็ด
But their admiration soon changed to fear.
แต่ความชื่นชมของพวกเขาก็เปลี่ยนเป็นความกลัวในไม่ช้า
The serpent came to the foot of their tree.
งูได้ขึ้นมาที่โคนต้นไม้ของพวกเขา
The serpent had found their horses!
งูได้พบม้าของพวกเขาแล้ว!
The poor horses had been tied to the tree.
ม้าที่น่าสงสารถูกมัดไว้กับต้นไม้
The animals had no way of escaping.
สัตว์เหล่านั้นไม่มีทางหนีออกไปได้
One by one the serpent ate their horses.
งูกินม้าของพวกเขาทีละตัว
But the serpent's appetite did not seem satisfied.
แต่ความอยากอาหารของงูดูเหมือนจะไม่เพียงพอ
They feared they would be the next victims.
พวกเขากลัวว่าตนจะเป็นเหยื่อรายต่อไป
But their fears were soon relieved.
แต่ความหวาดกลัวของพวกเขาก็บรรเทาลงในไม่ช้า
The gigantic cobra had not seen them.
งูเห่าตัวใหญ่ไม่เห็นพวกเขา
And eventually the snake left again.
และในที่สุดงูก็ออกไปอีกครั้ง
The minister's son saw an opportunity.
ลูกชายรัฐมนตรีมองเห็นโอกาส
This was his chance to take the gem.
นี่เป็นโอกาสของเขาที่จะคว้าอัญมณีมาได้
But there was one problem they had.
แต่มีปัญหาหนึ่งที่พวกเขาประสบอยู่
The jewel shone incredibly bright.
อัญมณีเปล่งประกายสว่างไสวอย่างเหลือเชื่อ

The serpent would know what had happened.
งูคงจะรู้ว่าเกิดอะไรขึ้น
But there was a way to overcome this problem.
แต่ก็มีวิธีที่จะเอาชนะปัญหานี้ได้
And the minister's son knew the solution.
และลูกชายรัฐมนตรีก็รู้ทางแก้ไข
He had to cover the stone with horse-dung.
เขาต้องเอามูลม้าคลุมหินไว้
And there was some horse-dung by the tree.
และมีมูลม้าอยู่บ้างบริเวณต้นไม้
He quietly came down from the tree.
เขาลงมาจากต้นไม้อย่างเงียบ ๆ
He picked up the horse-dung off the floor.
เขาเก็บมูลม้าที่อยู่บนพื้น
And he threw the dung upon the precious stone.
และเขาก็โยนมูลสัตว์ลงบนอัญมณีอันล้ำค่า
And then he climbed up into the tree again.
แล้วเขาก็ปีนขึ้นไปบนต้นไม้อีกครั้ง
The serpent noticed something had happened.
งูสังเกตเห็นว่ามีบางอย่างเกิดขึ้น
The light of the jewel had vanished.
แสงแห่งอัญมณีได้หายไป
The serpent rushed back with great fury.
งูวิ่งกลับด้วยความโกรธเกรี้ยวอย่างยิ่ง
The serpent returned to where it had left the stone.
งูก็กลับไปยังที่ที่มันทิ้งหินไว้
The serpent let out a frightful hiss at the night.
งูร้องขู่ฟ่อด้วยความน่ากลัวในเวลากลางคืน
The snake's groans and convulsions were terrible.
เสียงครวญครางและอาการชักของงูนั้นน่ากลัวมาก
The snake went round and round the jewel.
งูวิ่งวนไปรอบๆ อัญมณี
But the stone was covered with horse-dung.
แต่หินนั้นกลับมีมูลม้าติดอยู่
This way the serpent could not see its treasure.

ด้วยวิธีนี้ งูจึงไม่สามารถมองเห็นสมบัติของมันได้
Finally, the serpent breathed its last breath.
ในที่สุดงูก็สิ้นลมหายใจในที่สุด

The two friends did not sleep much that night.
คืนนั้นเพื่อนทั้งสองนอนไม่ค่อยหลับมากนัก
In the morning they came down from the tree.
ในตอนเช้าพวกเขาก็ลงมาจากต้นไม้
They went to where the crest-jewel was.
พวกเขาเดินไปยังที่ซึ่งมีเครื่องราชอิสริยาภรณ์อยู่
The mighty serpent was still laying there.
งูใหญ่ตัวนั้นยังคงนอนอยู่ตรงนั้น
But now the snake's body was perfectly lifeless.
แต่บัดนี้ร่างของงูกลับไม่มีชีวิตอีกต่อไป
The friend of the prince stepped over the dead snake.
เพื่อนของเจ้าชายก้าวข้ามงูที่ตายแล้ว
And he picked up the dung covered jewel.
และเขาก็หยิบอัญมณีที่ปกคลุมไปด้วยมูลสัตว์ขึ้นมา
Both of them went to the bank of the water.
ทั้งสองเดินไปที่ริมฝั่งน้ำ
And they washed the precious stone.
และพวกเขาก็ล้างอัญมณีอันล้ำค่า
Finally, all the dung had been washed off.
ในที่สุดมูลสัตว์ทั้งหมดก็ถูกชะล้างออกไป
And the jewel shone as brilliantly as before.
และอัญมณีก็ยังคงเปล่งประกายเจิดจ้าเหมือนเดิม
The jewel lit up the entire bed of the tank of water.
อัญมณีส่องสว่างไปทั่วพื้นถังน้ำ
Now they could see the innumerable fishes.
ตอนนี้พวกเขาสามารถมองเห็นปลาจำนวนนับไม่ถ้วน
But the light also revealed something else.
แต่แสงยังเผยให้เห็นสิ่งอีกอย่างหนึ่งด้วย
This astonished them more than all the fishes.
เรื่องนี้สร้างความประหลาดใจแก่พวกเขามากกว่าปลาทั้งหมดเสียอีก
In the bottom of the water there was something.

ใต้ท้องน้ำมีสิ่งหนึ่งอยู่
They could see there were lofty walls.
พวกเขามองเห็นว่ามีกำแพงสูง
The walls were from a magnificent palace.
กำแพงนั้นเป็นพระราชวังที่งดงามตระการตา
The prince's friend was feeling venturesome.
เพื่อนของเจ้าชายมีความรู้สึกกล้าเสี่ยง
He convinced the king's son to follow him.
เขาชักชวนให้โอรสของกษัตริย์ติดตามไป
And then they wanted to swim to the palace below.
แล้วพวกเขาก็อยากจะว่ายน้ำไปยังพระราชวังเบื้องล่าง
The prince's friend took the jewel in his hand.
เพื่อนของเจ้าชายหยิบอัญมณีไว้ในมือของเขา
And they both dived into the waters.
แล้วทั้งสองก็กระโดดลงน้ำไป
Soon they stood at the gate of the palace.
ในไม่ช้าพวกเขาก็มายืนอยู่ที่ประตูพระราชวัง
To their surprise the gate was open.
ประตูเปิดออกทำให้พวกเขาประหลาดใจ
They saw no being, human or superhuman.
พวกเขาไม่เห็นสิ่งมีชีวิตใด ไม่ว่าจะเป็นมนุษย์หรือสิ่งเหนือมนุษย์
So they decided to venture inside the gate.
พวกเขาจึงตัดสินใจเสี่ยงเข้าไปในประตู
Inside the walls there was a beautiful garden.
ภายในกำแพงมีสวนที่สวยงาม
In the middle of the garden was a house.
ตรงกลางสวนมีบ้านหลังหนึ่ง
No one had ever seen so many flowers.
ไม่มีใครเคยเห็นดอกไม้มากขนาดนี้มาก่อน
There were roses of all imaginable varieties.
มีดอกกุหลาบหลากหลายสายพันธุ์เท่าที่เราจะจินตนาการได้
There were endless numbers of yellow jessamine.
มีดอกมะลิเหลืองจำนวนมากมายนับไม่ถ้วน
And there were numerous white bell flowers.
และมีดอกระฆังสีขาวเป็นจำนวนมาก

These flowers were the king of smells.
ดอกไม้เหล่านี้เป็นราชาแห่งกลิ่นหอม
The most scented lily of the valley.
ลิลลี่ออฟเดอะวัลเลย์ที่มีกลิ่นหอมที่สุด
There were the flowers from the champaka tree.
มีดอกจำปาอยู่
And a thousand other sweet-scented flowers.
และดอกไม้หอมอีกนับพันดอก
Acres covered with the delicious jessamine.
ไร่ที่ปกคลุมไปด้วยดอกมะลิที่แสนอร่อย
All the plants were gemmed with flowers.
ต้นไม้ทุกต้นได้รับการประดับด้วยดอกไม้
And all the flowers were in full bloom.
และดอกไม้ก็บานสะพรั่งเต็มไปหมด
So the air was loaded with rich perfume.
อากาศจึงเต็มไปด้วยกลิ่นหอมอันเข้มข้น
A wilderness of sweet scents everywhere.
ดินแดนแห่งกลิ่นหอมหวานอยู่ทุกหนทุกแห่ง
They went through this paradise of perfumery.
พวกเขาได้ผ่านสวรรค์แห่งน้ำหอมแห่งนี้ไปแล้ว
And eventually they reached the house.
และในที่สุดพวกเขาก็ถึงบ้าน
The house was surrounded by lofty trees.
บ้านหลังนี้ล้อมรอบไปด้วยต้นไม้สูงใหญ่
Soon they stood at the door of the house.
ในไม่ช้าพวกเขาก็มายืนอยู่ที่ประตูบ้าน
Now they could see it was a fairy palace.
ตอนนี้พวกเขาเห็นแล้วว่ามันคือพระราชวังแห่งนางฟ้า
The walls were of burnished gold.
ผนังทำด้วยทองขัดเงา
Here and there shone diamonds of dazzling hue.
มีเพชรสีแวววาวแวววาวอยู่ประปราย
But they did not see any beings.
แต่พวกเขาก็ไม่เห็นสิ่งมีชีวิตใดเลย
So they went inside the palace.

แล้วพวกเขาก็เข้าไปในพระราชวัง
The palace was richly furnished.
พระราชวังได้รับการตกแต่งอย่างหรูหรา
They went from room to room.
พวกเขาเดินจากห้องหนึ่งไปอีกห้องหนึ่ง
But they did not see anyone.
แต่พวกเขาก็ไม่เห็นใครเลย
It seemed to be a deserted house.
ดูเหมือนว่าจะเป็นบ้านร้าง
At last, however, they found a special room.
ในที่สุดพวกเขาก็พบห้องพิเศษ
In this room there was a young lady.
ในห้องนี้มีหญิงสาวคนหนึ่ง
She was sleeping on a golden bed.
เธอหลับอยู่บนเตียงสีทอง
The young lady was of exquisite beauty.
นางสาวมีความงามทิ่งดงามอย่างยิ่ง
Her complexion was a mixture of red and white.
ผิวของเธอมีสีแดงและสีขาวผสมกัน
She seemed to be about sixteen years of age.
ดูเหมือนเธอจะมีอายุราวๆ สิบหกปี
The two friends gazed upon her.
เพื่อนทั้งสองจ้องมองดูเธอ
They were enchanted by her beauty.
พวกเขาหลงใหลในความงามของเธอ
But they could not admire her for long.
แต่พวกเขาไม่สามารถชื่นชมเธอได้นานนัก
Because the young lady opened her eyes.
เพราะสาวน้อยลืมตาขึ้นมา
Her eyes seemed like the eyes of a gazelle.
ดวงตาของเธอเหมือนกับดวงตาของละมั่ง
On seeing the strangers she said;
เมื่อเห็นคนแปลกหน้าเธอก็พูดว่า
"How have you come here, ye unfortunate men?"
"ท่านมาที่นี่ได้อย่างไร ท่านผู้โชคร้าย?"

"Be gone, be gone! I beg of you two"
"ไปให้พ้น ไปให้พ้น! ขอร้องล่ะทั้งสองคน"
"This is the abode of a mighty serpent"
"นี่คือที่อยู่ของงูใหญ่ "
"The serpent which has devoured my parents"
"งูที่กัดพ่อแม่ของฉัน"
"And my brothers, and all my relatives"
"และพี่น้องของฉันและญาติของฉันทุกคน"
"I am the only one that he has spared"
"ฉันเป็นคนเดียวที่เขาไว้ชีวิต"
"Flee for your lives while you still can"
"จงหนีเอาชีวิตรอดในขณะที่ยังทำได้"
"Or else the serpent will eat you both"
"ไม่อย่างนั้นงูจะกินคุณทั้งสอง"
The prince's friend told her what had happened.
เพื่อนของเจ้าชายเล่าให้เธอฟังถึงสิ่งที่เกิดขึ้น
"The serpent has breathed his last breath"
"งูได้สิ้นลมหายใจครั้งสุดท้ายแล้ว"
"The snake's body lies lifeless on the floor"
"ร่างของงูนอนไร้ชีวิตอยู่บนพื้น"
"We took the head-jewel of the serpent"
"เราเอาเครื่องประดับศีรษะของงูไป"
"The jewel's light showed us to the palace.
"แสงแห่งอัญมณีนำเราไปที่พระราชวัง
She thanked the strangers for their bravery.
เธอขอบคุณคนแปลกหน้าสำหรับความกล้าหาญของพวกเขา
"You have freed me from the infernal serpent"
"ท่านได้ช่วยข้าพเจ้าให้พ้นจากงูพิษ"
"Please live with me in my palace"
"โปรดอยู่กับฉันในวังของฉัน"
"But please promise never to desert me"
"แต่โปรดสัญญาว่าจะไม่ทอดทิ้งฉัน"
They gladly accepted the invitation.
พวกเขาตอบรับคำเชิญด้วยความยินดี

The king's son was smitten with the princess.
พระราชโอรสของพระราชาตกหลุมรักเจ้าหญิง
He adored the charms of the peerless princess.
เขาชื่นชอบเสน่ห์ของเจ้าหญิงผู้ไม่มีใครทัดเทียม
And he married her after a short time.
และเขาได้แต่งงานกับเธอในเวลาไม่นาน
There was no priest at the palace.
ในพระราชวังไม่มีพระสงฆ์อยู่
So the hymeneal knot was tied by other means.
จึงทำการผูกปมเยื่อพรหมจารีด้วยวิธีอื่น
A simple exchange of garlands of flowers.
การแลกเปลี่ยนพวงมาลัยดอกไม้แบบง่ายๆ
The king's son became inexpressibly happy.
พระราชโอรสทรงมีความสุขอย่างบอกไม่ถูก
He delighted in the company of the princess.
เขาดีใจที่ได้อยู่ร่วมกับเจ้าหญิง
The prince's friend also had a wife.
เพื่อนของเจ้าชายก็มีภรรยาด้วย
Of course she was living in the upper world.
แน่นอนว่าเธออาศัยอยู่ในโลกเบื้องบน
But he participated in his friend's happiness.
แต่เขาได้ร่วมในการมีความสุขของเพื่อนเขาด้วย
The time they spent together passed merrily.
ช่วงเวลาที่พวกเขาได้ใช้ร่วมกันผ่านไปอย่างสนุกสนาน
But they could not live here forever.
แต่พวกเขาไม่สามารถอยู่ที่นี่ได้ตลอดไป
The prince had to return to his kingdom.
เจ้าชายจะต้องกลับไปสู่อาณาจักรของเขา
But he knew the return would require some planning.
แต่เขารู้ว่าการกลับมาจะต้องมีการวางแผน
The occasion would come with a lot of pomp.
โอกาสดังกล่าวจะมาพร้อมกับความยิ่งใหญ่อลังการ
There were going to be many ceremonies.
จะมีพิธีต่างๆ มากมาย
Because there was a lot to be celebrated.

เพราะมีเรื่องให้เฉลิมฉลองมากมาย
First the prince's friend was going to go.
ก่อนอื่นเพื่อนเจ้าชายจะไป
And then he was going to return with the attendants.
แล้วเขาก็จะกลับพร้อมพวกคนรับใช้
Horses, and elephants for the happy pair.
ม้าและช้างสำหรับคู่รักที่แสนสุข
The prince accompanied his friend.
เจ้าชายได้เสด็จไปกับเพื่อนของพระองค์
Together they went back to the surface.
พวกเขาทั้งคู่ก็กลับขึ้นสู่ผิวน้ำด้วยกัน
And they saw the upper world again.
และได้เห็นโลกเบื้องบนอีกครั้ง
The two friends bid each other adieu.
เพื่อนทั้งสองต่างบอกลากัน
The prince returned to his lovely wife.
เจ้าชายทรงกลับไปหาภรรยาอันเป็นที่รักของพระองค์
Before leaving everything had been organized.
ก่อนออกไปทุกอย่างก็จัดเรียบร้อยแล้ว
The prince's friend arranged his return.
เพื่อนของเจ้าชายจึงจัดการเรื่องการเดินทางกลับของเขา
He said when he was going to go to the embankment.
เขาบอกว่าเมื่อไรจะไปเขื่อน
He was going to have the horses that they needed.
เขาจะได้ม้าตามที่พวกเขาต้องการ
Elephants were going to be there too, and attendants.
ช้างและคนรับใช้ก็จะอยู่ที่นั่นด้วย
They were going to wait upon the prince and princess.
พวกเขาจะไปคอยรับใช้เจ้าชายและเจ้าหญิง
The snake-jewel gave them the rights to this.
อัญมณีงูทำให้พวกเขามีสิทธิ์ในสิ่งนี้
The prince's friend went back to his country.
เพื่อนของเจ้าชายเดินทางกลับประเทศของตน
To prepare for the return of his friend.
เพื่อเตรียมพร้อมสำหรับการกลับมาของเพื่อนของเขา

One day the prince was sleeping.
วันหนึ่งเจ้าชายกำลังนอนหลับ
He had just had his midday meal.
เขาเพิ่งทานมื้อเที่ยงเสร็จ
The princess had never seen the upper regions.
เจ้าหญิงไม่เคยเห็นบริเวณด้านบนเลย
She felt the desire to see the upper world.
เธอมีความปรารถนาที่จะเห็นโลกเบื้องบน
For this she needed the snake-jewel.
เพื่อสิ่งนี้เธอต้องการอัญมณีรูปงู
Only this could help her through the water.
สิ่งนี้เท่านั้นที่จะช่วยให้เธอผ่านน้ำไปได้
The jewel was shining its bright light in the room.
อัญมณีกำลังส่องแสงเจิดจ้าอยู่ในห้อง
She took the snake-jewel into her hand.
เธอรับอัญมณีงูไว้ในมือของเธอ
And then she left the palace and the garden.
แล้วนางก็ออกจากพระราชวังและสวนไป
She successfully swam to the upper world.
เธอว่ายน้ำขึ้นสู่โลกเบื้องบนได้สำเร็จ
No mortal had caught sight of her.
ไม่มีมนุษย์คนใดสังเกตเห็นเธอเลย
At the edge of the water were some steps.
ตรงริมน้ำมีขั้นบันไดอยู่บ้าง
The steps were for the convenience of bathers.
ขั้นตอนดังกล่าวมีไว้เพื่อความสะดวกสบายของผู้ที่เล่นน้ำ
And this is also where she sat.
และนี่ก็เป็นที่ที่เธอได้นั่งเช่นกัน
She scrubbed her body with the sand.
เธอขัดตัวของเธอด้วยทราย
She washed her hair with the fresh water.
เธอสระผมด้วยน้ำสะอาด
And she played with the water for fun.
และเธอก็เล่นน้ำเพื่อความสนุกสนาน

She walked about on the water's edge.
เธอเดินไปมาอยู่ริมน้ำ
And she admired all the scenery around.
และเธอก็ชื่นชมทิวทัศน์รอบๆ
But finally she returned back to her palace.
แต่ในที่สุดเธอก็กลับมายังวังของเธอ
Her husband was still deep in sleep.
สามีของเธอยังคงนอนหลับลึกอยู่
But eventually he had slept enough.
แต่ในที่สุดเขาก็นอนหลับเพียงพอ
She did not tell him about her adventures.
เธอไม่ได้บอกเขาเกี่ยวกับการผจญภัยของเธอ
The next day her husband fell asleep again.
วันรุ่งขึ้นสามีของเธอก็หลับไปอีกครั้ง
And again she paid a visit to the upper world.
และนางก็ได้เสด็จเยือนโลกเบื้องบนอีกครั้ง
And she remained unnoticed by mortal man.
และนางก็ยังคงไม่เป็นที่สังเกตของมนุษย์
Her success was starting to give her courage.
ความสำเร็จของเธอเริ่มทำให้เธอมีกำลังใจ
So she repeated her adventure a third time.
ดังนั้นเธอจึงทำซ้ำการผจญภัยของเธอเป็นครั้งที่สาม
The rajah's son was out hunting that day.
วันนั้นลูกชายราชาออกไปล่าสัตว์
He had his tent not far from the water.
เขาตั้งเต็นท์ไว้ไม่ไกลจากแหล่งน้ำ
His attendants were cooking his meal.
บริวารของเขากำลังทำอาหารให้เขา
So, he wandered about along the water.
แล้วเขาก็เดินเที่ยวไปตามริมน้ำ
Nearby an old woman was gathering sticks.
ใกล้ๆ นี้มีหญิงชราคนหนึ่งกำลังเก็บกิ่งไม้
She was collecting dried branches of trees.
เธอกำลังเก็บกิ่งไม้แห้ง
She needed the sticks for kindling wood.

เธอต้องการไม้สำหรับก่อไฟ
This was when the princess came out the water.
นั่นคือตอนที่เจ้าหญิงเสด็จขึ้นจากน้ำ
She gazed around and she saw a man.
เธอมองไปรอบๆ และเห็นผู้ชายคนหนึ่ง
And then she saw there was also a woman.
แล้วนางก็เห็นว่ายังมีผู้หญิงคนหนึ่งด้วย
The princess knew she didn't want to be seen.
เจ้าหญิงทรงรู้ว่าพระองค์ไม่ทรงต้องการให้ใครเห็น
So she went back down to her palace.
แล้วนางก็เสด็จกลับลงสู่วังของนาง
But the rajah's son had caught a glimpse of her.
แต่พระราชโอรสของราชาได้เห็นนางเพียงแวบเดียว
And the old woman gathering sticks saw her too.
และหญิงชราที่กำลังเก็บฟืนก็เห็นเธอเช่นกัน
The rajah's son stood gazing on the waters.
พระราชโอรสของกษัตริย์ทรงยืนมองดูน้ำ
He had never seen such a beautiful woman.
เขาไม่เคยเห็นผู้หญิงที่สวยงามเช่นนี้มาก่อน
She seemed to him to be a deva-kanyas Goddess.
ดูเหมือนนางจะเป็นเทพีแห่งเทพกัญญา
Heavenly goddesses he had read of in old books.
เทพธิดาแห่งสวรรค์ที่เขาเคยอ่านเจอในหนังสือเก่าๆ
They are said to visit the upper world.
ว่ากันว่าพวกเขาจะไปเยือนโลกเบื้องบน
And the upper world is honored to have them.
และโลกเบื้องบนก็ได้รับเกียรติให้มีพวกเขาอยู่
But it is said to happen only rarely.
แต่ก็ว่ากันว่าเกิดขึ้นไม่บ่อยนัก
The way that angels only visit rarely.
แบบที่เทวดาไม่ค่อยมาเยือน
He had seen the princess' unearthly beauty.
เขาได้เห็นความงามอันเหนือจริงของเจ้าหญิง
She had made a deep impression on his heart.
เธอได้สร้างความประทับใจอันลึกซึ้งให้กับหัวใจของเขา

Although he had seen her only for a moment.
แม้ว่าเขาจะเห็นเธอเพียงชั่วขณะก็ตาม
But her beauty distracted his mind.
แต่ความงามของนางกลับทำให้จิตใจของเขาว้าวุ่น
He stood there like a statue, for hours.
เขายืนอยู่ตรงนั้นเหมือนรูปปั้นเป็นเวลาหลายชั่วโมง
All he could do was gaze into the waters.
สิ่งเดียวที่เขาทำได้คือจ้องมองลงไปในน้ำ
In the hope of seeing the lovely figure again.
ด้วยความหวังว่าจะได้เห็นรูปร่างอันน่ารักอีกครั้ง
But all his time was spent in vain.
แต่เวลาทั้งหมดของเขาหมดไปอย่างไร้ประโยชน์
The princess did not appear again.
เจ้าหญิงไม่ปรากฏตัวอีกเลย
The rajah's son became mad with love.
ราชโอรสก็เกิดความคลั่งไคล้ในความรัก
He kept muttering, "now here, now gone!"
เขาปนพึมพำอยู่เรื่อยว่า "บัดนี้มาถึงแล้ว บัดนี้จากไปแล้ว!"
He refused to leave the water's edge.
เขาปฏิเสธที่จะออกจากริมน้ำ
His attendants had to forcibly remove him.
บริวารของเขาต้องใช้กำลังในการขับไล่เขาออกไป
They took him to his father's palace.
พวกเขาพาเขาไปยังพระราชวังของพ่อของเขา
But he was in a state of hopeless insanity.
แต่เขาอยู่ในสภาพวิกลจริตจนหมดหวัง
He couldn't be made to speak to anyone.
เขาไม่สามารถบังคับให้พูดคุยกับใครได้
And he spent his days sobbing heavily.
และเขาใช้เวลาทั้งวันร้องไห้อย่างหนัก
No others words came out of his mouth.
ไม่มีคำพูดอื่นใดออกมาจากปากของเขา
"Now here, now gone!"
"ตอนนี้ที่นี่ ตอนนี้จากไปแล้ว!"
"Now here, now gone!"

"ตอนนี้ที่นี่ ตอนนี้จากไปแล้ว!"

You can imagine the rajah's grief.

คุณสามารถจินตนาการถึงความโศกเศร้าของราชาได้

"What could have deranged my son's mind?"

"อะไรจะทำให้จิตใจของลูกชายฉันเสียไป?"

"'Now here, now gone,' what does it mean?"

"'Now here, now gone' มันหมายความว่าอย่างไร?"

He could not unravel the words' meaning.

เขาไม่สามารถอธิบายความหมายของคำพูดได้

His attendants couldn't decipher the words either.

บริวารของเขาก็ไม่สามารถถอดรหัสคำพูดได้เช่นกัน

The land's best physicians were consulted.

แพทย์ที่ดีที่สุดของประเทศได้รับการปรึกษาหารือ

But their consultation had no effect.

แต่การปรึกษาหารือของพวกเขาก็ไม่ได้ผล

The sons of æsculapius were not able to help.

บุตรของเอสคูลาปิอุสไม่สามารถช่วยได้

No one could ascertain the cause of the madness.

ไม่มีใครสามารถระบุสาเหตุของความบ้าคลั่งนี้ได้

Without knowing the cause there was no cure.

หากไม่ทราบสาเหตุก็ไม่มีทางรักษาได้

The physicians tried to ask the prince.

แพทย์จึงพยายามทูลถามเจ้าชาย

But all he said was, "now here, now gone!"

แต่สิ่งเดียวที่เขาพูดคือ "ตอนนี้ที่นี่ ตอนนี้จากไปแล้ว!"

The rajah was distracted with grief.

ราชาทรงโศกเศร้าเสียใจเป็นอย่างยิ่ง

Day and night he worried for his son.

เขาเป็นห่วงลูกชายทั้งกลางวันและกลางคืน

He wished for his son's intellects to return.

เขาปรารถนาให้สติปัญญาของลูกชายกลับคืนมา

A proclamation was made in the capital.

มีการประกาศในเมืองหลวง

Town criers were sent into the city.

ชาวเมืองส่งคนไปประกาศข่าวในเมือง

And they beat their drums for attention.
และพวกเขาก็ตีกลองเพื่อเรียกร้องความสนใจ
"The rajah's son has lost his mental faculties"
"ราชบุตรของกษัตริย์ได้สูญเสียความสามารถทางจิตใจไปแล้ว"
"The rajah seeks a cure for his son"
"ราชาทรงแสวงหาการรักษาให้แก่ลูกชายของพระองค์"
"A reward is offered for the cure"
"มีรางวัลให้สำหรับการรักษา"
"The hand of the rajah's daughter"
"มือของธิดาราชา"
"Her hand comes with half his kingdom"
"มือของเธอมาพร้อมกับอาณาจักรครึ่งหนึ่งของเขา"
The drum was beaten around the city.
กลองก็ถูกตีไปรอบเมือง
But no one felt they could touch the drum.
แต่ไม่มีใครรู้สึกว่าพวกเขาสามารถแตะกลองได้
No one knew the cause of his madness.
ไม่มีใครรู้สาเหตุของความบ้าคลั่งของเขา
At last an old woman came forward.
ในที่สุดก็มีหญิงชราคนหนึ่งเดินออกมาข้างหน้า
And she stepped up to touch the drum.
และเธอก็ก้าวขึ้นไปแตะกลอง
"I will discover the cause of his madness"
"ฉันจะค้นหาสาเหตุของความบ้าคลั่งของเขา"
"And I will cure him from his disease"
"และเราจะรักษาเขาให้หายจากโรค"
She had seen what happened to the boy.
เธอได้เห็นสิ่งที่เกิดขึ้นกับเด็กชายคนนั้น
She was at the water's edge that day.
วันนั้นเธออยู่ริมน้ำ
It was her who was gathering up sticks.
เป็นเธอที่กำลังเก็บกิ่งไม้
This woman had a crack-brained son.
ผู้หญิงคนนี้มีลูกชายที่สมองเสื่อม
Her son was named of Phakir-Chand.

ลูกชายของเธอชื่อพาคีร์จันท์

So she was called Phakir's mother.

นางจึงถูกเรียกว่าแม่ของพาคีร์

The woman was brought before the rajah.

หญิงคนนั้นถูกนำตัวมาเฝ้ากษัตริย์

And the following conversation took place.

และการสนทนาต่อไปนี้ก็เกิดขึ้น

"You are the woman that touched the drum"

"คุณเป็นผู้หญิงที่สัมผัสกลอง"

"You know the cause of my son's madness?"

"คุณรู้สาเหตุที่ลูกชายฉันบ้าไหม?"

"Yes, oh incarnation of justice!"

"ใช่แล้ว โอ้ อวตารแห่งความยุติธรรม!"

"I know the cause of your son's madness"

"ฉันรู้สาเหตุที่ลูกชายคุณบ้าแล้ว"

"But I will not say the cause of his madness"

"แต่ฉันจะไม่บอกสาเหตุของความบ้าคลั่งของเขา"

"First I will cure your son of his madness"

"ก่อนอื่นฉันจะรักษาลูกชายของคุณจากความวิกลจริตของเขา"

"How can I believe you are able to?"

"ฉันจะเชื่อได้อย่างไรว่าคุณทำได้?"

"The best physicians of the land have failed"

"แพทย์ที่ดีที่สุดของประเทศล้มเหลว"

"You need not now believe, my king"

"ท่านไม่จำเป็นต้องเชื่ออีกต่อไป กษัตริย์ของฉัน"

"Wait till I have performed the cure"

"รอก่อนจนกว่าฉันจะทำการรักษาเสร็จ"

"Many an old woman knows many secrets"

"หญิงชราหลายคนรู้ความลับมากมาย"

"Secrets wise men are unacquainted with"

"ความลับที่คนฉลาดไม่คุ้นเคย"

"Very well, let me see what you can do"

"เอาล่ะ ให้ฉันดูหน่อยว่าคุณทำอะไรได้บ้าง"

"In what time will you perform the cure?"

"ท่านจะทำการรักษาเมื่อใด?"
"It is impossible to fix the time"
"ไม่สามารถกำหนดเวลาได้"
"Ff course I will begin work immediately"
"แน่นอน ฉันจะเริ่มงานทันที"
"But I need your lordship's assistance"
"แต่ฉันต้องการความช่วยเหลือจากท่านลอร์ด"
"What help do you require from me?"
"คุณต้องการความช่วยเหลือจากฉันอย่างไร"
"Your lordship will please order a hut"
"ท่านลอร์ดโปรดสั่งให้สร้างกระท่อมเถิด"
"Have the hut raised on the embankment of the water"
"ให้สร้างกระท่อมขึ้นบนคันน้ำ"
"Where your son first caught the disease"
"ลูกของคุณติดเชื้อครั้งแรกที่ไหน"
"I mean to live in that hut for a few days"
"ฉันตั้งใจจะอยู่ในกระท่อมนั้นสักสองสามวัน"
"And please order some of your servants"
"และโปรดสั่งคนรับใช้ของคุณบ้าง"
"They have to be in attendance at a distance"
"ต้องคอยดูแลอยู่ห่างๆ"
"Tell them to be about a hundred yards away"
"บอกพวกเขาให้ห่างออกไปประมาณร้อยหลา"
"That way I can call them over when we need them"
"แบบนั้นฉันก็สามารถเรียกพวกเขามาได้เมื่อเราต้องการ"
The king had listened attentively.
กษัตริย์ทรงฟังอย่างตั้งใจ
"I will order that to be immediately done"
"ผมจะสั่งให้ทำทันที"
"Do you want anything else?"
"คุณต้องการอะไรอีกไหม?"
"Those are all the preparations I need"
"นั่นคือการเตรียมการทั้งหมดที่ฉันต้องการ"

"But let me remind you of the agreement"
"แต่ขอเตือนคุณถึงข้อตกลง"
"You promised the hand of your daughter"
"คุณสัญญาว่าจะให้ลูกสาวของคุณ"
"And you promised half your kingdom"
"และคุณสัญญาว่าจะให้ครึ่งหนึ่งของอาณาจักรของคุณ"
"But I can't marry your daughter"
"แต่ฉันไม่สามารถแต่งงานกับลูกสาวของคุณได้"
"Because your daughter has to marry a man"
"เพราะลูกสาวคุณต้องแต่งงานกับผู้ชาย"
"But I also have a son of marriageable age"
"แต่ฉันก็มีลูกชายวัยที่สามารถแต่งงานได้แล้ว"
"Allow my son to marry your daughter"
"ให้ลูกชายของฉันแต่งงานกับลูกสาวของคุณ"
"Allow him to have half of your kingdom"
"ให้พระองค์ได้ครอบครองอาณาจักรของพระองค์ครึ่งหนึ่งเถิด"
The king was agreed with the terms.
กษัตริย์ทรงยอมรับข้อตกลงดังกล่าว
"If you find a cure, he marries my daughter"
"ถ้าคุณพบวิธีรักษา เขาจะแต่งงานกับลูกสาวของฉัน"
"And half of my kingdom shall be his"
"และอาณาจักรของฉันครึ่งหนึ่งก็จะเป็นของเขา"
A temporary hut was quickly erected.
กระท่อมชั่วคราวก็ถูกสร้างขึ้นอย่างรวดเร็ว
The hut was built on the embankment of the water.
กระท่อมนั้นสร้างขึ้นบนคันน้ำ
And Phakir's mother took up her abode.
และมารดาของพากีร์ก็เข้ามาอยู่อาศัย
An outpost was also erected at some distance.
นอกจากนี้ ยังมีการสร้างด่านหน้าขึ้นในระยะไกลด้วย
Because the woman might require some attendance.
เพราะผู้หญิงอาจจะต้องมีคนคอยดูแลบ้าง
Strict orders were given by Phakir's mother.
แม่ของพาคีร์มีคำสั่งเข้มงวด

No one was allowed to go near the water.
ไม่มีใครได้รับอนุญาตให้เข้าไปใกล้แหล่งน้ำ
Only she was allowed to stay by the water.
มีเพียงเธอเท่านั้นที่ได้รับอนุญาตให้พักอยู่ริมน้ำ

But let us leave Phakir's mother at the water.
แต่ให้เราทิ้งแม่ของพาคีร์ไว้ที่น้ำดีกว่า
Let us hasten down the subterranean palace.
เรามาเร่งรีบลงไปยังพระราชวังใต้ดินกันเถอะ
To see what the prince and the princess are doing.
เพื่อดูว่าเจ้าชายและเจ้าหญิงกำลังทำอะไรอยู่
The princess did want to go up again.
เจ้าหญิงก็อยากจะขึ้นไปอีกครั้ง
But she now knew that it would be dangerous.
แต่ตอนนี้เธอรู้แล้วว่ามันจะอันตราย
And she had given up the idea of a fourth visit.
และเธอได้ละทิ้งความคิดที่จะมาเยี่ยมเป็นครั้งที่สี่แล้ว
But women generally have greater curiosity.
แต่โดยทั่วไปผู้หญิงจะมีความอยากรู้อยากเห็นมากกว่า
And the princess was no exception to the rule.
และเจ้าหญิงก็ไม่มีข้อยกเว้นจากกฎนี้
One day her husband was asleep.
วันหนึ่งสามีของเธอกำลังนอนหลับอยู่
He always slept after his noonday meal.
เขาจะนอนหลังอาหารเที่ยงเสมอ
She took the snake-jewel in her hand.
เธอรับอัญมณีรูปงูไว้ในมือ
And she rushed out of the palace.
แล้วนางก็รีบวิ่งออกไปจากพระราชวัง
And she came up to the upper world.
และนางก็ขึ้นสู่โลกเบื้องบน
There was an upheaval in the waters.
เกิดความปั่นป่วนในน้ำ
And Phakir's mother was on high alert.
และแม่ของพาคีร์ก็อยู่ในภาวะเฝ้าระวังสูง

She was hiding in the hut.
เธอกำลังซ่อนตัวอยู่ในกระท่อม
And she was looking through the chinks.
และเธอกำลังมองผ่านช่องโหว่
The princess saw no human being nearby.
เจ้าหญิงไม่เห็นมนุษย์อยู่ใกล้ๆ
So she came to the bank of the water.
แล้วนางก็มาถึงริมฝั่งน้ำ
Phakir's mother showed herself outside the hut.
แม่ของพาคีร์ปรากฏตัวอยู่หน้ากระท่อม
And she addressed the princess politely.
และนางก็ทรงกล่าวกับเจ้าหญิงอย่างสุภาพ
"Come, my child, thou queen of beauty"
"มาเถิดลูก ราชินีแห่งความงาม"
"Come to me, and I will help you to bathe"
"มาหาฉัน แล้วฉันจะช่วยคุณอาบน้ำ"
So saying, she approached the princess.
เมื่อพูดจบนางก็เข้าไปหาเจ้าหญิง
The princess saw she was just an old woman.
เจ้าหญิงเห็นว่าตนเป็นเพียงหญิงชราคนหนึ่ง
So she made no resistance to her offer.
ดังนั้นเธอจึงไม่ขัดขืนต่อข้อเสนอของเธอ
The old woman was washing the princess' hair.
หญิงชรากำลังสระผมของเจ้าหญิง
And she noticed the bright jewel in her hand.
และนางก็สังเกตเห็นอัญมณีอันสุกใสในมือของนาง
"Out the jewel here till you are bathed"
"เอาอัญมณีออกจากที่นี่จนกว่าคุณจะอาบน้ำเสร็จ"
Now the jewel was in the hands of Phakir's mother.
บัดนี้อัญมณีนั้นอยู่ในมือของมารดาของพาคีร์แล้ว
She wrapped the jewel up in a cloth.
เธอห่ออัญมณีนั้นด้วยผ้า
And she wrapped the cloth around her waist.
และเธอก็เอาผ้าพันรอบเอวของเธอ
Now the princess was unable to escape.

ตอนนี้เจ้าหญิงไม่สามารถหลบหนีได้
And Phakir's mother gave the signal.
และแม่ของพากีร์ก็ส่งสัญญาณ
The attendants rushed to the water.
พนักงานก็รีบวิ่งลงไปที่น้ำ
And they took the princess captive.
แล้วพวกเขาก็จับเจ้าหญิงไปเป็นเชลย
The news soon reached the city.
ข่าวนี้แพร่กระจายไปทั่วเมืองในไม่ช้า
"Phakir's mother had captured a water-nymph"
"แม่ของพาคีร์ได้จับนางไม้แห่งน้ำมา"
And the people rejoiced at the news.
และผู้คนก็ดีใจกับข่าวนี้
All came to see the "daughter of the immortals"
ทุกคนมาเพื่อพบกับ "ธิดาแห่งอมตะ"
She was brought to the palace.
เธอถูกนำตัวไปที่พระราชวัง
And she was brought to the rajah's son.
และนางก็ถูกพามาหาพระราชโอรส
The rajah's son was still of impaired intellect.
ราชโอรสยังมีสติปัญญาบกพร่องอยู่
But that cloud on his brain soon dissipated.
แต่ไม่นานเมฆหมอกที่เกาะอยู่บนสมองของเขาก็จางหายไป
"I have found you! I have found you!"
"ฉันเจอคุณแล้ว! ฉันเจอคุณแล้ว!"
His eyes had been vacant and lusterless.
ดวงตาของเขาว่างเปล่าและไร้ประกาย
But now his eyes had the fire of intelligence.
แต่บัดนี้ดวงตาของเขามีไฟแห่งสติปัญญา
He had almost lost the use of his tongue.
เขาแทบจะสูญเสียการใช้ลิ้นไปแล้ว
"Now here, now gone!" was all he had been able to say.
"ตอนนี้ที่นี่ ตอนนี้จากไปแล้ว!" เป็นสิ่งเดียวที่เขาพูดได้
But this sense too was restored.
แต่ความรู้สึกนี้ก็กลับคืนมาอีกครั้ง

The joy of the rajah knew no bounds.
ความยินดีของราชาไม่มีขอบเขต
There was great festivity in the city.
ในเมืองมีการเฉลิมฉลองเทศกาลใหญ่
The people praised Phakir-Chand's mother.
ประชาชนต่างชื่นชมมารดาของพาคีร์จันท์
And everyone soon expected the marriage.
และทุกคนก็คาดหวังว่าจะเกิดการแต่งงานในไม่ช้า
The rajah's son was to wed the water-nymph.
ราชโอรสจะต้องแต่งงานกับนางไม้แห่งน้ำ
The princess, however, had made a promise.
อย่างไรก็ตาม เจ้าหญิงได้ให้คำมั่นสัญญาไว้
She told Phakir's mother of her promise.
นางได้บอกคำสัญญาของนางให้แม่ของพาคีร์ทราบ
"I won't as much as look at another man"
"ฉันจะไม่มองผู้ชายคนอื่นมากนัก"
"For one year my vows shall last"
"คำปฏิญาณของฉันจะคงอยู่เป็นเวลาหนึ่งปี"
"The marriage cannot happen in that time"
"การแต่งงานไม่สามารถเกิดขึ้นในเวลานั้นได้"
The rajah's son was somewhat disappointed.
ราชโอรสก็ผิดหวังอยู่บ้าง
But he readily agreed to the delay.
แต่เขาก็ยอมรับที่จะยืดเวลาออกไปโดยง่าย
"Delay enhances the sweetness of the pleasure"
"การรอคอยทำให้ความหวานของความสุขเพิ่มขึ้น"
Of course the princess spent her time in sorrow.
แน่นอนว่าเจ้าหญิงต้องใช้เวลาอยู่กับความโศกเศร้า
She spent her days and nights sighing.
เธอใช้เวลาทั้งวันและคืนถอนหายใจ
And she lamented her idle curiosity.
และนางก็คร่ำครวญถึงความอยากรู้อยากเห็นอันไร้สาระของนาง
The curiosity that led her to the upper world.
ความอยากรู้อยากเห็นที่นำพาเธอไปสู่โลกเบื้องบน
The curiosity that separated her from her husband.

ความอยากรู้อยากเห็นที่ทำให้เธอแยกห่างจากสามี
She thought of her unfortunate husband.
เธอคิดถึงสามีผู้โชคร้ายของเธอ
She had left him all alone below the waters.
เธอทิ้งเขาไว้เพียงลำพังใต้น้ำ
And she wept bitter tears each day.
และนางก็ร้องไห้น้ำตาอันขมขื่นทุกวัน
She wished that she could run away.
เธอปรารถนาที่จะวิ่งหนีออกไปได้
But that would have been impossible.
แต่นั่นคงเป็นไปไม่ได้
Because she was immured within walls.
เพราะเธอถูกขังอยู่ภายในกำแพง
And there were walls within the walls.
และภายในกำแพงก็มีกำแพงกั้นอยู่
And what use was getting out the palace?
แล้วการออกจากวังไปจะมีประโยชน์อะไร?
She couldn't get to her husband anyway.
เธอไม่สามารถไปหาสามีของเธอได้อยู่ดี
She didn't have the serpent jewel.
เธอไม่ได้มีอัญมณีรูปงู
The ladies of the palace tried to comfort her.
นางในวังก็พยายามปลอบใจเธอ
And Phakir's mother tried to divert her mind.
และแม่ของพาคีร์ก็พยายามเบี่ยงเบนความคิดของเธอ
But their efforts were in vain.
แต่ความพยายามของพวกเขาก็ไร้ผล
She took pleasure in nothing.
เธอไม่ได้รับความสุขจากสิ่งใดเลย
She hardly spoke to anyone.
เธอแทบไม่พูดกับใครเลย
She wept throughout the day.
เธอได้ร้องไห้ตลอดทั้งวัน
And she wept through the night.
และเธอก็ร้องไห้ตลอดคืน

The year of her vow was drawing to a close.
ปีแห่งคำปฏิญาณของเธอใกล้จะสิ้นสุดลงแล้ว
But she was still disconsolate.
แต่เธอก็ยังคงรู้สึกท้อแท้
The marriage, however, had to be celebrated.
อย่างไรก็ตาม การแต่งงานจะต้องมีการเฉลิมฉลอง
The rajah consulted the astrologers.
ราชาทรงปรึกษาหารือกับนักโหราศาสตร์
The day and the hour had been decided.
วันและเวลาได้ถูกกำหนดไว้แล้ว
The nuptial knot was to be tied.
พิธีแต่งงานจะต้องผูกปม
Great preparations were made.
มีการเตรียมการที่ดีมากมาย
The confectioners were busy day and night.
คนทำขนมทำงานกันยุ่งทั้งวันทั้งคืน
They prepared all sorts of sweetmeats.
พวกเขาเตรียมขนมหวานทุกประเภทไว้
Milkmen supplied the palace with tanks of curds.
คนส่งนมส่งนมเปรี้ยวมาให้พระราชวัง
Great quantities of gunpowder were manufactured.
มีการผลิตดินปืนออกมาเป็นจำนวนมาก
There were going to be grand fireworks.
จะมีการจุดพลุไฟยิ่งใหญ่
Stages were erected everywhere.
มีการสร้างเวทีไว้ทั่วทุกที่
And musicians were selected to play music.
และได้คัดเลือกนักดนตรีมาเล่นดนตรี
All the city assumed an air of mirth.
ทั้งเมืองต่างมีบรรยากาศรื่นเริงกัน
All looked forward to the festivities.
ทุกคนตั้งตารอคอยการเฉลิมฉลอง

We must return our attention to the minister's son.

เราต้องหันความสนใจกลับไปที่ลูกชายของรัฐมนตรี
He had left his friend in the subterranean palace.
เขาได้ทิ้งเพื่อนของเขาไว้ที่พระราชวังใต้ดิน
And he had gone to his country.
และเขาก็ได้ไปยังประเทศของเขาแล้ว
He was bringing horses and elephants.
เขาพาม้าและช้างมาด้วย
And he had with him many attendants.
และเขาก็มีคนรับใช้มาด้วยมากมาย
For the return of the king's son.
เพื่อการกลับมาของพระราชโอรส
And for the return of his lovely princess.
และการกลับมาของเจ้าหญิงผู้แสนน่ารักของเขา
So that the ceremony had due pomp.
เพื่อให้พิธีมีพิธีการอันโอ่อ่าสมพระเกียรติ
The preparations took him many months.
เขาใช้เวลาเตรียมการนานหลายเดือน
But eventually all was prepared.
แต่ในที่สุดทุกอย่างก็เตรียมพร้อมแล้ว
And the minister's son started on his journey.
และลูกชายรัฐมนตรีก็เริ่มออกเดินทาง
He was accompanied by a long train of elephants.
มีขบวนช้างยาวร่วมเดินทางด้วย
And behind the elephants were horses.
และหลังช้างก็มีม้าอยู่
And all the horses had their own attendants.
และม้าทุกตัวก็มีคนรับใช้ของตัวเอง
He reached the water ahead of schedule.
เขาถึงน้ำก่อนกำหนด
So he had two or three days to spare.
ดังนั้นเขาจึงมีเวลาว่างสองสามวัน
Tents were pitched in the mango slopes.
เต็นท์ถูกกางไว้บนเนินมะม่วง
So the men and cattle had accommodation.
ดังนั้นคนและวัวก็มีที่พักอาศัย

The minister's son kept his eyes on the water.
ลูกชายรัฐมนตรีเฝ้ามองน้ำอยู่ตลอดเวลา
The sun of the appointed day sank below the horizon.
ดวงตะวันของวันนัดหมายลับขอบฟ้าไปแล้ว
But there was no sign of the prince.
แต่ก็ไม่มีวี่แววของเจ้าชายเลย
Nor did the princess come to the surface.
เจ้าหญิงก็ไม่ได้ปรากฏตัวขึ้นบนผิวน้ำ
He waited two or three days longer.
เขาต้องรออีกสองสามวัน
Still the prince did not make his appearance.
แต่เจ้าชายก็ยังไม่ปรากฏตัว
What could have happened to his friend?
เพื่อนของเขาจะเกิดอะไรขึ้นได้บ้าง?
And where was his beautiful wife?
แล้วภรรยาที่สวยของเขาอยู่ที่ไหนล่ะ?
Had another serpent beaten them to death?
มิงูตัวอื่นมาตีจนตายหรือเปล่า?
Possibly the mate of the one that had died.
อาจจะเป็นคู่ของผู้เสียชีวิตก็ได้
Had they somehow lost the serpent-jewel?
พวกเขาทำอัญมณีแห่งงูหายไปได้อย่างไร?
Or had they perhaps visited the upper world?
หรือว่าพวกเขาได้ไปเยือนโลกเบื้องบนแล้ว?
And had they been captured in the upper world?
แล้วพวกเขาถูกจับไปอยู่ในโลกเบื้องบนแล้วหรือ?
Such were the reflections of the prince's friend.
นั่นคือความคิดสะท้อนของเพื่อนเจ้าชาย
The prince's friend was overwhelmed with grief.
เพื่อนของเจ้าชายก็โศกเศร้าเสียใจมาก
The waters were quite close to the city.
น้ำค่อนข้างใกล้ตัวเมือง
And often the sound of music could be heard.
และมักจะได้ยินเสียงดนตรีอยู่เสมอ
He asked passers-by what that music meant.

เขาถามผู้คนที่ผ่านไปมาว่าดนตรีเหล่านั้นหมายถึงอะไร
He was told about the rajah's son.
เขาได้เล่าถึงเรื่องลูกชายของราชา
And he was told of a wonderful young lady.
และเขาได้ยินมาว่ามีหญิงสาวแสนสวยคนหนึ่ง
And he was told they were going to marry.
และเขาได้รับการบอกกล่าวว่าพวกเขาจะแต่งงานกัน
And he was told more about the wonderful lady.
และเขาได้ยินเรื่องราวเพิ่มเติมเกี่ยวกับหญิงสาวผู้แสนวิเศษคนนี้
She had come out of the waters he was waiting by.
เธอได้ขึ้นมาจากน้ำที่เขากำลังรออยู่
The marriage ceremony was in two days.
พิธีแต่งงานจะมีขึ้นในอีกสองวัน
The minister's son made the connection.
ลูกชายรัฐมนตรีเป็นคนเชื่อมโยง
The wonderful young lady was the wife of his friend.
หญิงสาวผู้แสนน่ารักคนนี้เป็นภรรยาของเพื่อนของเขา
He resolved, therefore, to go into the city.
พระองค์จึงทรงตั้งพระทัยจะเสด็จเข้าเมืองไป
And he was going to find out all he could.
และเขาจะค้นหาทุกอย่างที่เขาสามารถ
If he could, he would rescue the princess.
ถ้าเขาทำได้เขาจะไปช่วยเจ้าหญิง
He told the attendants to go home.
เขาบอกให้คนรับใช้กลับบ้าน
And he told them to take the elephants.
แล้วท่านก็สั่งให้เขาเอาช้างไป
And he told them to take the horses.
แล้วท่านก็สั่งให้เขาเอาพวกม้าไป
And he himself went to the city.
และเขาก็เข้าเมืองไปเอง
And he took up his abode in the house of a Brahman.
และท่านได้ไปพักอยู่ในบ้านของพราหมณ์คนหนึ่ง
First, he rested from his journey.
ก่อนอื่นเขาพักจากการเดินทางของเขา

Then the prince's friend had his dinner.
จากนั้นเพื่อนของเจ้าชายก็รับประทานอาหารเย็น
And then he spoke to the Brahman.
แล้วพระองค์ก็ตรัสกับพราหมณ์ว่า
"Throughout the city there are musicians and bands"
"ทั่วทั้งเมืองมีนักดนตรีและวงดนตรี"
"What is the cause of all the celebrations?
"เหตุแห่งการเฉลิมฉลองมากมายนี้คืออะไร?
The Brahman was rather surprised.
พราหมณ์รู้สึกแปลกใจมาก
"From what part of the world have you come?"
"คุณมาจากส่วนไหนของโลก?"
"What rock have you been living under?"
"คุณอาศัยอยู่ใต้หินก้อนไหนมา?"
"Have you not heard the wonderful news?"
"ท่านไม่ได้ยินข่าวดีนั้นบ้างหรือ?"
"A young lady of heavenly beauty"
"หญิงสาวผู้งดงามราวกับสวรรค์"
"She rose out of the waters"
"นางได้โผล่ขึ้นมาจากน้ำ"
"And she is going to the son of our rajah"
"และนางจะไปหาลูกชายของราชาของเรา"
The prince's friend wanted to know more.
เพื่อนของเจ้าชายอยากรู้เพิ่มเติม
The information could be useful.
ข้อมูลดังกล่าวอาจเป็นประโยชน์ได้
"I have not heard of this news"
"ฉันไม่เคยได้ยินข่าวนี้"
"I have come from a distant country"
"ฉันมาจากประเทศที่ห่างไกล"
"The story has not reached us yet"
"เรื่องนั้นยังมาไม่ถึงเรา"
"Will you kindly tell me the particulars?"
"คุณช่วยบอกรายละเอียดให้ฉันทราบหน่อยได้ไหม?"

The Brahman was happy to relay the story.
พราหมณ์ก็ดีใจที่จะเล่าเรื่องนี้ให้ฟัง

"The rajah's son went out hunting"
"ราชบุตรออกล่าสัตว์"

"It must have been about this time last year"
"คงประมาณช่วงเวลานี้เมื่อปีที่แล้ว"

"They pitched their tents by the waters in the suburbs"
"พวกเขาตั้งเต็นท์ริมน้ำในเขตชานเมือง"

"One day, the rajah's son was walking near the water"
"วันหนึ่ง พระราชโอรสกำลังเสด็จไปใกล้แหล่งน้ำ"

"On this day, he saw a young woman"
"วันนี้เขาเห็นหญิงสาวคนหนึ่ง"

"I have to mention she was of uncommon beauty"
"ฉันต้องบอกว่าเธอมีความงามที่ไม่ธรรมดา"

"She had risen from the depth of the waters"
"นางได้ขึ้นมาจากความลึกของน้ำ"

"She gazed about for a minute or two"
"เธอจ้องมองไปรอบ ๆ ประมาณหนึ่งหรือสองนาที"

"And then the beautiful lady disappeared"
"แล้วหญิงสาวสวยคนนั้นก็หายไป"

"The rajah's son, however, had seen her"
"แต่ว่าพระราชโอรสของพระราชาได้เห็นนางแล้ว"

"He had been struck by her heavenly beauty"
"เขารู้สึกประทับใจในความงามอันวิเศษของนาง"

"And so he became desperately enamored by her"
"แล้วเขาก็หลงรักเธอจนหมดหัวใจ"

"Indeed, she had affected him greatly"
"แท้จริงนางได้ส่งผลกระทบต่อเขาอย่างมาก"

"And his mental faculties gave way to passion"
"และความสามารถทางจิตของเขาได้หลีกทางให้กับความหลงใหล"

"He was carried home as a mad man"
"เขาถูกหามกลับบ้านในสภาพคนบ้า"

"He spoke no words except a few"

"พระองค์ไม่ทรงตรัสคำใด ๆ เลย นอกจากเพียงไม่กี่คำ"
"'now here, now gone!' was all he said"
"ตอนนี้ที่นี่ ตอนนี้จากไปแล้ว!' คือทั้งหมดที่เขาพูด"
"The rajah sent for all the best physicians"
"พระราชาทรงส่งแพทย์ที่ดีที่สุดมาให้"
"They tried to restore his son to reason"
"พวกเขาพยายามทำให้ลูกชายของเขากลับมามีเหตุผลอีกครั้ง"
"But the physicians were powerless"
"แต่แพทย์ไม่มีอำนาจ"
"At last the rajah made a proclamation"
"ในที่สุด ราชาทรงประกาศ"
"And he had the drum beat around the kingdom"
"แล้วเขาก็ให้ตีกลองไปทั่วอาณาจักร"
"There was a reward for anyone who cured his son"
"ใครก็ตามที่รักษาลูกชายของเขาได้ก็มีรางวัล"
"They would become the rajah's son-in-law"
"พวกเขาจะกลายเป็นลูกเขยของราชา"
"And they would get half the kingdom"
"แล้วพวกเขาก็จะได้ครึ่งหนึ่งของอาณาจักร"
"An old woman answered the call of the drum"
"หญิงชราคนหนึ่งตอบรับเสียงกลอง"
"All knew her as Phakir's mother"
"ทุกคนรู้จักเธอในฐานะแม่ของพาคีร์"
"She said she could cure the rajah's son"
"นางกล่าวว่านางสามารถรักษาลูกชายของราชาได้"
"She had a hut built outside the town"
"เธอได้สร้างกระท่อมไว้นอกเมือง"
"In the suburbs, next to the waters"
"ในเขตชานเมือง ริมน้ำ"
"An in the hut she took her abode"
"แล้วนางก็ไปพักอยู่ในกระท่อม"
"She also had some huts erected close by"
"เธอยังมีกระท่อมบางหลังสร้างขึ้นใกล้ๆ ด้วย"

"And in those huts attendants waited"
"และในกระท่อมเหล่านั้นก็มีคนคอยรับใช้"
"In case she might need their help"
"ในกรณีที่เธออาจต้องการความช่วยเหลือจากพวกเขา"
"It seems the goddess rose from the waters"
"ดูเหมือนเทพธิดาจะลุกขึ้นมาจากน้ำ"
"Phakir's mother and the attendants seized her"
"แม่ของพาคีร์และพวกบริวารจับตัวเธอไป"
"And they carried her in a palki to the palace"
"แล้วพวกเขาก็นำนางไปในปัลกีสู่พระราชวัง"
"The rajah's son saw the water-nymph"
"พระโอรสของพระราชาทรงเห็นนางไม้แห่งน้ำ"
"And he was soon restored to his senses"
"และเขาก็กลับคืนสู่สติสัมปชัญญะได้ในไม่ช้า"
"They would have married there and then"
"พวกเขาคงจะแต่งงานกันตรงนั้นแล้ว"
"But the water goddess had made a vow"
"แต่เทพีแห่งน้ำได้ให้คำมั่นสัญญาไว้"
"She wouldn't look at a man for one year"
"เธอจะไม่มองผู้ชายเป็นเวลาหนึ่งปี"
"The year of the vow is now over"
"ปีแห่งคำปฏิญาณสิ้นสุดลงแล้ว"
"The music is from the rajah's palace"
"ดนตรีมาจากพระราชวังราชา"
"This, in brief, is the story"
"สรุปเรื่องราวก็เป็นแบบนี้"
The prince's friend could put the story together.
เพื่อนของเจ้าชายสามารถรวบรวมเรื่องราวนี้เข้าด้วยกันได้
"a truly wonderful story!"
"เป็นเรื่องราวที่วิเศษจริงๆ!"
"So where is Phakir's mother?"
"แล้วแม่ของพาคีร์อยู่ที่ไหน?"
"And where is Phakir-Chand himself?"

“แล้วพาคีร์จันท์เองอยู่ที่ไหน?”
“Has he received the hand of the rajah's daughter?”
“เขาได้รับมือธิดาราชาแล้วหรือ?”
“And has he received half the kingdom?”
“แล้วท่านได้รับอาณาจักรครึ่งหนึ่งแล้วหรือ?”
The Brahman could also answer these questions.
พราหมณ์ก็สามารถตอบคำถามเหล่านี้ได้เช่นกัน
“No, they have not married yet”
“ไม่หรอก พวกเขาไม่ได้แต่งงานกันหรอก”
“And he doesn't yet have half the kingdom”
“แล้วเขาก็ยังไม่มีครึ่งหนึ่งของอาณาจักรด้วย”
“And, I should say, he is a dimwitted lad”
“และฉันควรจะบอกว่าเขาเป็นเด็กหนุ่มที่โง่เขลา”
“In fact, no one knows where the lad is”
“ที่จริงแล้วไม่มีใครรู้ว่าเด็กคนนั้นอยู่ที่ไหน”
“He has been away from home for more than a year”
“เขาออกจากบ้านไปนานกว่าหนึ่งปีแล้ว”
“That is his manner,” he explained.
“นั่นคือลักษณะของเขา” เขากล่าวอธิบาย
“He stays away for a long time”
“เขาอยู่ห่างไปนานมาก”
“And then suddenly he comes home”
“แล้วจู่ๆเขาก็กลับบ้าน”
“And then suddenly he leaves again”
“แล้วจู่ๆเขาก็จากไปอีกครั้ง”
“I believe his mother expects him to come soon”
“ฉันเชื่อว่าแม่ของเขาคาดหวังว่าเขาจะมาเร็วๆ นี้”
This was very useful information.
นี่เป็นข้อมูลที่มีประโยชน์มาก
“What is he like?” he asked.
“เขาเป็นคนยังไง?” เขาถาม
“And what does he do when he returns home?”
“แล้วเขาทำอะไรเมื่อกลับถึงบ้าน?”
These questions the Brahman could also answer.

คำถามเหล่านี้พราหมณ์ก็สามารถตอบได้เช่นกัน
"Well, he is about your height"
"ก็เขาสูงประมาณคุณ"
"Though he is somewhat younger than you"
"ถึงแม้ว่าเขาจะอายุน้อยกว่าคุณเล็กน้อยก็ตาม"
"He wears a small piece of cloth round his waist"
"เขาสวมผ้าชิ้นเล็ก ๆ รอบเอวของเขา"
"And he rubs his body with ashes"
"แล้วเขาก็ถูตัวของเขาด้วยขี้เถ้า"
"He carries the branch of a tree in his hand"
"เขาถือกิ่งไม้ไว้ในมือ"
"And there is a tune to which he dances"
"และมีทำนองที่เขาเต้นรำ"
"He comes to the door of the hut of his mother"
"เขามาถึงประตูกระท่อมของแม่เขา"
"And he sings 'dhoop! dhoop! dhoop!'"
"และเขาก็ร้องเพลง 'dhoop! dhoop! dhoop!'"
"His articulation is very indistinct"
"การออกเสียงของเขาไม่ชัดเจนเลย"
"'Come, stay with your mother,' she says"
" มาอยู่กับแม่ของคุณสิ" เธอกล่าว
"And he always gives the same answer"
"และเขาก็มักจะตอบเหมือนเดิมเสมอ"
"'No, I won't remain,' he says unintelligibly"
"ไม่ ฉันจะไม่อยู่" เขากล่าวอย่างไม่ชัดเจน
"You should hear him when he wants to say yes"
"คุณควรจะได้ยินเขาเมื่อเขาต้องการจะพูดว่าใช่"
"To answer in the affirmative he says 'hoom'"
"เพื่อจะตอบว่าใช่ เขาพูดว่า 'ฮูม'"
A flood of light entered the prince's friend.
แสงสว่างสาดส่องเข้ามาหาเพื่อนของเจ้าชาย
He now saw very well how matters stood.
ตอนนี้เขาเห็นชัดเจนแล้วว่าสถานการณ์เป็นอย่างไร
The princess must have taken the snake-jewel.

เจ้าหญิงคงจะเอาอัญมณีงูไป
And she must have left the palace alone.
และเธอคงได้ออกจากวังไปเพียงลำพัง
And she was captured without the king's son.
และนางก็ถูกจับไปโดยไม่มีพระราชโอรสอยู่ด้วย
Phakir's mother must have the snake-jewel.
แม่ของพากีร์คงมีอัญมณีที่เป็นงู
His friend was still below the water.
เพื่อนของเขายังอยู่ใต้น้ำ
The prince had no means of escape.
เจ้าชายไม่มีทางหนีรอด
He could imagine his friends desolate state.
เขาสามารถจินตนาการถึงสภาพอันรกร้างของเพื่อนของเขาได้
And he could imagine how hopeless he must be.
และเขาจินตนาการได้ว่าเขาคงหมดหวังขนาดไหน
The prince's friend was filled with grief.
เพื่อนของเจ้าชายเต็มไปด้วยความโศกเศร้า
But that was not cause to give up hope.
แต่นั่นก็ไม่ใช่สาเหตุที่ทำให้หมดหวัง
Perhaps he could rescue his friend.
บางทีเขาอาจช่วยเพื่อนของเขาได้
"I must get the jewel from the old woman"
"ฉันต้องไปเอาอัญมณีจากหญิงชรานั้น"
"Can I not do it by personating Phakir-Chand?"
"ฉันทำไม่ได้เหรอถ้าจะปลอมตัวเป็นพาคีร์จันด์?"
"His mother is expecting him soon"
"แม่ของเขากำลังรอเขาอยู่เร็วๆ นี้"
"Maybe I can rescue the princess the same way"
"บางทีฉันอาจช่วยเจ้าหญิงด้วยวิธีเดียวกันได้"

He resolved to act the role of Phakir-Chand.
เขาตัดสินใจรับบทเป็น ภาคีร์จันท
In the morning he left the Brahman's house.
เช้าพระองค์เสด็จออกจากบ้านพราหมณ์
And he went to the outskirts of the city.

และเขาก็ออกเดินทางไปยังเขตชานเมือง
He divested himself of his usual clothing.
เขาถอดเสื้อผ้าที่เขาสวมเป็นประจำออก
Around his waist he put a narrow piece of cloth.
เขาเอาผ้าชิ้นแคบๆ พันรอบเอวไว้
The cloth scarcely reached his knees.
ผ้ายังไม่ถึงเข่าเลย
And he rubbed his body well with ashes.
และเขาก็เอาขี้เถ้ามาถูตัวของเขาอย่างดี
And finally he broke some twigs off a tree.
และในที่สุดเขาก็หักกิ่งไม้บางกิ่งออกจากต้นไม้
And thus he was ready to play his role.
และเขาก็พร้อมที่จะทำหน้าที่ของเขาแล้ว
He went to the door of the hut of Phakir's mother.
เขาเดินไปที่ประตูกระท่อมของแม่พาคีร์
And he commenced the operation by dancing.
และเขาเริ่มการดำเนินการด้วยการเต้นรำ
He danced in a most violent manner.
เขาเต้นอย่างดุเดือดมาก
And he sung to the tune of "dhoop! dhoop! dhoop!"
และเขาก็ร้องเพลง "โห่! โห่! โห่!"
The dancing attracted the notice of the old woman.
การเต้นรำดึงดูดความสนใจของหญิงชรา
The critical moment had come.
เวลาสำคัญก็มาถึงแล้ว
The old woman looked to her door.
หญิงชรามองไปที่ประตูของเธอ
"Phakir-Chand, my son, have you come?"
"พาคีร์จันท์ ลูกชายของฉัน เจ้ามาแล้วเหรอ?"
"My darling; the gods have become propitious to us"
"ที่รัก เหล่าเทพได้โปรดอำนวยพรแก่เราด้วยเถิด"
Her supposed son uttered the monosyllable, "hoom"
ลูกชายของเธอพูดพยางค์เดียวว่า "ฮูม"
And he danced more violently than before.
และเขาก็เต้นรุนแรงกว่าเดิม

And he waved the twig in his hand.
และเขาก็โบกกิ่งไม้ในมือของเขา
"This time you must not go away"
"คราวนี้คุณห้ามไปไหนเด็ดขาด"
"You must remain with me"
"คุณต้องอยู่กับฉัน"
"No, I won't remain," said the prince's friend.
"ไม่ ฉันจะไม่อยู่" เพื่อนของเจ้าชายกล่าว
"Remain with me," the mother tried again.
"อยู่กับฉันนะ" แม่พยายามอีกครั้ง
"I'll get you married to the rajah's daughter"
"ฉันจะให้เธอแต่งงานกับลูกสาวราชา"
"Will you marry, Phakir-Chand?"
"คุณจะแต่งงานกับพาคีร์จันท์ไหม?"
The minister's son replied—"hoom, hoom"
ลูกชายรัฐมนตรีตอบว่า "ฮึม ฮึม"
And he danced even more like a madman.
และเขายังเต้นเหมือนคนบ้าอีกด้วย
"Will you come with me to the rajah's house?"
"คุณจะไปบ้านราชาด้วยกับฉันไหม?"
"I'll show you a princess of uncommon beauty"
"ฉันจะแสดงเจ้าหญิงที่มีความงามไม่ธรรมดาให้คุณดู"
"She rose from the waters"
"เธอลุกขึ้นมาจากน้ำ"
"Hoom, hoom," was the answer from his lips.
"ฮึม ฮึม" คือคำตอบจากริมฝีปากของเขา
And his feet stomped violently to "dhoop! dhoop!"
และเท้าของเขาก็กระทืบอย่างรุนแรงเป็นเสียง "จุ้ป! จุ้ป!"
"Do you wish to see a jewel, Phakir?"
"ท่านอยากเห็นอัญมณีหรือไม่ ฟาคีร์?"
"The crest jewel of the serpent"
"อัญมณียอดพญานาค"
"The treasure of seven kings"
"สมบัติของกษัตริย์ทั้งเจ็ด"

"Hoom, hoom," was the reply.
"ฮึม ฮึม" เป็นคำตอบ
The old woman went back into the hut.
หญิงชรากลับเข้าไปในกระท่อม
And she brought out the snake-jewel.
และนางก็นำอัญมณีที่เป็นงูออกมา
She put the jewel into the hand of her supposed son.
เธอได้ใส่อัญมณีนั้นไว้ในมือของลูกชายของเธอ
The minister's son took the snake-jewel.
ลูกชายรัฐมนตรีจึงนำอัญมณีที่เป็นงูไป
He wrapped the jewel up in the piece of cloth.
เขาห่ออัญมณีนั้นไว้ในชิ้นผ้า
And he wrapped the cloth around his waist.
และเขาก็เอาผ้าพันรอบเอวของเขา
Phakir's mother was delighted beyond measure.
แม่ของพาคีร์รู้สึกยินดีเป็นอย่างยิ่ง
Her son had come at just the right time.
ลูกชายของเธอมาในเวลาที่เหมาะพอดี
She went to the rajah's house.
เธอไปที่บ้านของราชา
She announced the news of Phakir's appearance.
เธอประกาศข่าวการปรากฏตัวของพาคีร์
And also in order to show Phakir the princess.
และเพื่อจะนำพาพระนางไปแสดงให้พระนางดูด้วย
They were given access to the rajah's palace.
พวกเขาได้รับอนุญาตให้เข้าไปในพระราชวังของราชา
And all parts of the palace were open to them.
และส่วนต่างๆ ของพระราชวังก็เปิดให้เข้าชมได้
The old woman had saved the rajah's son.
หญิงชรานั้นได้ช่วยชีวิตลูกชายของราชาไว้
So she was the most important person in the kingdom.
นางจึงเป็นบุคคลสำคัญที่สุดในอาณาจักร
She took her supposed son around the palace.
เธอพาลูกชายของเธอไปเที่ยวชมพระราชวัง
And she took him to the princess' room.

และเธอก็พาเขาไปที่ห้องของเจ้าหญิง
Phakir's mother introduced her son to the princess.
แม่ของพาคีร์แนะนำลูกชายให้เจ้าหญิงรู้จัก
You can imagine the princess was not best impressed.
คุณคงจินตนาการได้ว่าเจ้าหญิงคงไม่ประทับใจมากนัก
She did not appreciate the company of a madman.
เธอไม่ชอบการอยู่ร่วมกับคนบ้า
A madman, half naked, and covered in ash.
คนบ้า เปลือยกายครึ่งตัว และปกคลุมไปด้วยขี้เถ้า
And he kept dancing in a wild manner.
และเขาก็เต้นอย่างบ้าคลั่งต่อไป

The three had spent the day together.
ทั้งสามคนใช้เวลาทั้งวันร่วมกัน
It was soon going to be sunset.
ใกล้จะพระอาทิตย์ตกแล้ว
The woman asked her son to come with her.
หญิงคนนั้นขอให้ลูกชายมาด้วย
But the supposed Phakir-Chand refused to comply.
แต่ผู้ที่ถูกกล่าวหาว่า Phakir-Chand ปฏิเสธที่จะปฏิบัติตาม
He said he would stay there that night.
เขาบอกว่าเขาจะพักอยู่ที่นั่นคืนนั้น
His mother tried to persuade him to come with her.
แม่ของเขาพยายามชักชวนให้เขาไปกับเธอ
But he persisted in his determination.
แต่เขาก็ยังคงยืนกรานในความตั้งใจของเขา
He said he would remain with the princess.
เขาบอกว่าเขาจะอยู่กับเจ้าหญิง
Phakir's mother went home without him.
แม่ของพาคีร์กลับบ้านโดยไม่มีเขาไปด้วย
And she told the guards to look after her son.
และเธอได้สั่งให้เจ้าหน้าที่ดูแลลูกชายของเธอ
Eventually all the palace retired to rest.
ในที่สุดพระราชวังทั้งหมดก็แยกย้ายกันไปพักผ่อน
The supposed Phakir spoke to the princess again.

ฟาคีร์ที่คาดว่าจะเป็นคนนั้นได้พูดคุยกับเจ้าหญิงอีกครั้ง
But this time he spoke in his own voice.
แต่คราวนี้เขาพูดด้วยเสียงของตัวเอง
"Princess! do you not recognize me?"
"เจ้าหญิง! คุณจำฉันไม่ได้เหรอ?"
"I am the prince's friend"
"ฉันเป็นเพื่อนของเจ้าชาย"
"I am the friend of your princely husband"
"ฉันเป็นเพื่อนของสามีเจ้าผู้เป็นเจ้าชายของคุณ"
The princess was astonished for a moment.
เจ้าหญิงทรงตกตะลึงไปชั่วขณะหนึ่ง
"Who? the prince's friend?"
"ใคร? เพื่อนเจ้าชายเหรอ?"
"Oh, my husband's best friend"
" โอ้ เพื่อนสนิทของสามีฉัน"
"Please rescue me from this terrible captivity"
"โปรดช่วยฉันให้พ้นจากการถูกจองจำอันเลวร้ายนี้ด้วยเถิด"
"This is worse than death"
"นี่มันแย่ยิ่งกว่าความตายอีก"
"All of this is my own fault"
"ทั้งหมดนี้เป็นความผิดของฉันเอง"
"Rescue me, oh please, thou best of friends!"
"ช่วยฉันด้วยเถอะนะเพื่อนที่ดีที่สุด!"
She then burst into tears.
จากนั้นเธอก็ปล่อยโฮออกมา
The prince's friend spoke again.
เพื่อนของเจ้าชายพูดอีกครั้ง
"Do not be disconsolate"
"อย่าท้อแท้"
"I will try my best to rescue you"
"ฉันจะพยายามอย่างดีที่สุดเพื่อช่วยคุณ"
"I will try to have you out of here tonight"
"ฉันจะพยายามพาคุณออกไปจากที่นี่คืนนี้"
"But you must do whatever I tell you"

“แต่คุณต้องทำตามที่ฉันบอกทุกอย่าง”
The princess trusted the prince's friend.
เจ้าหญิงไว้วางใจเพื่อนของเจ้าชาย
“I will do anything you tell me”
“ฉันจะทำทุกอย่างที่คุณบอกฉัน”
After this the supposed Phakir left the room.
หลังจากนั้น ฟาคีร์ก็ออกจากห้องไป
He passed through the courtyard of the palace.
เขาเดินผ่านลานพระราชวัง
Some of the guards challenged him.
ผู้คุมบางคนท้าทายเขา
“Hoom hoom!” he replied.
“ฮึม ฮึม!” เขาตอบ
“I'm just going out for a minute”
“ฉันแค่จะออกไปแป๊บเดียว”
“And then I will come back again”
“แล้วฉันจะกลับมาอีกครั้ง”
They understood that it was the madcap Phakir.
พวกเขาเข้าใจว่านั่นคือฟาคีร์ผู้บ้าคลั่ง
True to his word he did come back shortly.
เขากลับมาเร็ว ๆ นี้ตามคำพูดของเขา
And again he went to the princess.
แล้วเขาก็กลับไปหาเจ้าหญิงอีกครั้ง
An hour afterwards he again went out.
อีกหนึ่งชั่วโมงต่อมาเขาก็ออกไปอีก
And again he was challenged by the guards.
และเขาถูกทหารยามท้าทายอีกครั้ง
He made the same reply as at the first time.
เขาตอบเหมือนเดิมเหมือนครั้งแรก
The guards began to talk among themselves.
พวกทหารเริ่มพูดคุยกันเอง
“This Phakir surely has no sense”
“ฟาคีร์ผู้นี้คงไม่มีเหตุผลหรอก”
“He will go out and come in all night”

“เขาจะออกไปและเข้ามาตลอดทั้งคืน”
"Let us leave him to do what he likes"
“ปล่อยให้เขาทำอะไรตามใจชอบเถอะ”
"There's no use guarding him all night"
“เฝ้าเขาทั้งคืนก็ไม่มีประโยชน์”
The minister's son had worn down the guards.
ลูกชายของรัฐมนตรีได้ทำให้ทหารยามเหนื่อยล้า
And he was looking for a way to escape.
และเขากำลังมองหาวิธีที่จะหลบหนี
He kept going in and out until three at night.
เขาเข้าออกอยู่เรื่อยจนถึงตีสาม
This time there were no guards there.
คราวนี้ไม่มีทหารยามอยู่ที่นั่น
Because all the guards had fallen asleep.
เพราะทหารยามทุกคนหลับกันหมดแล้ว
He was overjoyed at the auspicious circumstance.
เขาดีใจเป็นอย่างยิ่งที่เกิดเหตุการณ์อันเป็นมงคล
Then he went back to the princess.
จากนั้นเขาก็กลับไปหาเจ้าหญิง
"Now, princess, is the time for escape"
“ถึงเวลาหลบหนีแล้ว เจ้าหญิง”
"The guards are all asleep"
“พวกทหารยามหลับกันหมดแล้ว”
"You must mount on my back"
“คุณต้องขึ้นหลังฉัน”
"Tie the locks of your hair round my neck"
“มัดผมของคุณไว้รอบคอฉัน”
"And keep tight hold of me"
“และจับฉันไว้ให้แน่น”
The princess did what she was asked of.
เจ้าหญิงทรงทำตามที่ได้รับมอบหมาย
He passed unchallenged through the courtyard.
เขาเดินผ่านลานบ้านไปโดยไม่มีใครท้าทาย
And he had a lovely burden on his back.

และเขายังมีภาระอันน่าสะพรึงกลัวอยู่บนหลังของเขา
Eventually he got to the gate of the palace.
ในที่สุดเขาก็มาถึงประตูพระราชวัง
And he went through without being challenged.
และเขาก็ผ่านไปได้โดยไม่ถูกท้าทาย
Then they went to the outskirts of the city.
จากนั้นพวกเขาก็ออกไปยังเขตชานเมือง
Eventually he reached the outer suburbs.
ในที่สุดเขาก็มาถึงเขตชานเมือง
They reached the water from which the princess had risen.
พวกเขามาถึงบริเวณน้ำที่เจ้าหญิงได้ขึ้นมา
The princess rejoiced at her escape.
เจ้าหญิงทรงดีใจกับการหลบหนีของเธอ
But she was still trembling with fear.
แต่เธอก็ยังคงสั่นเทาด้วยความกลัว
The prince's friend untied the snake-jewel.
เพื่อนของเจ้าชายจึงแก้เชือกงูออก
And together they ascended into the water.
และพวกเขาก็พากันลงสู่น้ำ
And soon they found back to the subterranean palace.
และในไม่ช้าพวกเขาก็พบกลับถึงพระราชวังใต้ดิน
You can imagine how happy the prince was.
คุณคงจินตนาการได้ว่าเจ้าชายจะมีความสุขขนาดไหน
He had nearly died of grief.
เขาเกือบตายด้วยความเศร้าโศก
And you can imagine the princess' happiness too.
และคุณสามารถจินตนาการถึงความสุขของเจ้าหญิงได้เช่นกัน
All the three of them were mad with joy.
ทั้งสามคนต่างก็มีความสุขจนแทบบ้า
For three days they remained in the palace.
พวกเขาอยู่ในพระราชวังเป็นเวลาสามวัน
And they retold the prince the whole story.
และพวกเขาก็เล่าเรื่องทั้งหมดให้เจ้าชายฟัง
They told of how the princess was seized.
พวกเขาเล่าถึงเรื่องที่เจ้าหญิงถูกจับกุม

They told him of her captivity in the palace.
พวกเขาเล่าให้เขาฟังถึงการที่เธอถูกกักขังอยู่ในพระราชวัง
They described the marriage that was planned.
พวกเขาบรรยายถึงการแต่งงานที่ถูกวางแผนไว้
They told him of the old woman.
พวกเขาเล่าเรื่องหญิงชราให้เขาฟัง
And they told him all about her Phakir-Chand.
และพวกเขาก็เล่าเรื่องของพาคีร์จันท์ให้เธอฟังทั้งหมด
They told him how he had impersonated him.
พวกเขาเล่าให้เขาฟังว่าเขาปลอมตัวเป็นเขาอย่างไร
And they told him how he freed the princess.
และพวกเขาก็เล่าให้เขาฟังว่าเขาสามารถปล่อยเจ้าหญิงได้อย่างไร
I don't need to tell you how grateful they were.
ฉันไม่จำเป็นต้องบอกคุณว่าพวกเขาขอบคุณขนาดไหน
The prince's friend truly was a good friend.
เพื่อนของเจ้าชายนั้นเป็นเพื่อนที่ดีจริงๆ
They thanked him in the warmest terms.
พวกเขากล่าวขอบคุณเขาด้วยถ้อยคำที่อบอุ่นที่สุด
And they vowed to always follow his counsel.
และพวกเขาก็ปฏิญาณว่าจะปฏิบัติตามคำแนะนำของเขาเสมอ

They were all resolved to return home.
ทุกคนต่างก็ตั้งใจที่จะกลับบ้าน
They wanted to return to their native country.
พวกเขาอยากกลับไปสู่บ้านเกิดเมืองนอนของตน
The king's son, the minister's son, and the princess.
พระราชโอรส พระราชโอรสเสนาบดี และเจ้าหญิง
They left the subterranean palace together.
พวกเขาออกจากพระราชวังใต้ดินพร้อมกัน
They lighted the passage with the snake-jewel.
พวกเขาจุดไฟให้ทางเดินด้วยอัญมณีแห่งงู
And they made their way to the upper world.
และพวกเขาก็มุ่งหน้าสู่โลกเบื้องบน
They had neither elephants nor horses waiting for them.
พวกเขาไม่มีช้างหรือม้าคอยอยู่

So they had no choice but to travel on foot.
ดังนั้นพวกเขาจึงไม่มีทางเลือกอื่นนอกจากต้องเดินทางด้วยการเดินเท้
า
The two friends had been bred in the lap of luxury.
เพื่อนทั้งสองได้รับการเลี้ยงดูมาในความหรูหรา
Both of them found walking troublesome.
ทั้งสองพบว่าการเดินเป็นเรื่องลำบาก
But the princess found it infinitely more troublesome.
แต่เจ้าหญิงกลับพบว่ามันยุ่งยากยิ่งกว่ามาก
She was used to even finer treatment.
เธอเคยชินกับการรักษาที่ละเอียดกว่านี้
The stones of the road were too rough for her.
หินบนถนนมันหยาบเกินไปสำหรับเธอ
And the rough stones wounded her tender feet.
และหินขรุขระก็ทำให้เท้าอันบอบบางของเธอได้รับบาดเจ็บ
Eventually her feet became very sore.
ในที่สุดเท้าของเธอก็เจ็บมาก
At times the king's son carried her on his shoulders.
บางครั้งพระโอรสของกษัตริย์ก็แบกนางไว้บนไหล่
The load he was carrying was of course lovely.
ภาระที่เขาแบกอยู่ก็น่ารักดี
But although lovely, she was heavy to carry.
ถึงแม้จะน่ารักแต่เธอก็หนักเกินกว่าจะอุ้ม
And she could not be carried a great distance.
และเธอไม่สามารถถูกพาไปไกลได้
And therefore she too had to walk often.
และเพราะเหตุนี้เธอจึงต้องเดินปอยเซ่นกัน
One evening they arrived beneath a tree.
เย็นวันหนึ่งพวกเขามาถึงใต้ต้นไม้ต้นหนึ่ง
There were no visible signs of human habitations.
ไม่ปรากฏร่องรอยการอยู่อาศัยของมนุษย์ให้เห็นเลย
So they decided to make the tree their sleeping place.
พวกเขาจึงตัดสินใจใช้ต้นไม้เป็นที่นอน
The prince's friend offered to keep guard.
เพื่อนของเจ้าชายเสนอตัวที่จะคอยเฝ้ายาม

"Both of you can go to sleep"
"พวกคุณทั้งสองไปนอนได้แล้ว"
"I will keep watch over you both tonight"
"ฉันจะคอยดูแลคุณทั้งสองคืนนี้"
"In order to prevent any danger"
"เพื่อป้องกันอันตรายใดๆ"
The royal couple soon dozed off.
คู่รักราชวงศ์ก็หลับไปในไม่ช้า
And they were locked in the arms of sleep.
และพวกเขาก็ถูกล็อคอยู่ในอ้อมแขนแห่งความหลับใหล
The faithful friend of the prince did not sleep.
เพื่อนที่ซื่อสัตย์ของเจ้าชายไม่ได้หลับใหล
He stayed awake and watched for danger.
เขาตื่นอยู่ตลอดและเฝ้าระวังอันตราย
It so happened they camped under a special tree.
บังเอิญพวกเขาได้ตั้งแคมป์อยู่ใต้ต้นไม้พิเศษต้นหนึ่ง
In the tree swung the nest of two birds.
บนต้นไม้มีรังนกสองตัว
The immortal birds Bihangama and Bihangami.
นกอมตะพิหังคามและพิหังกามิ
These birds were endowed with human speech.
นกเหล่านี้ได้รับอำนาจให้พูดได้เหมือนมนุษย์
And they could also see into the future.
และพวกเขายังสามารถมองเห็นอนาคตได้ด้วย
The minister's son listened to the bird's conversation.
ลูกชายรัฐมนตรีฟังบทสนทนาของนก
He was more than a little astonished at what he heard!
เขาประหลาดใจมากกับสิ่งที่ได้ยิน!
Bihangama: "The prince's friend risked his own life"
บิฮังกามะ: "เพื่อนเจ้าชายเสี่ยงชีวิตตัวเอง"
"He did everything for the safety of his friend"
"เขาทำทุกอย่างเพื่อความปลอดภัยของเพื่อนเขา"
"But more dangers will befall the king's son"
"แต่จะมีอันตรายมากขึ้นแก่โอรสของกษัตริย์"
"And he will find it difficult to save the prince"

“และเขาจะพบว่ามันยากที่จะช่วยเจ้าชาย”
Bihangami: “Why is that?”
บิฮังกามิ: “ทำไมล่ะ?”
Bihangama: “Many dangers await the king’s son”
บิหังกามะ: “มีอันตรายมากมายรอราชโอรสอยู่”
“The prince’s father will hear of his son's approach”
“พ่อของเจ้าชายจะได้ยินข่าวการมาถึงของลูกชายของเขา”
“He will send for him an elephant and some horses”
“พระองค์จะส่งช้างและม้าไปหาเขา”
“And he will arrange attendants to meet him”
“แล้วเขาจะจัดคนมาต้อนรับเขา”
“The king's son will ride the elephant”
“พระราชโอรสจะทรงขี่ช้าง”
“But he will fall from the back of the elephant”
“แต่เขาจะตกจากหลังช้าง”
“And he will die from his fall from the elephant”
“แล้วเขาจะตายเพราะตกช้าง”
Bihangami: “But suppose someone prevented this?”
บิฮังกามิ: “แต่สมมติว่ามีใครมาขัดขวางเรื่องนี้ล่ะ?”
“Suppose the king’s son is not going to ride on the elephant”
“สมมุติว่าพระราชโอรสไม่ทรงขี่ช้าง”
“What might happen if he rides on a horse instead?”
“ถ้าเขาขี่ม้าแทนจะเกิดอะไรขึ้น?”
“Will he not in that case be saved?”
“ถ้าอย่างนั้นเขาจะไม่รอดหรือ?”
Bihangama: “Yes, in that case he would escape that fate”
บิหังกามะ: “ใช่ ในกรณีนั้นเขาจะหนีพ้นชะตากรรมนั้นได้”
“But then a fresh danger would await him”
“แต่แล้วอันตรายครั้งใหม่ก็กำลังรอเขาอยู่”
“When the king’s son is in sight of his father’s palace”
“เมื่อพระราชโอรสอยู่ตรงหน้าพระราชวังของพระราชบิดา”
“When he is in the act of passing through the lion-gate”

"ขณะที่พระองค์กำลังเสด็จผ่านประตูสิงโต"

"In that moment the lion-gate will fall upon him"

"เมื่อถึงตอนนั้น ประตูสิงโตจะถล่มลงมาทับเขา"

"And the stones will crush him to death"

"และก้อนหินจะทับเขาจนตาย"

Bihangami: "But suppose someone gets there first"

บิฮังกามี: "แต่สมมติว่ามีคนไปถึงที่นั่นก่อน"

"Suppose someone destroys the lion-gate"

"สมมุติว่ามีคนทำลายประตูสิงโต"

"If that happens the king's son couldn't go through the lion-gate"

"ถ้าเป็นอย่างนั้น ราชโอรสก็ไม่สามารถผ่านประตูสิงโตได้"

"Will not the king's son in that case be saved?"

"ในกรณีนั้น ราชโอรสจะไม่รอดหรือ?"

Bihangama: "Yes, in that case he would escape his fate"

บิหังกามะ: "ใช่แล้ว ในกรณีนั้นเขาจะหนีจากชะตากรรมของเขาได้"

"But then a fresh danger would await him"

"แต่แล้วอันตรายครั้งใหม่ก็กำลังรอเขาอยู่"

"When the king's son reaches the palace"

"เมื่อพระราชโอรสเสด็จถึงพระราชวัง"

"When he sits at a feast prepared for him"

"เมื่อเขานั่งในงานฉลองที่จัดไว้ให้เขา"

"The head of a fish will be cooked for him"

"หัวปลาจะถูกปรุงให้เขา"

"He will put into his mouth the head of the fish"

"เขาจะเอาหัวปลาเข้าปากเขา"

"But the head of the fish will stick in his throat"

"แต่หัวปลาจะติดคอ"

"And he will choke to death on the head of the fish"

"แล้วเขาจะสำลักหัวปลาจนตาย"

Bihangami: "But suppose someone snatches the fish"

บิฮังกามิ: "แต่สมมุติว่ามีใครมาแย่งปลาไป"

"Suppose someone takes the head of the fish from his plate"

"ลองนึกภาพว่ามีคนหยิบหัวปลาออกจากจานของเขา"

"Suppose he can't put the fish's head in his mouth"

"สมมุติว่าเขาไม่สามารถเอาหัวปลาเข้าปากได้"

"Will not the king's son in that case be saved?"

"ในกรณีนั้น ราชโอรสจะไม่รอดหรือ?"

Bihangama: **"Yes, in that case he will escape his fate"**

บิหังกามะ: "ใช่แล้ว ในกรณีนั้นเขาจะหนีพ้นชะตากรรมของเขาได้"

"But a fresh danger would await him"

"แต่จะมีอันตรายใหม่รอเขาอยู่"

"When the prince and princess retire after dinner"

"เมื่อเจ้าชายและเจ้าหญิงเข้านอนหลังอาหารค่ำ"

"When they go into their sleeping apartment"

"เมื่อพวกเขาเข้าไปในห้องพักของพวกเขา"

"They will lie together in bed"

"พวกเขาจะนอนด้วยกันบนเตียง "

"A terrible cobra will come into the room"

"งูเห่าตัวร้ายจะเข้ามาในห้อง"

"And the cobra will bite the king's son to death"

"และงูเห่าจะกัดลูกชายของกษัตริย์จนตาย"

Bihangami: **"But suppose someone was in the room"**

บิฮังกามิ: "แต่สมมุติว่ามีใครอยู่ในห้อง"

"Suppose this person was waiting for the snake"

"สมมุติว่าคนนี้กำลังรองูอยู่"

"And suppose that this person cuts the snake into pieces"

"แล้วสมมุติว่าคนนี้ตัดงูเป็นชิ้นๆ"

"Will not the king's son in that case be saved?"

"ในกรณีนั้น ราชโอรสจะไม่รอดหรือ?"

Bihangama: **"Yes, in that case he will escape his fate"**

บิหังกามะ: "ใช่แล้ว ในกรณีนั้นเขาจะหนีพ้นชะตากรรมของเขาได้"

"In that case the life of the king's son will be saved"

"ถ้าอย่างนั้นชีวิตของพระราชโอรสก็จะรอด"

"But he who saves him can't repeat these words"

"แต่ผู้ที่ช่วยเขาไว้ไม่สามารถพูดคำเหล่านี้ซ้ำอีกได้"

"If he tells his secret he will be turned into marble"
"ถ้าเขาบอกความลับของเขา เขาจะถูกแปลงร่างเป็นหินอ่อน"
Bihangami: "Can the statue be returned to life?"
บิฮังกามี: "รูปปั้นนี้จะสามารถกลับมามีชีวิตอีกครั้งได้หรือไม่?"
Bihangama: "Yes, the marble statue can be restored to life"
บิฮังกามะ: "ใช่แล้ว รูปปั้นหินอ่อนสามารถฟื้นคืนชีพได้"
"The princess will give birth to a child"
"เจ้าหญิงจะทรงให้กำเนิดบุตร"
"They must wash the statue with the blood of the infant"
"พวกเขาต้องล้างรูปปั้นด้วยเลือดของทารก"
The prophetical birds had spoken until that point.
นกทำนายได้พูดมาจนถึงจุดนั้น
But then they were interrupted by the craw of crows.
แต่แล้วก็ถูกขัดจังหวะด้วยเสียงกาเหว่าร้อง
The eastern sky tinted in a reddish hue.
ท้องฟ้าทางทิศตะวันออกมีสีออกแดง
And the travelers beneath the tree bestirred themselves.
และนักเดินทางที่อยู่ใต้ต้นไม้ก็ขยับตัวกัน
The prophetic conversation came to an end.
บทสนทนาเชิงทำนายก็สิ้นสุดลง
But the prince's friend had heard everything.
แต่เพื่อนของเจ้าชายได้ยินทุกอย่าง

The next morning they continued their journey.
เช้าวันรุ่งขึ้นพวกเขาก็เดินทางต่อไป
The prince, the princess, and the prince's friend.
เจ้าชาย เจ้าหญิง และเพื่อนเจ้าชาย
Soon they met the king's procession.
ในไม่ช้าพวกเขาก็พบกับขบวนแห่ของกษัตริย์
There was an elephant, a horse, and a palki.
มีช้าง ม้า และปาลกี
And there was a large number of attendants.
และมีผู้มาร่วมงานเป็นจำนวนมาก
These animals and men had been sent by the king.
สัตว์และคนเหล่านี้ถูกกษัตริย์ส่งมา

The king heard his son was with his friend.
กษัตริย์ได้ยินว่าลูกชายของเขาอยู่กับเพื่อนของเขา
And he had heard that his son had married.
และเขาได้ยินมาว่าลูกชายของเขาแต่งงานแล้ว
And he heard they were not far from the capital.
และเขาได้ยินมาว่าพวกเขาไม่ไกลจากเมืองหลวง
The elephant had been richly caparisoned.
ช้างตัวนั้นถูกประดับตกแต่งอย่างวิจิตรงดงาม
The elephant was intended for the prince.
ช้างตัวนี้ตั้งใจไว้สำหรับเจ้าชาย
The framework of the palki was of silver.
โครงสร้างของปัลกีทำด้วยเงิน
The palki was meant for the princess.
ปาลกีนั้นถูกสร้างขึ้นมาเพื่อเจ้าหญิง
And the horse was for the prince's friend.
และม้าก็เพื่อ เพื่อนของเจ้า ชาย
The prince was about to mount on the elephant.
เจ้าชายกำลังจะขึ้นช้าง
But then his friend spoke to him.
แต่แล้วเพื่อนของเขาก็พูดกับเขา
"Allow me to ride on the elephant, please"
"ขออนุญาตขี่ช้างนะครับ"
"And you can ride back on horseback"
"แล้วคุณก็สามารถขี่ม้ากลับได้"
The prince was not a little surprised.
เจ้าชายไม่แปลกใจเลยสักนิด
The proposal had been made in a very cold manner.
ข้อเสนอนี้ถูกเสนอมาด้วยท่าทีเย็นชาอย่างมาก
Maybe his friend felt a little too entitled.
บางทีเพื่อนของเขาอาจรู้สึกว่าตนมีสิทธิ์มากเกินไป
And the king's son was slightly annoyed.
ส่วนพระราชโอรสก็เกิดความไม่พอใจเล็กน้อย
But he remembered what his friend had done for him.
แต่เขาจำได้ว่าเพื่อนของเขาทำอะไรเพื่อเขา
And he remembered how he saved the princess.

และเขาจำได้ว่าเขาช่วยเจ้าหญิงไว้ได้อย่างไร
So he mounted the horse without objecting.
แล้วเขาก็ขึ้นม้าไปโดยไม่คัดค้าน
But his mind became somewhat alienated from him.
แต่จิตใจของเขากลับเริ่มห่างเหินจากเขาไปบ้าง
The procession towards the capital started again.
ขบวนแห่เข้าสู่เมืองหลวงได้เริ่มต้นอีกครั้ง
After some time they came in sight of the palace.
เมื่อผ่านไประยะหนึ่งพวกเขาก็มองเห็นพระราชวัง
The lion-gate had been gaily adorned.
ประตูสิงโตได้รับการตกแต่งอย่างสวยงาม
There was a grand reception for the prince.
มีงานเลี้ยงรับรองเจ้าชายอย่างยิ่งใหญ่
And the princess was equally anticipated.
และเจ้าหญิงก็ได้รับการคาดหวังเช่นเดียวกัน
But the prince's friend seemed to have an objection.
แต่เพื่อนของเจ้าชายดูเหมือนจะมีข้อโต้แย้ง
"I want the lion-gate to be broken down"
"ฉันอยากให้ประตูสิงโตพังทลายลง"
The prince was astounded at the proposal.
เจ้าชายทรงตกตะลึงกับข้อเสนอนี้
The request was very out of the ordinary.
คำขอดังกล่าวไม่ธรรมดาเลย
And he had given no reason for his demand.
และเขาไม่ได้ให้เหตุผลใดๆ สำหรับการเรียกร้องของเขา
But he remembered all his friend had done for him.
แต่เขาจำได้ทุกสิ่งที่เพื่อนของเขาทำเพื่อเขา
And he remembered how he saved the princess.
และเขาจำได้ว่าเขาช่วยเจ้าหญิงไว้ได้อย่างไร
So he complied with the wish of his friend.
เขาจึงทำตามความปรารถนาของเพื่อนของเขา
And the beautiful lion-gate was torn down.
และประตูสิงโตอันงดงามก็ถูกทำลายลง
But his mind became even more estranged from him.
แต่จิตใจของเขากลับแปลกแยกจากเขาเพิ่มมากขึ้น

The procession now went into the palace.
ขบวนแห่เข้าสู่พระราชวังแล้ว
The king gave a warm reception to his son.
กษัตริย์ทรงต้อนรับพระราชโอรสของพระองค์อย่างอบอุ่น
He welcomed his daughter-in-law equally warmly.
เขาต้อนรับลูกสะใภ้ของเขาอย่างอบอุ่นเช่นกัน
And he was very pleased to see the prince's friend.
และเขาดีใจมากที่ได้พบกับเพื่อนของเจ้าชาย
The story of their adventures was related.
เรื่องราวการผจญภัยของพวกเขาถูกเล่าขาน
The king expressed great astonishment at the tale.
กษัตริย์ทรงมีพระอัศจรรย์ใจอย่างยิ่งในเรื่องราวดังกล่าว
And his courtiers were equally impressed.
และข้าราชบริพารของเขาก็ประทับใจไม่แพ้กัน
All praised the minister's son's devotion.
ทุกคนต่างชื่นชมความทุ่มเทของลูกชายรัฐมนตรี
And the ladies of the palace praised the princess.
และบรรดานางในพระราชวังก็สรรเสริญเจ้าหญิง
The connoisseurs of beauty praised the princess.
บรรดาผู้ชื่นชอบความงามต่างยกย่องเจ้าหญิง
Her complexion was a mixture of milk and vermilion.
ผิวของเธอเป็นสีผสมระหว่างน้ำนมและสีแดงชาด
Her neck was like that of a swan.
คอของเธอมีรูปร่างเหมือนคอหงส์
Her eyes were like those of a gazelle.
ดวงตาของเธอเหมือนกับดวงตาของละมั่ง
Her lips were as red as the berry bimba.
ริมฝีปากของเธอแดงราวกับเบอร์รี่บิมบา
Her cheeks were as lovely as they could be.
แก้มของเธอช่างน่ารักเหลือเกิน
And her nose was straight and high.
และจมูกของเธอก็ตรงและสูง
Her hair reached down to her ankles.
ผมของเธอยาวถึงข้อเท้า
Her walk was as graceful as that of a young elephant.

การเดินของเธอสง่างามเหมือนช้างหนุ่ม
The princess whom destiny had brought to them.
เจ้าหญิงผู้ซึ่งโชคชะตาได้นำพามาให้พวกเขา
They sat around her wanting to know everything.
พวกเขานั่งอยู่รอบ ๆ เธอโดยอยากรู้ทุกสิ่งทุกอย่าง
And they put to her a thousand questions.
และพวกเขาถามเธอถึงคำถามนับพันข้อ
They asked her about her parents.
พวกเขาถามเธอเกี่ยวกับพ่อแม่ของเธอ
They asked her about the subterranean palace.
พวกเขาถามเธอเกี่ยวกับพระราชวังใต้ดิน
And they asked her all about the serpent.
และพวกเขาก็ถามเธอเกี่ยวกับเรื่องงู
The serpent which had killed all her relatives.
งูที่ฆ่าญาติพี่น้องของเธอทั้งหมด
Soon it was time for the new arrivals to dine.
ในไม่ช้าก็ถึงเวลาที่ผู้มาใหม่จะต้องรับประทานอาหารเย็น
The dinner was served up in dishes of gold.
อาหารเย็นเสิร์ฟมาในจานทองคำ
All sorts of delicacies were on the table.
มีอาหารอันโอชะมากมายวางอยู่บนโต๊ะ
The most conspicuous dish was the head of a rohita fish.
เมนูที่โดดเด่นที่สุดคือหัวปลาโรหิตา
The large fish's head was placed in a golden cup.
หัวปลาใหญ่ถูกวางลงในถ้วยทองคำ
And the cup was placed near the prince's plate.
และถ้วยนั้นก็ถูกวางไว้ใกล้จานของเจ้าชาย
All were eating and retelling the adventure.
ทุกคนกำลังรับประทานอาหารและเล่าเรื่องราวการผจญภัย
And suddenly the prince's friend snatched the head.
แล้วจู่ๆเพื่อนเจ้าชายก็คว้าหัวไป
He took the fish's head from the prince's plate.
เขาหยิบหัวปลาจากจานของเจ้าชาย
"Let me, prince, eat this rohita's head"
"ขอให้ข้าได้กินหัวของโรหิตาคนนี้เถิด เจ้าชาย"

The king's son was quite indignant.
พระราชโอรสมีพระพิโรธมาก
But he remembered all his friend had done for him.
แต่เขาจำได้ทุกสิ่งที่เพื่อนของเขาทำเพื่อเขา
And he remembered how he saved the princess.
และเขาจำได้ว่าเขาช่วยเจ้าหญิงไว้ได้อย่างไร
And so he made no objection to the request.
และเขาจึงไม่คัดค้านคำร้องดังกล่าว
But he could not hide his terrible rage.
แต่เขาไม่สามารถซ่อนความโกรธอันเลวร้ายของเขาได้
Of course the prince's friend noticed this.
แน่นอนว่าเพื่อนของเจ้าชายสังเกตเห็นเรื่องนี้
But there was nothing else he could have done.
แต่ไม่มีอะไรอื่นที่เขาสามารถทำได้อีกแล้ว
His conduct, however strange, was necessary.
การกระทำของเขาแม้จะแปลกแต่ก็มีความจำเป็น
It was for the safety of his friend's life.
มันเป็นเพื่อความปลอดภัยของชีวิตเพื่อนเขา
Nor could he tell his friend the reason.
เขาไม่สามารถบอกเหตุผลให้เพื่อนของเขาทราบได้
Else he would be transformed into a marble statue.
ไม่เช่นนั้นเขาจะถูกแปลงร่างเป็นรูปปั้นหินอ่อน
Soon the dinner was going to be over.
อีกไม่นานอาหารเย็นก็จะเสร็จ
The prince's friend had one more request.
เพื่อนของเจ้าชายยังขออีกเรื่องหนึ่ง
The two friends had spent every night together.
เพื่อนทั้งสองใช้เวลาร่วมกันทุกคืน
But tonight he wanted to go to his own house.
แต่คืนนี้เขาอยากไปบ้านของตัวเอง
The prince was also shocked at his strange conduct.
เจ้าชายยังตกตะลึงกับพฤติกรรมแปลก ๆ ของเขาด้วย
But he remembered all his friend had done for him.
แต่เขาจำได้ทุกสิ่งที่เพื่อนของเขาทำเพื่อเขา
And he remembered how he saved the princess.

และเขาจำได้ว่าเขาช่วยเจ้าหญิงไว้ได้อย่างไร
And he also agreed to this request of his friend.
และเขาก็ตกลงตามคำขอของเพื่อนของเขาด้วย
The prince's friend, however, had other plans.
อย่างไรก็ตาม เพื่อนของเจ้าชายมีแผนอื่น
He had no intentions of going to his own house.
เขาไม่มีความตั้งใจที่จะไปบ้านของตัวเอง
He was resolved to avert the last peril.
เขาตั้งใจที่จะหลีกเลี่ยงอันตรายครั้งสุดท้าย
The last thing to threaten the life of his friend.
สิ่งสุดท้ายที่จะคุกคามชีวิตเพื่อนของเขา
Accordingly, he took a sword into his hand.
เขาจึงหยิบดาบขึ้นมาถือไว้ในมือ
And he stealthily entered the royal room.
และเขาก็เข้าไปในห้องพระราชพิธีอย่างเงียบๆ
The room of the prince and the princess.
ห้องของเจ้าชายและเจ้าหญิง
He ensconced himself under the bedstead.
เขานั่งพักอยู่ใต้เตียง
The bed was furnished with mattresses of down.
เตียงนอนมีที่นอนที่ทำจากขนเป็ด
The mosquito curtains were of the richest silk.
ม่านกันยุงทำด้วยผ้าไหมที่อุดมสมบูรณ์ที่สุด
And all the bedding was laced with gold.
และเครื่องนอนทั้งหมดก็ตกแต่งด้วยทอง
Soon the prince and princess came into the bedroom.
ในไม่ช้าเจ้าชายและเจ้าหญิงก็เข้ามาในห้องนอน
They undressed themselves and went to bed.
พวกเขาถอดเสื้อผ้าแล้วเข้านอน
And soon the royal couple were asleep.
และในไม่ช้าคู่รักราชวงศ์ก็หลับไป
At midnight he heard the slithering of a snake.
เมื่อถึงเวลาเที่ยงคืน เขาได้ยินเสียงงูเลื้อย
The sound was coming from a water passage.
เสียงนั้นมาจากทางน้ำ

A snake of gigantic size entered the room.
งูตัวใหญ่ยักษ์เข้ามาในห้อง
The serpent climbed up the frame of the bed.
งูไต่ขึ้นไปบนโครงเตียง
The minister's son rushed out with the sword.
ลูกชายรัฐมนตรีรีบวิ่งออกไปพร้อมดาบ
And he killed the serpent with one blow.
และท่านก็ฆ่างูนั้นได้ด้วยการฟาดเพียงครั้งเดียว
And then he cut the snake into smaller pieces.
จากนั้นเขาก็ตัดงูให้เป็นชิ้นเล็ก ๆ
He put the pieces in the dish for holding betel-leaves.
เขาเอาชิ้นส่วนเหล่านั้นใส่ไว้ในถาดใส่ใบพลู
But as he did this, he spilled a drop of blood.
แต่ขณะที่เขาทำเช่นนี้ เขาก็หกเลือดออกมาหยดหนึ่ง
The drop of blood fell on the breast of the princess.
เลือดหยดหนึ่งตกลงบนหน้าอกของเจ้าหญิง
Because the mosquito curtains had not been let down.
เพราะไม่ได้เปิดม่านกันยุงลงมา
He worried for the health of the princess.
เขาเป็นห่วงเรื่องสุขภาพของเจ้าหญิง
The blood might be of some sort of poison.
เลือดนั้นอาจมีพิษบางชนิด
So he resolved to lick up the blood.
เขาจึงตัดสินใจเลียเลือดเสีย
But he could not look at the naked princess.
แต่เขาไม่สามารถมองดูเจ้าหญิงเปลือยได้
It would have been a great sin.
มันคงเป็นบาปใหญ่
So he blindfolded himself with seven-fold cloth.
แล้วเขาก็เอาผ้าเจ็ดชั้นปิดตาตัวเอง
And he licked off the drop of blood.
แล้วเขาก็เลียหยดเลือดออกไป
But just at this time the princess awoke.
แต่ในขณะนั้นเองเจ้าหญิงก็ตื่นขึ้น
Her scream roused her husband from his sleep.

เสียงกรีดร้องของเธอทำให้สามีของเธอตื่นจากการนอนหลับ
And he could not believe what he was seeing.
และเขาไม่สามารถเชื่อสิ่งที่เขาเห็นได้
The prince fell into a great rage.
เจ้าชายทรงมีพระพิโรธมาก
And he was prepared to kill his friend.
และเขาเตรียมที่จะฆ่าเพื่อนของเขา
But he gave his friend a chance to speak.
แต่เขาให้โอกาสเพื่อนของเขาได้พูด
"Please, my friend, restrain your anger"
"ได้โปรดระงับความโกรธเถิดเพื่อนเอ๋ย"
"I have done this only to save your life"
"ฉันทำแบบนี้เพียงเพื่อช่วยชีวิตคุณเท่านั้น"
The prince was more confused than before.
เจ้าชายทรงสับสนยิ่งกว่าเดิม
"I do not understand what you mean"
"ฉันไม่เข้าใจว่าคุณกำลังหมายถึงอะไร"
"From the time we came out of the subterranean palace"
"ตั้งแต่เราออกมาจากพระราชวังใต้ดิน"
"You have been behaving in a most extraordinary way"
"คุณได้ประพฤติตนในทางที่พิเศษมาก"
"First, you insisted on riding my elephant"
"ก่อนอื่นคุณยืนกรานที่จะขี่ช้างของฉัน"
"The elephant my father had sent for me"
"ช้างที่พ่อส่งมาให้ฉัน"
"I thought it was vain of you to ask"
"ฉันคิดว่าคุณคงไม่มีประโยชน์ที่จะถาม"
"But I remembered what you had done for me"
"แต่ฉันจำได้ว่าคุณทำอะไรเพื่อฉัน"
"And I decided to let the matter pass"
"แล้วฉันก็ตัดสินใจที่จะปล่อยให้เรื่องนี้ผ่านไป"
"And instead I rode back on horseback"
"แล้วฉันก็ขี่ม้ากลับ"
"Secondly, you insisted on destroying the lion-gate"

ประการที่สอง คุณยืนกรานที่จะทำลายประตูสิงโต

"The lion-gate my father had adorned for me"

"ประตูสิงโตที่พ่อของฉันได้ตกแต่งไว้ให้ฉัน"

"I thought it was strange of you to ask"

"ฉันคิดว่าคุณถามแปลก"

"But I remembered what you had done for me"

"แต่ฉันจำได้ว่าคุณทำอะไรเพื่อฉัน"

"And I decided to let the matter pass"

"แล้วฉันก็ตัดสินใจที่จะปล่อยให้เรื่องนี้ผ่านไป"

"And I had the lion-gate destroyed"

"และฉันได้ทำลายประตูสิงโตเสียแล้ว"

"Thirdly, at dinner you behaved most shamefully"

"ประการที่สาม ในงานเลี้ยงอาหารค่ำ คุณประพฤติตัวน่าละอายที่สุด"

"You snatched the rohita's head from my plate"

"คุณแย่งหัวโรหิตาไปจากจานของฉัน"

"And you insisted on eating the fish head"

"แล้วคุณยังยืนกรานจะกินหัวปลาอีก"

"I thought you felt too entitled"

"ฉันคิดว่าคุณรู้สึกว่าตัวเองมีสิทธิ์มากเกินไป"

"But I remembered what you had done for me"

"แต่ฉันจำได้ว่าคุณทำอะไรเพื่อฉัน"

"So I decided to let the matter pass"

"ฉันจึงตัดสินใจปล่อยให้เรื่องนี้ผ่านไป"

"You then pretended that you were going home"

"แล้วคุณก็แกล้งทำเป็นว่ากำลังจะกลับบ้าน"

"And I was very glad you were going home"

"และฉันก็ดีใจมากที่คุณจะกลับบ้าน"

"Because you had made yourself very disagreeable"

"เพราะคุณทำให้ตัวเองไม่น่าพอใจเลย"

"And now you are actually in my bedroom"

"แล้วตอนนี้คุณก็อยู่ในห้องนอนของฉันแล้ว"

"You are bending over the naked bosom of my wife"

"คุณกำลังก้มลงเหนือหน้าอกอันเปลือยเปล่าของภรรยาฉัน"

"You must have had some evil plan"
"คุณต้องมีแผนชั่วร้ายบางอย่าง"
"And now you pretend you are saving my life"
"แล้วตอนนี้คุณแสร้งทำเป็นว่าคุณกำลังช่วยชีวิตฉันอยู่"
"But I don't believe you want to save my life"
"แต่ฉันไม่เชื่อว่าคุณต้องการช่วยชีวิตฉัน"
"I believe you want to destroy my wife's chastity"
"ฉันเชื่อว่าคุณต้องการทำลายความบริสุทธิ์ของภรรยาฉัน"
The prince's friend knew how things looked.
เพื่อนของเจ้าชายรู้ว่าสิ่งต่างๆ ดูเป็นอย่างไร
"Oh, do not harbor such thoughts in your mind"
"โอ้ อย่าเก็บความคิดเช่นนั้นไว้ในใจเลย"
"Please do not think badly against me"
"อย่าคิดร้ายต่อฉันเลย"
"The gods know what I have done"
"พระเจ้ารู้ว่าฉันทำอะไรลงไป"
"They know I did it to save your life"
"พวกเขารู้ว่าฉันทำเพื่อช่วยชีวิตคุณ"
"You would see the reasonableness of my conduct"
"ท่านคงเห็นความเหมาะสมในการประพฤติของฉัน"
"But I don't have liberty to state my reasons"
"แต่ฉันไม่มีอิสระที่จะระบุเหตุผลของฉัน"
The prince asked him to explain himself.
เจ้าชายทรงขอให้เขาอธิบาย
"And why are you not at liberty?"
"แล้วทำไมคุณถึงไม่มีอิสระล่ะ?"
"Who has put a seal upon your mouth?"
"ใครเป็นผู้ประทับตราบนปากของคุณ?"
And the prince's friend answered.
และเพื่อนของเจ้าชายก็ตอบกลับ
"Destiny has put a seal upon my mouth"
"โชคชะตาได้ประทับตราลงบนปากของฉันแล้ว"
"If I told you, I would be transformed into marble"
"ถ้าฉันบอกคุณ ฉันคงกลายเป็นหินอ่อนไปแล้ว"

The prince grew angrier with his friend.

เจ้าชายก็ยิ่งโกรธเพื่อนของเขามากขึ้น

"You should be transformed into a marble statue!"

"คุณควรจะแปลงร่างเป็นรูปปั้นหินอ่อนได้แล้ว!"

"You must take me to be a simpleton"

"คุณคงคิดว่าฉันเป็นคนโง่"

"You can't expect me to believe this nonsense"

"คุณไม่สามารถคาดหวังให้ฉันเชื่อเรื่องไร้สาระนี้ได้"

The minister's son made one last request.

บุตรชายรัฐมนตรีได้ขอร้องครั้งสุดท้าย

"Do you wish me then, friend, for me to tell you?

"แล้วท่านต้องการให้ฉันบอกท่านไหมเพื่อน?

"You would make your friend turn into stone?"

"คุณจะทำให้เพื่อนของคุณกลายเป็นหินใช่ไหม?"

The prince wanted to hear the reason.

เจ้าชายอยากฟังเหตุผล

He did not care about the consequences.

เขาไม่สนใจผลที่จะตามมา

"Tell me, or else you are a dead man"

"บอกฉันมา ไม่งั้นคุณคงตายไปแล้ว"

The prince's friend wanted to clear his name.

เพื่อนของเจ้าชายต้องการล้างมลทินให้กับเขา

He wanted no foul accusations brought against him.

เขาไม่ต้องการให้มีการตั้งข้อกล่าวหาที่ไม่เป็นธรรมต่อเขา

And he deemed it his duty to reveal the secret.

และเขาถือเป็นหน้าที่ของเขาที่จะเปิดเผยความลับนี้

Even if this would put his life at risk.

แม้ว่าสิ่งนี้จะทำให้ชีวิตของเขาตกอยู่ในความเสี่ยงก็ตาม

He again warned the prince not to ask him.

พระองค์ทรงเตือนเจ้าชายอีกว่าอย่าถามเขา

But the prince remained inexorable.

แต่เจ้าชายยังคงไม่ยอมแพ้

The prince's friend then told him his secret.

จากนั้นเพื่อนของเจ้าชายก็บอกความลับของเขาให้เขาฟัง

"While sleeping under a lofty tree one night"

“คืนหนึ่งขณะนอนหลับอยู่ใต้ต้นไม้สูง”
“I overheard a conversation between two birds.
“ฉันได้ยินการสนทนาระหว่างนกสองตัว
“The prophesizing birds Bihangama and Bihangami”
“นกทำนายพิหังคามและพิหังคามี”
“Bihangama predicted all the dangers in your life”
“ปิหังกามะทำนายถึงอันตรายทั้งปวงในชีวิตคุณ”
“First the bird predicted your father would send an elephant”
“นกทำนายว่าพ่อของคุณจะส่งช้างมา”
“The bird said you would fall from the elephant”
นกบอกว่าคุณจะตกจากช้าง
“And the bird said you would die from the fall”
“และนกก็บอกว่าคุณจะตายเพราะตก”
At this point the minister's son's legs turned to stone.
เมื่อถึงจุดนี้ ขาของลูกชายรัฐมนตรีก็กลายเป็นหิน
“See? my legs have already turned to stone”
“เห็นไหม ขาฉันกลายเป็นหินไปแล้ว”
“Go on with your story,” said the prince.
“จงเล่าเรื่องของคุณต่อไป” เจ้าชายกล่าว
And the prince's friend continued the story.
และเพื่อนของเจ้าชายก็เล่าเรื่องต่อ
“The bird said the lion-gate would be gaily decorated”
“นกบอกว่าประตูสิงโตจะได้รับการตกแต่งอย่างงดงาม”
“And the bird said the lion-gate would collapse on you”
“และนกก็บอกว่าประตูสิงโตจะพังลงมาทับคุณ”
“If the lion-gate had fallen on you, you would have died”
“ถ้าประตูสิงโตล้มทับคุณ คุณคงตายไปแล้ว”
At this point the minister's son's torso turned to stone.
เมื่อถึงจุดนี้ ร่างของลูกชายรัฐมนตรีก็กลายเป็นหิน
But the prince insisted the minister's son continues.
แต่เจ้าชายทรงยืนกรานว่าลูกชายรัฐมนตรีควรดำรงตำแหน่งต่อไป
“Go on with your story,” said the prince.
“จงเล่าเรื่องของคุณต่อไป” เจ้าชายกล่าว

"The bird said there would be the head of a fish"
นกบอกว่าจะมีหัวปลา
"And the bird predicted you would choke on the fish"
"แล้วนกก็ทำนายว่าคุณจะสำลักปลา"
Now his head was the only thing not of stone.
ตอนนี้หัวของเขาเป็นสิ่งเดียวที่ไม่ใช่หิน
"See? my whole body has turned to stone"
"เห็นไหม ร่างกายของฉันกลายเป็นหินไปหมดแล้ว"
"If I continue, I will become a man of stone"
"ถ้าข้ายังดำเนินต่อไป ข้าจะกลายเป็นคนหิน"
"Do you wish me to tell the rest"
"คุณอยากให้ฉันเล่าเรื่องที่เหลือไหม"
"Go on with your story," said the prince.
"จงเล่าเรื่องของคุณต่อไป" เจ้าชายกล่าว
"Very well, I will go on to the end"
"เอาล่ะ ฉันจะไปต่อให้จบ"
"But you may repent after I tell you"
"แต่เจ้าอาจกลับใจได้หลังจากที่ฉันบอกเจ้าแล้ว"
"And you may wish to restore me to life"
"และท่านอาจปรารถนาที่จะคืนชีวิตให้แก่ข้าพเจ้า"
"I will tell you how to reverse the spell"
"ฉันจะบอกวิธีกลับคำสาปให้คุณฟัง"
"In a few months the princess will bear a child"
"อีกไม่กี่เดือนเจ้าหญิงก็จะให้กำเนิดบุตร"
"Wait for the birth of the child"
"รอจนกว่าลูกจะเกิด"
"Besmear my statue with the infant's blood"
"จงเอาเลือดทารกไปเปื้อนรูปปั้นของข้า"
"Only then will I be restored back to life"
"เมื่อนั้นเท่านั้นฉันจึงจะกลับคืนสู่ชีวิตอีกครั้ง"
The last word left his lips, and he turned to stone.
เมื่อคำพูดสุดท้ายหลุดออกจากริมฝีปากของเขา เขาก็กลายเป็นหิน
The princess jumped out of bed.
เจ้าหญิงกระโดดออกจากเตียง

She opened the vessel for betel-leaves and spices.
นางเปิดภาชนะใส่ใบพลูและเครื่องเทศ
And she saw the pieces of a serpent.
และนางก็เห็นเศษซากของงู
The prince and the princess were now convinced.
ตอนนี้เจ้าชายและเจ้าหญิงก็มั่นใจแล้ว
They saw the good faith of their departed friend.
พวกเขาได้เห็นความจริงใจของเพื่อนผู้ล่วงลับของพวกเขา
They saw the benevolence of his actions.
พวกเขาเห็นความเมตตากรุณาจากการกระทำของเขา
They went to the marble statue.
พวกเขาเดินไปยังรูปปั้นหินอ่อน
But the statue of their friend was lifeless.
แต่รูปปั้นของเพื่อนพวกเขากลับไม่มีชีวิตชีวา
They let out a loud cry of lamentation.
พวกเขาส่งเสียงร้องคร่ำครวญอย่างดัง
But their cries were to no purpose.
แต่เสียงร้องของพวกเขาก็ไร้ประโยชน์
Because the statue was not moved by tears.
เพราะองค์พระไม่สะเทือนใจด้วยน้ำตา
The prince and princess knew what they had to do.
เจ้าชายและเจ้าหญิงทรงทราบว่าพวกเขาจะต้องทำอะไร
They concealed the marble figure in a safe place.
พวกเขาซ่อนรูปหินอ่อนไว้ในที่ปลอดภัย
And they waited for the birth of their child.
และพวกเขาก็รอคอยการเกิดของลูกของพวกเขา
In process of time the hour came.
เมื่อกาลเวลาผ่านไปก็มาถึงชั่วโมง
The princess's travail had arrived.
ความยากลำบากของเจ้าหญิงได้มาถึงแล้ว
The princess bore a beautiful boy.
เจ้าหญิงทรงมีบุตรชายที่งดงาม
The child was the perfect image of his mother.
เด็กคนนี้มีภาพลักษณ์ที่สมบูรณ์แบบของแม่ของเขา
The beauty of their child was striking.

ความงามของลูกน้อยของพวกเขาช่างโดดเด่น
And they were in awe of him.
และพวกเขาก็เกรงขามเขา
They would have spared his life.
พวกเขาคงจะละเว้นชีวิตของเขา
But they remembered their best friend.
แต่พวกเขายังจำเพื่อนที่ดีที่สุดของพวกเขาได้
They remembered all he had done for them.
พวกเขาจดจำทุกสิ่งที่เขาทำเพื่อพวกเขา
But now he was a lifeless stone.
แต่ตอนนี้เขาเป็นเพียงหินที่ไม่มีชีวิต
And they remembered the vows they had made.
และพวกเขาก็ระลึกถึงคำปฏิญาณที่เคยให้ไว้
And they cut the child into two.
แล้วพวกเขาก็ตัดเด็กออกเป็นสองส่วน
They besmeared the statue with the child's blood.
พวกเขาเอาเลือดของเด็กมาทารูปปั้น
And their friend became animated back to life.
และเพื่อนของพวกเขาก็กลับมามีชีวิตอีกครั้ง
They were glad to see him alive again.
พวกเขาดีใจที่ได้เห็นเขามีชีวิตอีกครั้ง
But the prince's friend was overwhelmed with grief.
แต่เพื่อนของเจ้าชายก็โศกเศร้าเสียใจมาก
Because he saw the new-born in a pool of blood.
เพราะเขาเห็นเด็กแรกเกิดจมอยู่ในแอ่งเลือด
So he picked up the dead infant.
แล้วเขาก็หยิบทารกที่ตายแล้วขึ้นมา
He carefully wrapped the child in a towel.
เขาห่อเด็กด้วยผ้าขนหนูอย่างระมัดระวัง
And he resolved to get the child restored to life.
และทรงตั้งพระทัยที่จะให้เด็กนั้นฟื้นคืนชีวิตอีกครั้ง
He consulted all the physicians of the country.
เขาได้ปรึกษาหารือกับแพทย์ทั่วประเทศ
They all told him the same thing.
พวกเขาทั้งหมดบอกเขาเรื่องเดียวกัน

A cure can be found for any illness.
โรคใดๆ ก็สามารถหาทางรักษาโรคได้
But life requires the spark of life.
แต่ชีวิตก็ต้องการประกายแห่งชีวิต
When the spark is gone, it is beyond their jurisdiction.
เมื่อประกายไฟดับลง มันก็อยู่นอกเหนือขอบเขตอำนาจของพวกเขา
And so they had to go on with their lives.
และพวกเขาก็ต้องดำเนินชีวิตต่อไป

Eventually the prince's friend returned to his wife.
ในที่สุดเพื่อนของเจ้าชายก็กลับไปหาภรรยาของเขา
She was a devoted worshipper of the goddess kali.
นางเป็นผู้บูชาพระแม่กาลีอย่างภักดี
She was the only one who could return life.
เธอคือผู้เดียวเท่านั้นที่สามารถคืนชีวิตกลับมาได้
His wife was living in a distant town.
ภรรยาของเขาอาศัยอยู่ในเมืองที่ห่างไกล
So he set out on a journey to the town.
เขาจึงออกเดินทางไปในเมือง
His wife still lived in her father's house.
ภรรยาของเขายังคงอาศัยอยู่ที่บ้านของฟอของเธอ
Adjoining the house there was a garden.
ติดกับบ้านมีสวน
And in the garden there was a tree.
และในสวนก็มีต้นไม้ต้นหนึ่ง
The child had been stored in that tree.
เด็กคนนั้นถูกเก็บไว้ในต้นไม้ต้นนั้น
His wife was overjoyed to see her husband.
ภรรยาของเขาดีใจมากที่ได้พบสามีของเธอ
She had not seen him for a long time.
เธอไม่ได้พบเขาเป็นเวลานานแล้ว
But she was surprised when she saw him.
แต่เธอรู้สึกประหลาดใจเมื่อเห็นเขา
Her husband was very melancholy that day.
วันนั้นสามีของเธอเศร้าโศกมาก

He spoke very little to his wife.
เขาพูดกับภรรยาของเขาน้อยมาก
And his wife knew that he was not himself.
และภรรยาของเขาก็รู้ว่าเขาไม่ใช่ตัวของตัวเอง
He was brooding over something in his mind.
เขากำลังครุ่นคิดถึงอะไรบางอย่างอยู่ในใจ
She asked the reason for his melancholy.
เธอถามถึงสาเหตุความเศร้าโศกของเขา
But he kept quiet, and wouldn't tell her.
แต่เขาก็ยังคงเงียบและไม่บอกเธอ
One night they were lying together in bed.
คืนหนึ่งพวกเขาทั้งสองนอนอยู่ด้วยกันบนเตียง
The wife got up and left the marital bed.
ภรรยาลุกขึ้นและออกจากเตียงสมรส
She opened the door and went into the garden.
เธอเปิดประตูแล้วเดินเข้าไปในสวน
Her husband had not been able to sleep well.
สามีของเธอไม่สามารถนอนหลับได้ดี
Therefore he awoke from the movement of his wife.
จึงได้ตื่นจากการเคลื่อนไหวของภรรยา
He heard her leave in the dead of the night.
เขาได้ยินเสียงเธอจากไปในยามดึก
And he was determined to follow her.
และเขาตั้งใจที่จะติดตามเธอไป
But he was also determined not to be noticed.
แต่เขาก็ตั้งใจที่จะไม่ให้ใครสังเกตเห็นเช่นกัน
She went to a temple of the goddess kali.
นางได้ไปเข้าเฝ้าพระแม่กาลี
The temple was at no great distance from her house.
วัดนั้นอยู่ไม่ไกลจากบ้านของเธอมากนัก
She worshipped the goddess with flowers.
เธอบูชาเทพธิดาด้วยดอกไม้
And she worshiped the goddess with sandal-wood perfume.
และนางก็บูชาพระเทวีด้วยน้ำหอมกลิ่นไม้จันทน์
"Oh mother kali! have mercy upon me"

"โอ้แม่กาลี! ขอทรงเมตตาข้าพระองค์ด้วยเถิด"
"Deliver me out of all my troubles"
"โปรดช่วยข้าพเจ้าให้พ้นจากความทุกข์ยากทั้งปวงด้วยเถิด"
The goddess replied to the woman.
เทพธิดาตอบหญิงสาว
"Why, what further grievance have you?
"เหตุใดท่านยังมีเรื่องขุ่นเคืองใจอีกเล่า?
"You long prayed for the return of your husband"
"คุณอธิษฐานขอให้สามีของคุณกลับมานานแล้ว"
"And your prayers have been answered"
"และคำอธิษฐานของคุณได้รับคำตอบแล้ว"
"Your husband has returned to you"
"สามีของคุณกลับมาหาคุณแล้ว"
"So then, what ails thee now?"
"แล้วตอนนี้ท่านเป็นอะไรอยู่?"
The woman answered the goddess.
หญิงคนนั้นตอบเทพธิดา
"True, oh mother, my husband has come to me"
"จริงนะแม่สามีฉันมาหาฉันแล้ว"
"But he has come to me in a melancholy mood"
"แต่เขามาหาฉันด้วยอารมณ์เศร้าหมอง"
"He hardly speaks to me when I speak to him"
"เขาแทบจะไม่พูดกับฉันเลยเมื่อฉันพูดกับเขา"
"He takes no delight in me when he is with me"
"พระองค์ไม่ทรงพอพระทัยในตัวข้าพเจ้าเลยเมื่อพระองค์อยู่กับข้าพเจ้า
"

"All he does is sit melancholy in a corner"
"เขาทำได้แค่เพียงนั่งเศร้าอยู่ในมุมหนึ่ง"
The goddess replied to her devotee.
เทพธิดาตอบผู้ศรัทธาของเธอ
"Ask your husband why he feels melancholy"
"ลองถามสามีของคุณดูว่าทำไมเขาถึงรู้สึกเศร้า"
"When he tells you, let me know the reason"
"เมื่อเขาบอกคุณแล้ว บอกฉันด้วยว่าเพราะอะไร"

The minister's son overheard the conversation.
ลูกชายรัฐมนตรีได้ยินการสนทนาดังกล่าว
But he stayed unnoticed by the goddess.
แต่เขาก็ยังคงไม่ถูกเทพธิดาสังเกตเห็น
And his wife did not notice him either.
และภรรยาของเขาก็ไม่ได้สังเกตเห็นเขาเช่นกัน
He quietly slunk away before his wife.
เขาเดินเงียบๆ ออกไปต่อหน้าภรรยาของเขา
And he returned back to bed before her.
และเขาก็กลับมานอนบนเตียงเหมือนเดิมอีกครั้ง
The following day the wife asked her husband.
วันรุ่งขึ้นภรรยาก็ถามสามีว่า
"My dear husband, why are you in a melancholy mood?"
"สามีที่รัก ทำไมคุณถึงอารมณ์เศร้าล่ะ?"
Her husband retold the whole story.
สามีของเธอเล่าเรื่องทั้งหมดให้ฟัง
He told her about the jewel serpent.
เขาเล่าเรื่องงูแก้วให้เธอฟัง
He told her about the subterranean palace.
เขาเล่าให้เธอฟังเกี่ยวกับพระราชวังใต้ดิน
He told her about the princess being captured.
เขาเล่าให้เธอฟังถึงเรื่องที่เจ้าหญิงถูกจับ
He told her how he freed the princess.
เขาเล่าให้เธอฟังว่าเขาช่วยเจ้าหญิงเป็นอิสระได้อย่างไร
And he told her about Bihangama and Bihangami.
และเขาเล่าเรื่อง Bihangama และ Bihangami ให้เธอฟัง
He told her how he had turned to stone.
เขาเล่าให้เธอฟังว่าเขาได้กลายเป็นหินไปแล้ว
And he told her how he was returned back to life.
และเขาเล่าให้เธอฟังว่าเขาได้กลับคืนสู่ชีวิตอีกครั้งอย่างไร
So he told her also about the killing of the child.
แล้วเขาก็เล่าเรื่องการฆ่าเด็กให้เธอฟังด้วย
That night his wife left the bed again.
คืนนั้นภรรยาของเขาก็ออกจากเตียงอีกครั้ง
And she returned to the goddess kali's temple.

และนางก็เสด็จกลับมายังวิหารของพระแม่กาลี
And she told the goddess of her husband's melancholy.
และนางก็เล่าเรื่องความเศร้าโศกของสามีให้เทพธิดาฟัง
The goddess listened intently to what was said.
เทพธิดาฟังสิ่งที่เขาพูดอย่างตั้งใจ
"Bring the child here and I will restore it to life"
"นำเด็กมาที่นี่แล้วฉันจะคืนชีวิตให้เขา"
The next night she left the marital bed again.
คืนต่อมาเธอก็ออกจากเตียงสมรสอีกครั้ง
She went to the tree in the garden.
เธอเดินไปที่ต้นไม้ในสวน
And she took the child from the tree.
แล้วนางก็เอาเด็กจากต้นไม้นั้น
And she took the child to the goddess kali.
และนางก็พาเด็กไปหาพระเทวีกาลี
And the goddess kali returned the child back to life.
และพระเทวีกาลีก็ทรงคืนเด็กให้กลับคืนสู่ชีวิตอีกครั้ง
The prince's friend was entranced with joy.
เพื่อนของเจ้าชายก็รู้สึกปลื้มปิติยินดี
He picked up the reanimated child.
เขาหยิบเด็กที่ฟื้นคืนชีพขึ้นมา
And he ran as fast as he could to his friend.
และเขาก็วิ่งไปหาเพื่อนของเขาอย่างเร็วที่สุดเท่าที่จะทำได้
And he gave him his child, alive and well.
และท่านก็ประทานบุตรที่ยังมีชีวิตและมีสุขภาพดีให้แก่เขา
They all rejoiced with exceedingly great joy.
ทุกคนต่างมีความยินดีอย่างยิ่ง
And they lived together happily till the day of their death.
และพวกเขาก็อยู่ร่วมกันอย่างมีความสุขจนวันตาย

The Indignant Brahman
พราหมณ์ผู้โกรธแค้น

There was once a poor Brahman.

กาลครั้งหนึ่งมีพราหมณ์ผู้ยากจนคนหนึ่ง

This poor Brahman had a wife.

พราหมณ์ผู้ยากจนนี้มีภรรยาคนหนึ่ง

And he also had four children.

และเขายังมีลูกอีกสี่คนด้วย

He was a very poor man.

เขาเป็นคนจนมาก

And he had no resources in the world.

และเขาไม่มีทรัพยากรใดในโลกเลย

He lived from the charity of others.

เขาดำรงชีวิตโดยอาศัยการทำบุญของผู้อื่น

During marriages he earned well.

ในระหว่างการแต่งงานเขาหารายได้ได้ดี

And he earned well during funerals.

และเขาได้รับรายได้ดีในงานศพ

But his parishioners did not marry daily.

แต่พี่น้องร่วมนิกายของเขาไม่ได้แต่งงานกันทุกวัน

And they did not die every day either.

และพวกเขาก็ไม่ได้ตายทุกวันเช่นกัน

It was difficult to make the two ends meet.

มันยากที่จะทำให้ทั้งสองสิ่งมาบรรจบกันได้

His wife often rebuked him.

ภรรยาของเขามักจะตำหนิเขาอยู่เสมอ

"Why can you not support me?"

"ทำไมคุณถึงไม่สามารถสนับสนุนฉันได้?"

"Our children run around naked"

"ลูกๆ ของเราวิ่งเล่นเปลือยกาย"

"And they suffer from hunger"

"และพวกเขาต้องทนทุกข์ทรมานจากความหิวโหย"

Though poor, he was a good man.

ถึงแม้จะยากจนแต่เขาก็เป็นคนดี

And he was diligent in his devotions.
และท่านก็มีความเพียรในการอุทิศบุญ
Every day he said his prayers.
เขาจะสวดมนต์ทุกวัน
He prayed at the same time each day.
เขาสวดมนต์ในเวลาเดียวกันทุกวัน
His tutelary deity was the Goddess Durga.
เทพผู้พิทักษ์ของพระองค์คือพระเทวีดุรคา
She is the consort of Shiva.
นางเป็นชายาของพระอิศวร
She is the creative energy of the universe.
เธอคือพลังสร้างสรรค์ของจักรวาล
Every day he wrote the name of Durga.
ทุกวันเขาจะเขียนพระนามของพระแม่ทุรคา
He wrote the name in red ink.
เขาเขียนชื่อด้วยหมึกสีแดง
At least one hundred and eight times.
อย่างน้อยหนึ่งร้อยแปดครั้ง
He did not drink or eat till he did this.
เขาไม่ได้ดื่มหรือกินอะไรเลยจนกระทั่งเขาทำเช่นนี้
throughout the day he uttered prayers.
ตลอดทั้งวันพระองค์ทรงสวดมนต์
"O Durga! have mercy upon me"
"โอ้ พระแม่ทุรคา ขอทรงเมตตาข้าพระองค์เถิด"
He prayed whenever he felt anxious.
เขาจะสวดมนต์ทุกครั้งที่รู้สึกวิตกกังวล
And he often felt anxious.
และเขามักจะรู้สึกวิตกกังวล
Because he lived in poverty.
เพราะเขามีชีวิตอยู่ด้วยความยากจน
He prayed when his worries were too much.
เขาสวดมนต์เมื่อความวิตกกังวลของเขามีมากเกินไป
And there were many things he worried about.
และมีเรื่องที่เขาต้องกังวลอีกหลายประการ
He worried about his wife and children.

เขากังวลเกี่ยวกับภรรยาและลูกของเขา
And he worried about supporting them.
และเขากังวลเรื่องการสนับสนุนพวกเขา

One day he was very sad.
วันหนึ่งเขาเสียใจมาก
On this day he went to a forest.
วันนี้เขาไปที่ป่า
The forest was far outside the village.
ป่าอยู่ไกลออกไปนอกหมู่บ้าน
He let out all his grief.
เขาระบายความเศร้าโศกทั้งหมดของเขาออกมา
And he wept bitter tears.
และเขาก็ร้องไห้น้ำตาอันขมขื่น
"O Durga! O Mother Bhagavati!"
"โอ้ ทุรคา โอ้ พระแม่ภควาตี!"
"Please put an end to my misery?"
"โปรดยุติความทุกข์ของฉันเสียที?"
"I wish I were alone in the world"
"ฉันอยากอยู่คนเดียวในโลกนี้"
"Then my poverty wouldn't worry me"
"แล้วความยากจนของฉันก็จะไม่ทำให้ฉันกังวลอีกต่อไป"
"But thou hast given me a wife"
"แต่ท่านได้ประทานภรรยาให้แก่ข้าพเจ้า"
"And my wife has given me children"
"และภรรยาของฉันได้ให้ลูกๆ แก่ฉัน"
"O Mother, I beg of you"
"โอ้แม่ ฉันขอร้องท่าน"
"Give me the means to support them"
"ให้ฉันมีวิธีการสนับสนุนพวกเขา"
Shiva and his wife Durga happened to be there.
บังเอิญพระอิศวรและพระชายาของพระองค์ คือ พระแม่ทุรคา
ได้มาอยู่ที่นั่น
They were taking their morning walk.

พวกเขากำลังเดินเล่นในตอนเช้า
The Goddess Durga saw the Brahman at a distance.
พระเทวีทุรคาทรงเห็นพระพรหมอยู่แต่ไกล
"O Lord of Kailas, do you see that Brahman?"
"ข้าแต่พระเจ้าแห่งไกรลาส พระองค์เห็นพราหมณ์ผู้นั้นหรือไม่?"
"He is always taking my name on his lips"
"เขาชอบเอาชื่อฉันมาพูดอยู่เสมอ"
"He prays I deliver him from his troubles"
"เขาอธิษฐานขอให้ฉันช่วยเขาให้พ้นจากความทุกข์ยาก"
"Can we not do something for the poor Brahman?"
"เราไม่สามารถทำอะไรเพื่อพราหมณ์ผู้น่าสงสารได้หรือ?"
"He is oppressed with many cares"
"พระองค์ทรงถูกความลำบากยากเข็ญมากมาย"
"And he deeply cares for his growing family"
"และเขายังใส่ใจครอบครัวที่กำลังเติบโตของเขาอย่างมาก"
"We should make his life more comfortable"
"เราควรทำให้ชีวิตของเขาสะดวกสบายมากขึ้น"
"Because the poor man never has enough to eat"
"เพราะคนจนไม่เคยมีพอกิน"
"And his family doesn't have enough to eat either"
"แล้วครอบครัวเขาก็ไม่มีกินพอด้วย"
"Let us give him a pot"
"เราเอาหม้อให้เขาหน่อยสิ"
"A pot with an infinite supply of murukku"
"หม้อที่มีมูรุคุคุไม่จำกัด"
The divine consort was right.
พระชายาของพระเจ้าก็ทรงถูกต้องแล้ว
The Lord of Kailas agreed to the proposal.
พระเจ้าไกรลาสทรงยอมรับข้อเสนอนี้
On the spot he created a magical pot.
เขาได้สร้างหม้อวิเศษขึ้น ณ ที่นั้น
Durga went to the poor Brahman.
พระแม่ทุรคาเสด็จไปหาพราหมณ์ผู้ยากจน
"O Brahman! My loyal devotee"

"โอ้ พราหมณ์! ศิษย์ผู้ภักดีของข้า"
"I have often thought of your pitiable case"
"ฉันคิดถึงเรื่องน่าสมเพชของคุณมาหลายครั้งแล้ว"
"Your repeated prayers have moved my compassion"
"การอธิษฐานซ้ำๆ ของคุณทำให้ฉันมีความเมตตา"
"Here is a pot for you"
"นี่หม้อสำหรับคุณ"
"You must turn the pot upside down"
"คุณต้องคว่ำหม้อลง"
"And then you must shake the pot"
"แล้วคุณก็ต้องเขย่าหม้อ"
"The finest murukku will pour out"
"มูรุกกุชั้นเลิศจะหลั่งไหลออกมา"
"The murukku will keep pouring out forever"
"มูรุกกุจะหลั่งไหลออกมาตลอดไป"
"Until you put the pot upright again"
"จนกว่าคุณจะวางหม้อให้ตั้งตรงอีกครั้ง"
"You can eat as much murukku as you like"
"คุณสามารถกินมูรุกุได้มากเท่าที่คุณต้องการ"
"Your wife and children will hunger no more"
"ภรรยาและลูกๆ ของคุณจะไม่หิวอีกต่อไป"
"And you can sell the murukku if you like"
"แล้วคุณก็สามารถขายมูรุกุได้ถ้าคุณต้องการ"
The Brahman was delighted beyond measure.
พราหมณ์มีความยินดีอย่างยิ่ง
He had received a truly valuable treasure.
เขาได้รับสมบัติล้ำค่าจริงๆ
He made his deepest obeisance to the goddess.
เขาได้แสดงความคารวะต่อเทพีอย่างลึกซึ้งที่สุด
And he expressed his eternal gratefulness.
และท่านได้แสดงความขอบคุณอย่างสุดซึ้ง

The Brahman had started walking home.
พราหมณ์ได้เริ่มเดินกลับบ้านแล้ว

But first he had to test his magical pot.

แต่ก่อนอื่นเขาต้องทดสอบหม้อวิเศษของเขาก่อน

He wanted to see if the pot really worked.

เขาอยากดูว่าหม้อนี้ใช้งานได้จริงหรือไม่

He turned the pot upside down.

เขาพลิกหม้อคว่ำลง

And he shook the pot, as instructed.

แล้วเขาก็เขย่าหม้อตามที่ได้รับคำสั่ง

Lo and behold! The pot really did work.

ดูสิ! หม้อนี้มันได้ผลจริงๆ

The finest murukku fell to the ground.

มุรุกกุที่ดีเลิศที่สุดก็ตกลงสู่พื้น

He tied the sweetmeat in his sheet.

เขาผูกลูกกวาดไว้ในผ้าปูที่นอนของเขา

And he walked on, towards his village.

แล้วเขาก็เดินต่อไปยังหมู่บ้านของเขา

By noon the Brahman had gotten hungry.

เมื่อถึงเที่ยงพราหมณ์ก็หิวข้าวแล้ว

But he could not eat without his ablutions.

แต่เขาไม่สามารถกินอาหารได้หากไม่ได้ชำระร่างกายให้สะอาด

First, he had to say his prayers.

ก่อนอื่นเขาต้องกล่าวคำอธิษฐานของเขา

There was an inn on his way.

มีโรงเตี๊ยมอยู่ระหว่างทาง

Close to the inn there was a water tank.

ใกล้ๆ โรงแรมมีถังเก็บน้ำอยู่

So, he intended to halt there.

เขาจึงตั้งใจจะหยุดอยู่ตรงนั้น

In order to bathe and say his prayers.

เพื่อจะได้อาบน้ำและสวดมนต์

After this he could eat all the murukku.

หลังจากนี้เขาจะกินมุรุกกุได้หมด

The Brahman sat at the innkeeper's shop.

พราหมณ์นั่งอยู่ที่ร้านค้าของเจ้าของโรงแรม

The shopkeeper was smoking tobacco.

เจ้าของร้านกำลังสูบบุหรี่
He put the pot near the shopkeeper.
เขาเอาหม้อไปวางไว้ใกล้ๆ เจ้าของร้าน
And he asked him to look after the pot.
และขอให้เขาช่วยดูแลหม้อใบนั้นด้วย
"Please take special care of this pot"
"โปรดดูแลหม้อใบนี้เป็นพิเศษ"
"I must bathe and say my prayers"
"ฉันต้องอาบน้ำและสวดมนต์"
"Please look after this pot for me"
"ช่วยดูแลหม้อใบนี้ให้ฉันหน่อย"
"Make sure nothing happens to this pot"
"อย่าให้มีอะไรเกิดขึ้นกับหม้อนี้"
He thought it was a strange request.
เขาคิดว่ามันเป็นคำขอที่แปลก
But he agreed to look after the pot.
แต่เขาก็ตกลงที่จะดูแลหม้อนั้น
And the Brahman gave him the pot.
และพราหมณ์ก็มอบหม้อให้แก่เขา
He besmeared his body with mustard oil.
เขาทาตัวของเขาด้วยน้ำมันมัสตาร์ด
And he went to do his ablutions.
แล้วท่านก็ไปทำการชำระล้างกาย
The innkeeper grew curious about the pot.
เจ้าของโรงเตี๊ยมเริ่มอยากรู้เกี่ยวกับหม้อใบนี้
"This pot must have something valuable in it"
"หม้อใบนี้ต้องมีอะไรมีค่าอยู่ในนั้นแน่ๆ"
"Why else would he be so careful?"
"ทำไมเขาต้องระมัดระวังขนาดนั้น?"
His curiosity had been excited.
ความอยากรู้อยากเห็นของเขาถูกกระตุ้น
So, he opened the pot.
แล้วเขาก็เปิดหม้อ
To his surprise the pot was empty.
ที่น่าประหลาดใจคือหม้อนั้นว่างเปล่า

"What can be the meaning of this?"
"สิ่งนี้จะมีความหมายว่าอะไร?"
"Why does he care so much for an empty pot?"
"ทำไมเขาถึงสนใจหม้อเปล่าขนาดนั้น?"
He began to examine the pot more carefully.
เขาเริ่มตรวจสอบหม้ออย่างระมัดระวังมากขึ้น
During his inspection he turned the pot upside down.
ระหว่างการตรวจสอบของเขา เขาได้พลิกหม้อคว่ำลง
And then the finest murukku fell out from the pot.
และแล้วมูรุกกุชั้นดีที่สุดก็หลุดออกมาจากหม้อ
And the murukku didn't stop falling out.
และมูรุกกุก็ไม่หยุดร่วง
The innkeeper called his wife and children.
เจ้าของโรงเตี๊ยมโทรหาภรรยาและลูกๆ ของเขา
He wanted them to witness what had happened.
เขาต้องการให้พวกเขาได้เห็นสิ่งที่เกิดขึ้น
An unexpected stroke of good fortune!
โชคดีอย่างไม่คาดคิด!
The pot gave copious showers of sugared paddy.
หม้อนี้ให้ฝนข้าวสารเคลือบน้ำตาลอย่างมากมาย
He filled all his pots and jars.
เขาเติมหม้อและโถของเขาจนเต็ม
He knew he had to have this pot.
เขารู้ว่าเขาต้องมีหม้อนี้
So, he replaced the pot with another one.
เขาจึงเปลี่ยนหม้อใบใหม่
He had a pot of the same size and color.
เขามีหม้อใบหนึ่งที่มีขนาดและสีเดียวกัน

The Brahman had finished his ablutions.
พราหมณ์ได้ทำการชำระล้างร่างกายเสร็จแล้ว
He had performed all of his devotions.
เขาได้กระทำการอุทิศบุญทั้งหมดแล้ว
He came back to the shop in wet clothes.
เขากลับมาที่ร้านด้วยเสื้อผ้าที่เปียก

He was still reciting holy texts of the Vedas.
พระองค์ยังทรงสวดพระเวทอยู่
He put back on his dry clothes.
เขาใส่เสื้อผ้าแห้งของเขากลับคืน
In red ink he wrote the name of Durga.
เขาเขียนพระนามของพระแม่ทุรคาด้วยหมึกสีแดง
He wrote her name one hundred and eight times.
เขาเขียนชื่อของเธอหนึ่งร้อยแปดครั้ง
After doing this he broke his fast.
เมื่อทำเช่นนี้แล้วเขาก็ละศีลอด
And he ate the murukku he had in his sheet.
และเขาก็กินมูรุกกุที่เขามีอยู่ในผ้าปูที่นอนของเขา
He was refreshed from the meal.
เขารู้สึกสดชื่นจากการรับประทานอาหาร
Now he could resume his journey home.
ตอนนี้เขาสามารถเดินทางกลับบ้านต่อได้แล้ว
So he called to the innkeeper.
แล้วเขาก็โทรเรียกเจ้าของโรงเตี๊ยม
"Please could I get my pot back"
"ได้โปรด ฉันขอหม้อของฉันคืนได้ไหม"
The innkeeper gave him back his pot.
เจ้าของโรงเตี๊ยมก็คืนหม้อให้เขา
"There, sir, here is your pot"
"นี่ครับท่าน นี่หม้อของท่าน"
"The pot is exactly where you had put it"
"หม้ออยู่ตรงที่คุณวางไว้พอดี"
"Your pot is just as you left it"
"หม้อของคุณก็ยังคงเหมือนเดิม"
"I made sure no one has touched your pot"
"ฉันแน่ใจว่าไม่มีใครแตะหม้อของคุณ"
The Brahman didn't suspect a thing.
พราหมณ์มิได้สงสัยสิ่งใดเลย
He picked up the pot.
เขาหยิบหม้อขึ้นมา
And he proceeded on his journey home.

และเขาก็เดินทางกลับบ้านต่อไป

On his journey he had to think.
เขาต้องคิดในระหว่างการเดินทางของเขา
He congratulated his good fortune.
เขาแสดงความยินดีกับความโชคดีของเขา
"My wife will be most pleasantly surprised!"
"ภรรยาของฉันจะต้องประหลาดใจอย่างยิ่ง!"
"The children will devour the murukku!"
"เด็กๆ จะกินมุรุกกุจนหมด!"
"I shall soon become rich"
"ฉันจะรวยเร็วๆ นี้"
"I will be able to lift my head up high"
"ฉันจะสามารถยกหัวของฉันขึ้นสูงได้"
The pains of travelling had been reduced.
ความเจ็บปวดจากการเดินทางก็ลดลง
Now his problems were much more pleasant.
ตอนนี้ปัญหาของเขาดีขึ้นมาก
Only anticipation made the journey difficult.
การเดินทางมีแต่การคาดหวังเท่านั้นที่ทำให้ยากลำบาก
He finally reached his home again.
ในที่สุดเขาก็กลับมาถึงบ้านอีกครั้ง
He called to his wife and children.
เขาโทรหาภรรยาและลูกๆ ของเขา
"Look at what I have brought"
"ดูสิว่าฉันนำอะไรมา"
"This pot is an unfailing source of wealth".
"หม้อใบนี้เป็นแหล่งแห่งความมั่งคั่งที่ไม่มีวันเสื่อมคลาย"
"We will never have to struggle again"
"เราจะไม่ต้องดิ้นรนอีกต่อไป"
"I will turn the pot upside down"
"ฉันจะคว่ำหม้อลง"
"And then you will see something.
"แล้วคุณจะเห็นอะไรบางอย่าง

"Something you've never seen before"
"บางสิ่งที่คุณไม่เคยเห็นมาก่อน"
"A stream of the finest murukku will flow"
"สายธารแห่งมุรุกุอันวิจิตรงดงามจะไหลมา"
You can imagine what his wife was thinking.
คุณคงจินตนาการได้ว่าภรรยาของเขากำลังคิดอะไรอยู่
"My husband has gone mad," she thought.
"สามีของฉันบ้าไปแล้ว" เธอคิด
She was soon confirmed in her opinion.
ไม่นานเธอก็ได้รับการยืนยันความเห็นของเธอแล้ว
Nothing fell from the pot, as promised.
ไม่มีอะไรหล่นจากหม้ออย่างที่สัญญาไว้
He turned the pot upside down again and again.
เขาพลิกหม้อคว่ำลงซ้ำแล้วซ้ำเล่า
The Brahman was overwhelmed with grief.
พราหมณ์ก็เศร้าโศกเสียใจ
He realized that he had been tricked.
เขาตระหนักว่าตนถูกหลอก
The innkeeper must have swapped the pot.
เจ้าของโรงเตี๊ยมคงจะสลับหม้อกัน
He must have stolen Durga's pot.
เขาคงจะขโมยหม้อของ Durga
And he must have replaced the pot with a normal one.
และเขาคงต้องเปลี่ยนหม้อเป็นหม้อธรรมดา
He went back to the innkeeper the next day.
วันรุ่งขึ้นเขาก็กลับไปหาเจ้าของโรงเตี๊ยมอีกครั้ง
And he accused him of having changed his pot.
และได้กล่าวหาว่าเขาเปลี่ยนหม้อของเขา
At first the innkeeper acted surprised.
ในตอนแรกเจ้าของโรงเตี๊ยมมีท่าทีแปลกใจ
Then he pretended to be angry at the accusation.
จากนั้นเขาก็แสร้งทำเป็นโกรธที่ถูกกล่าวหา
Finally, he chased him out of his shop.
ในที่สุดเขาก็ไล่เขาออกจากร้านของเขา

He had no way of getting the pot back.
เขาไม่มีทางที่จะได้หม้อคืนมา
The Brahman knew what he had to do.
พราหมณ์รู้ว่าจะต้องทำอะไร
He went to see the goddess Durga again.
เขาไปเข้าเฝ้าพระแม่ทุรคาอีกครั้ง
Siva and Durga honored him with their presence.
พระอิศวรและพระแม่ทุรคาทรงให้เกียรติเขาด้วยการเสด็จมาเยือน
Durga spoke to the poor Brahman.
พระแม่ทุรคาทรงสนทนากับพราหมณ์ผู้ยากจน
"So, you have lost the pot I gave you"
"งั้นคุณก็ทำหม้อที่ฉันให้หายแล้วสินะ"
"I take pity on your situation"
"ฉันสงสารสถานการณ์ของคุณ"
"Here is another magical pot"
"นี่คือหม้อวิเศษอีกใบ"
"Take this pot, and make good use of it"
"เอาหม้อใบนี้ไปใช้ประโยชน์เถอะ"
The Brahman was elated with joy.
พราหมณ์มีความยินดีปรีดา
He made obeisance to the divine couple.
พระองค์ทรงถวายความเคารพพระคู่บ่าวสาว
And he took the pot with him.
และเขาก็เอาหม้อไปด้วย
Again he had to see if the pot worked.
เขาต้องดูอีกครั้งว่าหม้อนั้นใช้งานได้หรือไม่
He turned the pot upside down.
เขาพลิกหม้อคว่ำลง
And he shook the pot as before.
และเขาก็เขย่าหม้อเหมือนเดิม
And he waited for the murukku to fall out.
และเขารอให้มูรุกกุหลุดออกไป
But no, horror of horrors!
แต่เปล่าเลย มันน่าสยองยิ่งกว่าน่าสยอง!
Murukku did not fall from the pot.

มูรุกกูไม่ตกจากหม้อ
Instead of murukku, demons jumped out.
แทนที่จะเป็นมุรุกกุ ก็มีปีศาจกระโดดออกมา
They began to beat the astonished Brahman.
พวกเขาเริ่มตีพราหมณ์ด้วยความประหลาดใจ
The Brahman received punches and kicks.
พราหมณ์ได้รับทั้งหมัดและเตะ
But he kept his presence of mind.
แต่เขายังคงมีสติอยู่
He turned the pot the right way up.
เขาพลิกหม้อกลับด้าน
And he covered the pot up again.
แล้วเขาก็ปิดหม้ออีกครั้ง
Fortunately his quick thinking worked.
โชคดีที่การคิดเร็วของเขาได้ผล
The demons disappeared as soon as he did this.
ทันทีที่เขาทำเช่นนี้ เหล่าปีศาจก็หายไป
The Brahman tried to understand what this meant.
พราหมณ์พยายามทำความเข้าใจว่าสิ่งนี้หมายถึงอะไร
It must be to punish the innkeeper!
จะต้องลงโทษเจ้าของโรงเตี๊ยมให้ได้!
So he went to the innkeeper again.
แล้วเขาก็กลับไปหาเจ้าของโรงเตี๊ยมอีกครั้ง
He gave him the new pot.
เขาให้หม้อใหม่แก่เขา
He begged of him to look after the pot.
เขาขอร้องให้เขาช่วยดูแลหม้อใบนั้น
Just like he had done before.
เหมือนอย่างที่เขาเคยทำมาก่อน
He went for his ablutions and prayers.
เขาไปอาบน้ำละหมาดและสวดมนต์
The innkeeper was delighted.
เจ้าของโรงเตี๊ยมรู้สึกดีใจมาก
He had been given a second godsend.
เขาได้รับของขวัญจากพระเจ้าชิ้นที่สอง

He agreed to take the greatest care of the pot.
เขาตกลงที่จะดูแลหม้อนี้ให้ดีที่สุด
He waited for the Brahman to go.
เขาคอยอยู่จนพราหมณ์ไป
And he called his wife and children.
และเขาก็โทรหาภรรยาและลูกๆ ของเขา
"This is another pot from the Brahman"
"นี่ก็หม้ออีกใบของพราหมณ์"
"This time I hope it is not murukku"
"คราวนี้ฉันหวังว่าคงไม่ใช่มูรุกกุนะ"
"I hope this pot is full of sandesa"
"ฉันหวังว่าหม้อใบนี้จะเต็มไปด้วยแซนเดซา"
"Come, be ready with the baskets"
"มาเตรียมตะกร้าให้พร้อม"
"I will turn the pot upside down"
"ฉันจะคว่ำหม้อลง"
"And then I will shake the pot"
"แล้วฉันจะเขย่าหม้อ"
And he did what he said he would do.
และเขาก็ทำสิ่งที่เขาพูดว่าเขาจะทำ
But the room did not fill with food.
แต่ห้องนั้นก็ไม่ได้เต็มไปด้วยอาหาร
This time the room filled with demons.
คราวนี้ห้องเต็มไปด้วยปีศาจ
The demons caught hold of the innkeeper.
เหล่าอสูรร้ายจับตัวเจ้าของโรงเตี๊ยมไว้
And the demons also caught his family.
และเหล่าปีศาจยังจับครอบครัวของเขาไปด้วย
And the demons beat them mercilessly.
และเหล่าอสูรก็โจมตีพวกเขาอย่างไม่ปรานี
They would have completely destroyed the shop.
พวกเขาคงจะทำลายร้านจนหมดสิ้น
But the victims ran to the Brahman.
แต่ผู้เสียหายก็วิ่งไปหาพราหมณ์
The Brahman had returned from his ablutions.

พราหมณ์นั้นได้กลับจากการชำระล้างร่างกายแล้ว
The Brahman showed mercy to them.
พราหมณ์ได้แสดงความเมตตาต่อพวกเขา
And he accepted their request.
และเขาก็ยอมรับคำขอของพวกเขา
But there was one condition to his help.
แต่มีเงื่อนไขหนึ่งที่จะช่วยเขาได้
"I will only help if I get my pot back"
"ฉันจะช่วยก็ต่อเมื่อฉันได้หม้อคืนมา"
The innkeeper didn't have much choice.
เจ้าของโรงเตี๊ยมไม่มีทางเลือกมากนัก
He had to accept the Brahman's conditions.
เขาต้องยอมรับเงื่อนไขของพราหมณ์
The Brahman put the pot upright again.
พราหมณ์ก็เอาหม้อตั้งขึ้นอีกครั้ง
And he put the lid on the pot.
แล้วเขาก็ปิดฝาหม้อไว้
He took his pot back from the innkeeper.
เขานำหม้อของเขาคืนจากเจ้าของโรงเตี๊ยม
And he returned back to his village.
และเขาก็กลับมายังหมู่บ้านของเขา
Now the Brahman had two magical pots.
บัดนี้พราหมณ์มีหม้อวิเศษสองใบ
The Brahman shut the door of his house.
พราหมณ์จึงปิดประตูบ้านของตน
And he called his family again.
และเขาก็โทรหาครอบครัวของเขาอีกครั้ง
He turned the murukku-pot upside down.
เขาพลิกหม้อมูรุกกุกลับด้าน
And he shook the murukku-pot as before.
และเขาก็เขย่าหม้อมูรุกกุเช่นเคย
This time the magic pot worked.
คราวนี้หม้อวิเศษได้ผลแล้ว
An endless stream of the finest murukku.
สายธารแห่งมูรุคกุอันวิจิตรบรรจงไม่สิ้นสุด

The family devoured the sweetmeat.
ครอบครัวได้กินขนมหวานจนหมด
They ate to their hearts' content.
พวกเขากินกันจนอิ่มใจ
All the pots and pans were filled.
หม้อและกระทะทั้งหมดถูกเติมจนเต็ม

The next day the Brahman became confectioner.
วันรุ่งขึ้นพราหมณ์ก็กลายเป็นช่างทำขนม
He opened a shop in his house.
เขาเปิดร้านค้าในบ้านของเขา
And he sold the best murukku.
และเขาขายมุรุกกุได้ดีที่สุด
The whole village came to the Brahman's house.
คนทั้งหมู่บ้านมารวมตัวกันที่บ้านของพราหมณ์
They all wanted to buy the wonderful murukku.
พวกเขาทั้งหมดต้องการซื้อมูรุคุอันวิเศษนี้
They had never seen such murukku in their life.
พวกเขาไม่เคยเห็นมูรุกกุเช่นนี้มาก่อนในชีวิต
It was the most delicious murukku they ever had.
มันเป็นมูรุคุที่อร่อยที่สุดที่พวกเขาเคยกินมา
No one had ever made anything like this dessert.
ไม่เคยมีใครทำอะไรที่เหมือนกับขนมหวานนี้มาก่อน
The reputation of the Brahman's murukku spread.
ชื่อเสียงของมุรุกกุของพราหมณ์ก็แพร่หลายออกไป
Soon people from outside the city came.
ในไม่ช้าก็มีคนจากนอกเมืองมาถึง
Cartloads of the sweetmeat were sold every day.
ขนมหวานถูกขายเป็นเกวียนทุกวัน
The Brahman quickly became very rich.
พราหมณ์ก็กลายเป็นคนร่ำรวยอย่างรวดเร็ว
He built a large brick house.
เขาสร้างบ้านอิฐขนาดใหญ่
And he lived like a nobleman of the land.
และเขาก็ใช้ชีวิตอย่างขุนนางของแผ่นดิน

Once, however, his luck almost changed.
อย่างไรก็ตาม ครั้งหนึ่งโชคของเขาก็เกือบจะเปลี่ยนไป
His children had taken the wrong pot.
ลูกๆ ของเขาหยิบหม้อผิดใบ
A large number of demons came out.
มีอสูรออกมาเป็นจำนวนมาก
And they caught hold of the Brahman's wife.
แล้วได้จับภริยาของพราหมณ์นั้นไว้ได้
And they also caught his children.
และยังจับลูกๆของเขาไปด้วย
They were striking them mercilessly.
พวกเขากำลังโจมตีพวกเขาอย่างไม่ปรานี
Fortunately the Brahman came back into the house.
โชคดีที่พราหมณ์กลับเข้ามาในบ้านอีกครั้ง
He turned the pot back to its proper position.
เขาหมุนหม้อกลับเข้าที่เดิม
He wanted to prevent a similar catastrophe.
เขาต้องการป้องกันไม่ให้เกิดภัยพิบัติที่คล้ายกัน
So the Brahman had a private room built.
พราหมณ์จึงได้สร้างห้องส่วนตัวขึ้น
And he put the pot in a secret place.
แล้วเขาก็เอาหม้อนั้นไปวางไว้ในที่ลับ
Mortals, however, do not have the luck of Gods.
แต่มนุษย์ไม่ได้มีโชคเหมือนเทพเจ้า
Uninterrupted prosperity is not their fortune.
ความเจริญไม่หยุดยั้งมิใช่เป็นทรัพย์สมบัติของพวกเขา
The demon-pot had been put out of the way.
หม้อปีศาจถูกวางให้พ้นทาง
But why might accident not befall the murukku pot?
แต่ทำไมอุบัติเหตุถึงไม่เกิดขึ้นกับหม้อมูรุกกุล่ะ?
One day the Brahman and his wife were absent.
วันหนึ่งพราหมณ์และภรรยาไม่อยู่
The children decided to shake the pot.
เด็กๆ ตัดสินใจที่จะเขย่าหม้อ
Each of them wanted to do the honors.

พวกเขาทุกคนต่างก็ต้องการที่จะทำเกียรติยศ
So there was a fight to get the pot.
มันก็เลยเกิดการต่อสู้เพื่อชิงหม้อนั้นมา
In the struggle the pot fell to the ground.
ขณะที่กำลังต่อสู้อยู่นั้น หม้อก็หล่นลงสู่พื้น
Like any other earthen pot, it broke.
เช่นเดียวกับหม้อดินเผาทั่วๆ ไป มันก็แตก
Eventually the Braham came back home again.
ในที่สุดบราฮัมก็กลับมาบ้านอีกครั้ง
You can imagine how the news grieved him.
คุณคงจินตนาการได้ว่าข่าวนี้ทำให้เขาเสียใจขนาดไหน
Of course the children were well cudgeled.
แน่นอนว่าเด็กๆ ได้รับการกอดเป็นอย่างดี
But anger could not replace the pot.
แต่ความโกรธไม่อาจทดแทนหม้อได้
After some days he went to the forest again.
หลังจากนั้นอีกไม่กี่วันเขาก็กลับเข้าไปในป่าอีกครั้ง
He offered many a prayer for Durga's favor.
เขาอธิษฐานขอพรให้พระแม่ทุรคาหลายครั้ง
At last Siva and Durga appeared to him.
ในที่สุดพระอิศวรและพระแม่ทุรคาก็ปรากฏพระองค์ต่อพระองค์
They listened to how the pot had been broken.
พวกเขาฟังว่าหม้อแตกอย่างไร
Durga decided to give him another pot.
ทุรคาตัดสินใจที่จะมอบหม้ออีกใบให้เขา
But this pot was accompanied with a caution.
แต่หม้อนี้มาพร้อมกับความระมัดระวัง
"Brahman, take care of this pot"
"พราหมณ์ จงจัดการหม้อใบนี้"
"Do not break or lose this pot again"
"อย่าทำหม้อใบนี้แตกหรือหายอีก"
"Next time I will not give you another pot"
"ครั้งหน้าฉันจะไม่ให้หม้ออีก"
The Brahman made obeisance to the Gods.
พราหมณ์ได้ถวายความเคารพต่อเทพเจ้า

And he went straight back to his house.
และเขาก็ตรงกลับไปยังบ้านของเขา
This time he did not halt at the innkeeper's.
คราวนี้เขาไม่ได้แวะพักที่บ้านเจ้าของโรงเตี๊ยม
He shut the door of his house.
เขาปิดประตูบ้านของเขา
He called his family to him.
เขาโทรหาครอบครัวของเขามาหาเขา
And he turned the pot upside down.
แล้วเขาก็พลิกหม้อคว่ำลง
And then he began to shake the pot.
แล้วเขาก็เริ่มเขย่าหม้อ
They were only expecting murukku.
พวกเขาคาดหวังเพียงแต่มูรุกกุเท่านั้น
But this time it was not murukku.
แต่ครั้งนี้มันไม่ใช่มูรุกกุ
A stream of beautiful sandesa poured out.
สายธารทรายอันแสนงดงามก็ไหลรินออกมา
It was the finest sandesa you can imagine.
มันเป็นทรายที่ดีที่สุดที่คุณสามารถจินตนาการได้
It truly was the food of Gods.
มันเป็นอาหารของพระเจ้าจริงๆ
The Brahman set up another shop.
พราหมณ์จึงตั้งร้านขึ้นอีกแห่งหนึ่ง
Now he was selling sandesa.
ตอนนี้เขาขาย Sandesa

The fame of his shop soon drew large crowds.
ชื่อเสียงของร้านของเขาก็ดึงดูดฝูงชนจำนวนมากในไม่ช้า
People came from all over the country.
มีคนเดินทางมาจากทั่วทุกสารทิศ
At all festivals and marriage feasts.
ในงานฉลองและงานฉลองมงคลสมรสทุกกรณี
And at all funeral celebrations in the area.
และในงานพิธีศพทุกงานในพื้นที่
No one bought any other sandesa.

ไม่มีใครซื้อ sandesa อื่นอีก

All day long the pot produced sandesa.

ตลอดทั้งวันหม้อผลิต sandesa

Gigantic jars were filled with sweet.

โถขนาดยักษ์เต็มไปด้วยขนมหวาน

And the jars were sent all over the country.

และโถเหล่านั้นก็ถูกส่งไปทั่วประเทศ

The Brahman's wealth made the Zemindar jealous.

ความมั่งคั่งของพราหมณ์ทำให้เซมินดาร์อิจฉา

In these days all villages had a Zemindar.

ในสมัยนั้นหมู่บ้านทุกแห่งมี Zemindar

He had heard strange things about the sandesa.

เขาได้ยินเรื่องแปลกๆ เกี่ยวกับสันเดสา

He heard the dessert came from a magic pot.

เขาได้ยินว่าขนมหวานนี้มาจากหม้อวิเศษ

So he devised a plan to get this pot.

เขาจึงคิดแผนที่จะได้หม้อใบนี้มา

His son was going to get married.

ลูกชายของเขาจะแต่งงาน

To celebrate there was a great feast.

เพื่อเฉลิมฉลองจึงมีการเลี้ยงฉลองใหญ่

Many hundreds of people were invited.

มีคนได้รับเชิญหลายร้อยคน

Mountain-loads of sandesa were required.

ต้องใช้ทรายจำนวนมากบนภูเขา

The Zemindar made a proposal to the Brahman.

เซมินดาร์ได้เสนอข้อเสนอต่อพราหมณ์

"Bring the magical pot to my house"

"นำหม้อวิเศษมาที่บ้านของฉัน"

At first the Brahman refused to bring the pot.

ในตอนแรกพราหมณ์ไม่ยอมเอาหม้อมาด้วย

But the Zemindar insisted.

แต่เซมินดาร์ยืนกราน

"I will have hundreds of guests"

"ฉันจะมีแขกหลายร้อยคน"
"I will need mountains of sandesa"
"ฉันต้องการภูเขาแห่งซานเดซา"
"More sandesa than you can carry"
"แซนเดซามากกว่าที่คุณจะแบกไหว"
"Bring the vessel to my house"
"นำภาชนะมาที่บ้านของฉัน"
"It will be easier for you and me"
"มันจะง่ายกว่าสำหรับคุณและฉัน"
Eventually the Brahman agreed.
ในที่สุดพราหมณ์ก็ยอมตกลง
Himalayas of sandesa were shaken out.
เทือกเขาหิมาลัยแห่งสันเดสาถูกเขย่าออกไป
But the Zemindar got hold of the pot.
แต่เซมินดาร์ได้จับหม้อนั้นไว้
The Zemindar insulted the Brahman.
เซมินดาร์ดูหมิ่นพราหมณ์
And he chased him out of his house.
แล้วเขาก็ไล่เขาออกจากบ้านของเขา
The Brahman didn't give vent to anger.
พราหมณ์ไม่ระบายความโกรธ
Instead, he quietly went back to his house.
แต่เขากลับบ้านของเขาอย่างเงียบ ๆ
He went to the private room.
เขาไปที่ห้องส่วนตัว
And he took out the demon-pot.
แล้วเขาก็หยิบหม้อปีศาจออกมา
He came back to the Zemindar's house.
เขากลับมาที่บ้านของเซมินดาร์
And he went to the door of the Zemindar.
และเขาก็ไปที่ประตูเซมินดาร์
He turned the pot upside down.
เขาพลิกหม้อคว่ำลง
And then shook the magical pot.
จากนั้นก็เขย่าหม้อวิเศษ

A hundred demons fell out of the pot.
ปีศาจร้อยตัวร่วงออกมาจากหม้อ
The chaos was impossible to describe.
ความโกลาหลนั้นไม่อาจบรรยายได้
The unearthly visitors flooded the party.
ผู้มาเยือนจากต่างโลกหลั่งไหลเข้ามาในงานปาร์ตี้
They caught hundreds of the guests.
พวกเขาจับแขกได้หลายร้อยคน
And the demons beat them mercilessly.
และเหล่าอสูรก็โจมตีพวกเขาอย่างไม่ปรานี
The women were dragged by their hair.
พวกผู้หญิงถูกผมลากไป
The Zemindar was chased from room to room.
เซมินดาร์ถูกไล่ล่าจากห้องหนึ่งไปอีกห้องหนึ่ง
The demons' mischief was getting out of hand.
ความซุกซนของเหล่าปีศาจเริ่มจะเกินมือแล้ว
Someone had to put an end to their mischief.
มีคนต้องยุติการกระทำอันเลวร้ายของพวกเขา
Else all the men would have been killed.
ไม่เช่นนั้นผู้ชายทุกคนคงถูกฆ่าตายไปแล้ว
And the house would have been torn to the ground.
และบ้านก็คงจะถูกฉีกจนพังทลายลงไป
The Zemindar fell at the feet of the Brahman.
เซมินดาร์ล้มลงที่พระบาทของพราหมณ์
And he begged to be shown mercy.
และเขาขอร้องให้แสดงความเมตตา
The Brahman showed him great mercy.
พราหมณ์ได้แสดงความเมตตาต่อพระองค์มาก
And he put the demons back in the pot.
แล้วเขาก็เอาปีศาจกลับเข้าไปในหม้ออีกครั้ง
The Zemindar never disturbed the Brahman again.
เซมินดาร์ไม่เคยรบกวนพราหมณ์อีกเลย
Nor was he disturbed by anyone else.
และไม่มีใครมารบกวนเขาอีก
And he lived for many happy years.

และเขาก็ได้มีชีวิตอยู่อย่างมีความสุขหลายปี

The Story of the Rakshasas
เรื่องราวของอสูร

There was once a poor dimwitted Brahman.
กาลครั้งหนึ่งมีพราหมณ์ผู้โง่เขลาคนหนึ่ง
This dimwitted man had a wife, but no children.
ชายโง่คนนี้มีภรรยาแต่ไม่มีลูก
But him not having children was probably for the best.
แต่การที่เขาไม่มีลูกคงเป็นเรื่องที่ดีที่สุด
Because he was barely able to meet his own needs.
เพราะเขาแทบจะสามารถตอบสนองความต้องการของตัวเองได้
And he could hardly supply enough for his wife.
และเขาแทบจะหาสิ่งเพียงพอให้ภรรยาของเขาไม่ได้
But his dimwittedness was not even his biggest problem.
แต่ความโง่เขลาของเขาไม่ใช่ปัญหาใหญ่ที่สุดของเขาเลย
This dimwitted man was also a rather lazy man!
ชายโง่คนนี้ยังเป็นคนขี้เกียจอีกด้วย!
He was averse to making any long journeys.
เขาไม่ชอบเดินทางไกล
Had he travelled further he might have had enough.
หากเขาเดินทางต่อไปอีกเขาคงจะพอแล้ว
He could have got presents from rich men.
เขาอาจได้รับของขวัญจากคนรวยก็ได้
This would have enabled them to live comfortably.
นี่จะทำให้พวกเขาสามารถใช้ชีวิตได้อย่างสะดวกสบาย
There was a great king in a neighbouring country.
มีพระมหากษัตริย์ผู้ยิ่งใหญ่ในประเทศเพื่อนบ้านแห่งหนึ่ง
The mother of the great king had just died.
แม่ของกษัตริย์ผู้ยิ่งใหญ่เพิ่งสิ้นพระชนม์
So this king was celebrating the funeral obsequies.

กษัตริย์จึงทรงจัดงานศพด้วยความอาลัย
And the funeral was celebrated with great pomp.
และงานศพก็ได้รับการฉลองอย่างยิ่งใหญ่
Brahmans and beggars were coming from faraway lands.
มีพวกพราหมณ์และขอทานเดินทางมาจากแดนไกล
They all came expecting to receive rich presents.
พวกเขาทั้งหมดมาคาดหวังว่าจะได้รับของขวัญอันล้ำค่า
The Brahman's wife requested him to also go.
ภรรยาของพราหมณ์ก็ขอให้เขาไปด้วย
"Seize this opportunity and get us a little money"
"คว้าโอกาสนี้ไว้แล้วรับเงินเล็กๆ น้อยๆ มาให้เรา"
But his constitutional indolence stood in the way.
แต่ความเกียจคร้านตามรัฐธรรมนูญเป็นอุปสรรคต่อเขา
The woman, however, gave her husband no rest.
อย่างไรก็ตาม หญิงคนนี้ไม่ยอมให้สามีของเธอได้พักผ่อนเลย
Finally she extorted from him the promise.
ในที่สุดเธอก็ขู่เข็ญเขาให้ทำตามสัญญา
He promised his wife that he would go.
เขาสัญญากับภรรยาของเขาว่าเขาจะไป
The good woman, accordingly, cut down a plantain tree.
หญิงดีจึงตัดต้นกล้วยมาต้นหนึ่ง
And she burnt the plantain tree to ashes.
และนางก็เผาต้นกล้วยจนเป็นเถ้าถ่าน
With the ashes she cleaned the clothes of her husband.
เธอใช้ขี้เถ้านั้นซักเสื้อผ้าสามีของเธอ
And she made his clothes as white as any cleaner could.
และนางก็ทำให้เสื้อผ้าของเขาขาวเท่าที่คนทำความสะอาดคนไหนๆ
จะทำได้เลย
Her husband was going to the palace of a great king.
สามีของเธอกำลังจะไปยังพระราชวังของกษัตริย์ผู้ยิ่งใหญ่
The king could not be approached by men in rags.
กษัตริย์ไม่อาจให้คนในชุดขาดวิ่นเข้าไปเฝ้าได้
Besides, Brahman are bound to appear neat and clean.
นอกจากนี้พราหมณ์ยังต้องปรากฏตนเป็นคนเรียบร้อยและสะอาดด้วย
At last, one morning the Brahman left his house.

ในที่สุดเช้าวันหนึ่งพราหมณ์ก็ออกจากบ้านของเขาไป
And he made his way to the palace of the great king.
และได้เสด็จไปยังพระราชวังของพระมหากษัตริย์ผู้ยิ่งใหญ่
I have already mentioned he was a dimwitted man.
ฉันเคยบอกไปแล้วว่าเขาเป็นคนโง่เขลา
He did not inquire which road he should take.
พระองค์มิได้ทรงถามว่าจะไปทางใด
Instead, he walked on and on without directions.
แต่เขากลับเดินต่อไปเรื่อยๆ โดยไม่มีทิศทางใดๆ
And he followed wherever his nose pointed him.
และเขาก็ติดตามไปทุกที่ที่จมูกของเขาชี้ไป
I don't need to say he was not on the right road.
ฉันไม่จำเป็นต้องบอกว่าเขาไม่ได้อยู่บนถนนที่ถูกต้อง
The regions he wandered became less and less inhabited.
ดินแดนที่เขาไปท่องเที่ยวก็เริ่มมีคนอาศัยอยู่น้อยลงเรื่อยๆ
Soon he met no human being for many miles.
ในไม่ช้าเขาก็ไม่พบมนุษย์คนใดเลยในระยะหลายไมล์
But there were many other things he saw there.
แต่ยังมีสิ่งอื่น ๆ อีกมากมายที่เขาเห็นที่นั่น
Things he had never seen in all his life.
สิ่งที่เขาไม่เคยเห็นมาก่อนในชีวิต
He saw hillocks of cowries on the roadside.
เขามองเห็นเนินที่มีหอยเบี้ยขึ้นอยู่ริมถนน
Cowries were shells used as money in those times.
เบี้ยเบี้ยเป็นเปลือกหอยที่ใช้แทนเงินในสมัยนั้น
He kept going and saw hillocks of jewels.
เขาเดินต่อไปและเห็นเนินอัญมณีเป็นจำนวนมาก
Next, he saw hillocks of four-anna pieces.
ต่อไปเขาเห็นเนินเล็กๆ ที่มีแผ่นสี่เหลี่ยมสี่อันนา
Further along were hillocks of eight-anna pieces.
ถัดออกไปมีเนินเขาสูงประมาณ 8 เมตร
And further yet were hillocks of rupees.
และยังมีเนินเขาที่เป็นเงินรูปีอีกด้วย
But the Brahman's surprise did not end there.
แต่ความประหลาดใจของพราหมณ์ไม่ได้จบเพียงแค่นั้น

Next there was a hill of burnished gold-mohurs.
ถัดมาเป็นเนินเขาที่มีชาวโมฮูร์ทองขัดเงา
The burnished gold-mohurs were shining brightly.
โมฮูร์สีทองขัดเงาส่องประกายเจิดจ้า
Because the gold-mohurs had been freshly minted.
เนื่องจากทองโมฮูร์เพิ่งถูกผลิตขึ้นใหม่
Close to the hill of gold-mohurs was a large house.
ใกล้เนินเขาโมฮูร์มีบ้านหลังใหญ่หลังหนึ่ง
The house looked like the palace of a powerful king.
บ้านหลังนี้มีลักษณะเหมือนพระราชวังของกษัตริย์ผู้ทรงอำนาจ
At the door stood a lady of exquisite beauty.
ที่ประตูมีหญิงงามคนหนึ่งยืนอยู่
The lady, seeing the Brahman, said;
นางผู้นั้นเห็นพราหมณ์ก็กล่าวว่า
"Come to me, my beloved husband"
"มาหาฉันสิสามีที่รักของฉัน"
"You married me when I was young"
"คุณแต่งงานกับฉันตอนที่ฉันยังเด็ก"
"But you never came back after our marriage"
"แต่คุณไม่เคยกลับมาหลังจากการแต่งงานของเรา"
"Though I have been daily expecting you"
"แม้ว่าฉันจะรอคอยคุณทุกวันก็ตาม"
"Blessed be this day," said the lady.
"ขอให้วันนี้เป็นวันศักดิ์สิทธิ์" นางสาวกล่าว
"On this day I see the face of my husband"
"วันนี้ฉันได้เห็นหน้าสามีของฉัน"
"Come, my sweet, come in," she asked of him.
"เข้ามาสิที่รัก เข้ามาสิ" เธอถามเขา
"You must be fatigued from your long journey"
"คุณคงเหนื่อยจากการเดินทางไกล"
"Wash your feet and rest, and eat and drink"
"จงล้างเท้าและพักผ่อน และกินและดื่ม"
"And after that we shall make ourselves merry"
"แล้วเราจะรื่นเริงกันต่อไป"

The Brahman was astonished beyond measure.

พราหมณ์รู้สึกประหลาดใจเกินกว่าจะวัดได้

He had no recollection marrying twice.

เขาไม่มีความทรงจำว่าเคยแต่งงานสองครั้ง

He remembered marrying the wife he left at home.

เขาจำได้ว่าแต่งงานกับภรรยาที่เขาทิ้งไว้ที่บ้าน

But he did not remember marrying this lady.

แต่เขาจำไม่ได้ว่าได้แต่งงานกับผู้หญิงคนนี้

But he remembered that he was a Kulin Brahman.

แต่เขาจำได้ว่าตนเป็นกุลินพราหมณ์

Perhaps his father got him married as a child.

บางทีพ่อของเขาอาจจะให้เขาแต่งงานตั้งแต่เขายังเป็นเด็ก

But what he thought did not matter much.

แต่สิ่งที่เขาคิดก็ไม่ได้สำคัญมากนัก

The woman was certain he was her husband.

หญิงคนนั้นแน่ใจว่าเขาเป็นสามีของเธอ

And he had no reason to say he was not her husband.

และเขาไม่มีเหตุผลที่จะพูดว่าเขาไม่ใช่สามีของเธอ

Because her beauty was more than he could fathom.

เพราะความงามของเธอมีมากเกินกว่าที่เขาจะหยั่งถึงได้

As beautiful as the Goddesses of Indra's heaven.

งดงามดุจดังเทพีแห่งสวรรค์ชั้นอินทรา

And he was sure that she was wealthy too.

และเขาแน่ใจว่าเธอก็ร่ำรวยเช่นกัน

These thoughts went through the Brahman's mind.

ความคิดเหล่านี้เกิดขึ้นในใจของพราหมณ์

But the lady interrupted his flow of thought.

แต่หญิงสาวก็เข้ามาขัดจังหวะความคิดของเขา

"Are you doubting whether I am your wife?"

"คุณสงสัยหรือเปล่าว่าฉันเป็นภรรยาของคุณ?"

"Have you lost all memories of that happy event?

"คุณสูญเสียความทรงจำเกี่ยวกับเหตุการณ์ที่มีความสุขครั้งนั้นไปหมด
แล้วหรือ?

"All the pomp and circumstance of our nuptials"

"ความโอ่อ่าอลังการของพิธีแต่งงานของเรา"

"Come in, beloved; this is your house"
"เข้ามาสิที่รัก นี่คือบ้านของคุณ"
"Because whatever is mine is thine also"
"เพราะว่าสิ่งใดที่เป็นของฉัน สิ่งนั้นก็เป็นของเธอด้วย"
The fair lady easily persuaded the Brahman.
นางงามสามารถโน้มน้าวพราหมณ์ได้อย่างง่ายดาย
And he succumbed to her loving entreaties.
และเขาก็ยอมตามคำวิงวอนอันเปี่ยมด้วยความรักของเธอ
And he went into the house of the lady.
แล้วเขาก็เข้าไปในบ้านของหญิงสาว
The house was not an ordinary one.
บ้านหลังนี้ไม่ใช่บ้านธรรมดา
The house was in fact a magnificent palace.
บ้านหลังดังกล่าวเป็นพระราชวังที่งดงามตระการตา
All the apartments were large and lofty.
อพาร์ทเมนท์ทุกห้องมีขนาดใหญ่และสูงตระหง่าน
Every room in the palace was richly furnished.
ห้องต่างๆ ในพระราชวังได้รับการตกแต่งอย่างหรูหรา
But one thing surprised the Brahman very much.
แต่มีสิ่งหนึ่งที่ทำให้พราหมณ์ประหลาดใจมาก
There was no other person in all the house.
ในบ้านทั้งหลังไม่มีบุคคลอื่นอยู่เลย
The only one there was the lady herself.
มีเพียงหญิงสาวคนนั้นเท่านั้นที่อยู่ที่นั่น
He could not account for the strange phenomenon.
เขาไม่สามารถอธิบายถึงปรากฏการณ์ประหลาดนี้ได้
They meet anyone on their walks either.
พวกเขาพบใครก็ตามระหว่างเดินเล่นเช่นกัน
The fact was that the lady was not a human being.
ความจริงก็คือหญิงสาวคนนั้นไม่ใช่มนุษย์
What the lady really was was a Rakshasi.
นางผู้นั้นแท้จริงแล้วคือ ยักษ์
She had eaten up the king and queen.
นางได้กินพระราชาและพระราชินีไปแล้ว
And she had eaten all the members of the royal family.

และนางก็ได้กินสมาชิกราชวงศ์ไปหมดแล้ว
And gradually she had eaten their servants too.
และนางก็ค่อยๆกินคนรับใช้ของพวกเขาไปด้วย
This was why there were no humans far and wide.
นี่คือเหตุผลว่าทำไมจึงไม่มีมนุษย์อยู่ทั่วทุกแห่ง
The Rakshasi and the Brahman now lived together.
บัดนี้ ยักษ์และพราหมณ์ก็อยู่ร่วมกัน
After a week the former said to the latter;
ครั้นหนึ่งสัปดาห์ผ่านไป คนแรกก็พูดกับคนหลังว่า
"I am very anxious to see my sister"
"ฉันอยากเจอพี่สาวมาก"
"As you know, my sister is your other wife"
"อย่างที่คุณรู้ น้องสาวของฉันเป็นภรรยาอีกคนของคุณ "
"You must go and fetch my sister; your other wife"
"เจ้าต้องไปรับน้องสาวข้าและภรรยาอีกคนของเจ้า"
"Then we shall all live together happily"
"แล้วเราจะอยู่ร่วมกันอย่างมีความสุข"
"You must go to get her early tomorrow"
"คุณต้องไปรับเธอแต่เช้าพรุ่งนี้"
"I will give you clothes and jewels for her"
"ฉันจะมอบเสื้อผ้าและอัญมณีให้เธอ"
Next morning the Brahman set out for his home.
เช้าวันรุ่งขึ้นพราหมณ์ก็ออกเดินทางกลับบ้าน
He was furnished with fine clothes.
เขาได้รับเสื้อผ้าดีๆ ไว้ใส่
And he wore around his wrists costly ornaments.
และเขาสวมเครื่องประดับราคาแพงไว้รอบข้อมือของเขา

The poor woman was in great distress.
หญิงผู้น่าสงสารมีความทุกข์ใจมาก
The funeral ceremony of the king's mother was over.
พิธีศพพระมารดาของกษัตริย์เสร็จสิ้นลงแล้ว
All the Brahmans and Pandits had returned.
พวกพราหมณ์และปัณฑิตต่างก็กลับมาแล้ว
And they were loaded with donations.

และก็มีเงินบริจาคมากมาย
But her husband had not returned.
แต่สามีของเธอยังไม่กลับมา
No one could give any news of him.
ไม่มีใครสามารถแจ้งข่าวคราวของเขาได้
Because no one had seen him there.
เพราะไม่มีใครเห็นเขาอยู่ที่นั่นเลย
The woman therefore could only come to one conclusion.
หญิงคนนี้จึงสรุปได้เพียงข้อเดียว
He must have been murdered on the road by highwaymen.
เขาคงถูกโจรปล้นถนนฆ่าตายแน่
She was in this terrible suspense.
เธออยู่ในความระทึกขวัญอันแสนเลวร้ายนี้
But then one day she heard some rumors.
แต่แล้ววันหนึ่งเธอก็ได้ยินข่าวลือบางอย่าง
People in her village were talking about her husband.
ชาวบ้านต่างพูดคุยกันถึงสามีของเธอ
They said they saw him coming back.
พวกเขาบอกว่าเห็นเขากลับมา
And they said he was dressed in fine clothes.
และพวกเขาบอกว่าเขาแต่งกายด้วยเสื้อผ้าดีๆ
And they said he had fine jewels for his wife.
และพวกเขาบอกว่าเขามีอัญมณีดีๆ ไว้สำหรับภรรยาของเขา
And sure enough the Brahman soon appeared.
และในไม่ช้าพราหมณ์ก็ปรากฏตัว
And he was carrying fine jewels for his wife.
และเขายังนำเครื่องประดับอันวิจิตรงดงามติดตัวภรรยาของเขาไปด้วย
On seeing his wife the Brahman thus accosted her;
เมื่อพราหมณ์เห็นภริยาของตนก็เข้ามาหานางอย่างนี้
"Come with me, my dearest wife"
"มาด้วยกันเถอะนะภรรยาที่รักของฉัน"
"I have found my first wife"
"ฉันพบภรรยาคนแรกของฉันแล้ว"
"She lives in a stately palace"
"เธออาศัยอยู่ในพระราชวังอันสง่างาม"

"Near her palace are hillocks of rupees"

"ใกล้พระราชวังของเธอมีเนินเงินรูปี"

"And there is a large hill of gold-mohurs"

"และมีเนินเขาใหญ่ที่เต็มไปด้วยเหล่านักขุดทอง"

"Why should you pine away in wretchedness?"

"เหตุใดท่านจึงจะต้องเศร้าโศกเสียใจอยู่ร่ำไป?"

"Why would you stay in this horrible place?"

"ทำไมคุณถึงมาอยู่ในสถานที่เลวร้ายนี้?"

"Come with me to the house of my first wife"

"มาบ้านภรรยาคนแรกของฉันกับฉัน"

"There we shall all live together happily"

"ที่นั่นเราจะอยู่ร่วมกันอย่างมีความสุข"

At first, she thought her half-witted man had gone mad.

ในตอนแรกเธอคิดว่าผู้ชายโง่ๆ ของเธอคงจะบ้าไปแล้ว

She could not imagine the hillocks of rupees.

เธอไม่สามารถจินตนาการถึงเนินเขาที่เป็นเงินรูปีได้

And she could not imagine a hill of gold-mohurs.

และเธอไม่สามารถจินตนาการถึงเนินทองคำโมฮูร์ได้

But then she saw how he was beautifully dressed.

แต่แล้วเธอก็เห็นว่าเขาแต่งตัวสวยงามมาก

Beautiful clothes of exquisite silks and satins.

เสื้อผ้าอันงดงามที่ทำจากผ้าไหมและผ้าซาตินอันประณีต

Ornaments set with diamonds and precious stones.

เครื่องประดับประดับเพชรและอัญมณีล้ำค่า

Clothes fit for the queen of the land.

เสื้อผ้าที่เหมาะกับราชินีแห่งแผ่นดิน

Clothes only princesses were in the habit of putting on.

เสื้อผ้าที่เจ้าหญิงเท่านั้นถึงจะเคยใส่

She concluded in her mind that something was amiss:

เธอสรุปในใจว่ามีบางอย่างผิดปกติ:

Her stupid husband must have been tricked.

สามีโง่ของเธอคงโดนหลอกแน่

He must have fallen into the meshes of a Rakshasi.

เขาคงตกไปอยู่ในตาข่ายของพวกอสูร

The Brahman, however, insisted his wife went with him.

แต่พราหมณ์ก็ยืนกรานให้ภรรยาไปกับเขาด้วย
“Feel free to stay here and pine away in poverty”
“อยู่ที่นี่อย่างสบายใจและจมอยู่กับความยากจน”
“As for me, I will return to the palace of my first wife”
“ส่วนข้าพเจ้าจะกลับไปสู่วังของภรรยาคนแรกของข้าพเจ้า”
The good woman did her best to stop her husband.
หญิงดีพยายามอย่างดีที่สุดที่จะหยุดสามีของเธอ
But in the end she resolved to go with him.
แต่สุดท้ายเธอก็ตัดสินใจที่จะไปกับเขา
Perhaps she could judge the matter better at the palace.
บางทีเธออาจตัดสินเรื่องนี้ได้ดีขึ้นที่พระราชวัง

They set out accordingly the next morning.
พวกเขาจึงออกเดินทางในเช้าวันรุ่งขึ้น
They went the same road the Brahman had travelled.
พวกเขาเดินไปตามทางเดียวกับที่พราหมณ์เคยเดิน
The woman was not a little surprised by what she saw.
หญิงสาวไม่แปลกใจเล็กน้อยกับสิ่งที่เธอเห็น
She saw the hillocks of cowries and of jewels.
นางได้เห็นเนินที่มีหอยเบี้ยและอัญมณี
And she saw hillocks of eight-anna pieces.
และนางก็เห็นเนินดินที่มีขนาดแปดอันนา
And she saw the hillocks of rupees too.
และเธอยังเห็นเนินเขาที่เป็นเงินรูปีด้วย
And last of all she saw a lofty hill of gold-mohurs.
และในที่สุดนางก็เห็นเนินสูงที่เต็มไปด้วยเหล่าโมฮูร์ทองคำ
She saw also an exceedingly beautiful lady.
นางยังได้เห็นหญิงสาวผู้งดงามยิ่งนักด้วย
The lady of the palace was hastening towards her.
นางในวังกำลังรีบตรงไปหาเธอ
The lady fell on the neck of the Brahman woman.
นางได้ล้มลงบนคอของหญิงพราหมณ์
And she wept tears of joy, and said:
นางก็ร้องไห้ด้วยความดีใจแล้วกล่าวว่า
“Welcome, beloved sister!”

“ยินดีต้อนรับน้องสาวที่รัก!”

“This is the happiest day of my life!”

“นี่คือวันที่ฉันมีความสุขที่สุดในชีวิต!”

“I see the face of my dearest sister again!”

“ฉันได้เห็นหน้าพี่สาวสุดที่รักของฉันอีกครั้งแล้ว!”

The husband and his two wives entered the palace.

สามีและภรรยาทั้งสองเดินเข้าไปในพระราชวัง

Now he was lodged in a stately mansion.

บัดนี้เขาประทับอยู่ในคฤหาสน์อันสง่างาม

The most delectable food appeared, as if by enchantment.

อาหารอันน่ารับประทานที่สุดปรากฏขึ้นราวกับมีมนต์สะกด

He was caressed and endeared by his two wives.

เขาได้รับการดูแลเอาใจใส่และความรักใคร่จากภรรยาทั้งสองคนของเขา

Both wives did their best to make him happy.

ทั้งสองภรรยาพยายามอย่างดีที่สุดเพื่อทำให้เขามีความสุข

Both wives did their best to make him comfortable.

ทั้งสองภรรยาพยายามอย่างดีที่สุดเพื่อทำให้เขาสบายใจ

His two wives were competing for his love.

ภรรยาทั้งสองของเขากำลังแข่งขันกันเพื่อความรักของเขา

The Brahman had a jolly time of it.

พราหมณ์มีช่วงเวลาอันสนุกสนานกับมัน

He was steeped in an ocean of enjoyment.

เขาจมอยู่ในมหาสมุทรแห่งความสนุกสนาน

The Brahman lived in this state of Elysian pleasure.

พราหมณ์ได้ดำรงอยู่ในภาวะแห่งความสุขสำราญแห่งสวรรค์

Some fifteen or sixteen years he spent this way.

เขาใช้ชีวิตอย่างนี้อยู่ประมาณสิบห้าหรือสิบหกปี

During this time his two wives presented him with two sons.

ระหว่างนี้ภรรยาทั้งสองของเขาได้มอบลูกชายสองคนให้กับเขา

The Rakshasi's son was the elder.

ลูกชายของยักษ์เป็นพี่คนโต

He looked more like a god than a human being.

เขามีลักษณะเหมือนพระเจ้ามากกว่ามนุษย์

He was named Sahasra-Dal.

พระองค์ได้รับการตั้งชื่อว่า สหัสระ-ดาล

His name meant the thousand-branched.

ชื่อของเขาหมายถึง กิ่งพันกิ่ง

The son of the Brahman woman was a year younger.

บุตรของหญิงพราหมณ์อายุน้อยกว่าหนึ่งปี

He was named Champa-Dal

เขาถูกตั้งชื่อว่า ชัมปา-ดาล

His name meant the branch of a champaka tree.

ชื่อของเขาหมายถึงกิ่งของต้นจำปา

The two brothers loved each other dearly.

พี่น้องทั้งสองรักกันมาก

They were both sent to the same school.

พวกเขาทั้งสองถูกส่งไปโรงเรียนเดียวกัน

The school was several miles distant from the palace.

โรงเรียนอยู่ห่างจากพระราชวังไปหลายไมล์

Every day they rode their two little ponies to school.

ทุกวันพวกเขาจะขี่ม้าน้อยสองตัวของตนไปโรงเรียน

The Brahman woman had always been suspicious.

หญิงพราหมณ์มีนิสัยสงสัยอยู่เสมอ

A thousand little circumstances gave her clues.

เรื่องราวเล็กๆ น้อยๆ นับพันเรื่องได้ให้เบาะแสแก่เธอ

She knew her sister-in-law was not a human being.

เธอรู้ว่าพี่สะใภ้ของเธอไม่ใช่มนุษย์

She was sure her sister-in-law was a Rakshasi.

เธอแน่ใจว่าน้องสะใภ้ของเธอเป็นชาวราศีกันย์

But her suspicion had not yet ripened into certainty.

แต่ความสงสัยของเธอยังไม่กลายเป็นความแน่นอน

Because the Rakshasi exercised great self-restraint.

เพราะพระเจ้ารากษสทรงมีความอดกลั้นพระทัยมาก

She never did anything which human beings did not do.

เธอไม่เคยทำอะไรที่มนุษย์ไม่ทำ

But she couldn't hide her demonic nature forever.

แต่เธอไม่สามารถซ่อนธรรมชาติปีศาจของเธอได้ตลอดไป

Her demonic nature was eventually going to reveal itself.

The Brahman had little to keep him busy.
พราหมณ์มีเรื่องให้ทำไม่มากนัก
In order to pass his time he went hunting.
เพื่อฆ่าเวลาเขาจึงออกไปล่าสัตว์
The first day he returned with an antelope.
วันแรกเขากลับมาพร้อมกับละมั่ง
The antelope was laid in the courtyard of the palace.
ละมั่งถูกวางไว้ในลานของพระราชวัง
The Rakshasi saw the antelope with great interest.
พระเจ้าอโศกทรงเห็นละมั่งด้วยความสนใจอย่างยิ่ง
At the sight of the raw meat her mouth began to water.
เมื่อเห็นเนื้อดิบ ปากของเธอก็เริ่มมีน้ำลายไหล
The antelope was never taken to the kitchen.
ละมั่งไม่เคยถูกนำไปที่ห้องครัว
Instead, the Rakshasi took the antelope to another room.
ในทางกลับกัน ยักษ์กลับนำแอนทีโลปไปยังห้องอื่น
In this room she began devouring the antelope.
ในห้องนี้เธอเริ่มกินแอนทีโลป
The Brahman woman saw everything from a secret room.
หญิงพราหมณ์มองเห็นทุกสิ่งจากห้องลับ
Her Rakshasi sister tore a leg off the antelope.
น้องสาวของเธอซึ่งเป็นเผ่ารากษสได้ฉีกขาของแอนทีโลปออกไป
She saw how she opened her tremendous jaw.
เธอเห็นว่าเธอเปิดกรามอันใหญ่โตของเธออย่างไร
And in one mouthful she swallowed up the leg.
และในคำเดียวเธอก็กลืนขาเข้าไป
The other limbs were devoured in the same manner.
ส่วนแขนขาอื่น ๆ ก็ถูกกินในลักษณะเดียวกัน
And opening her jaw even further, she swallowed the body.
และเมื่อเธออ้าปากกว้างขึ้นอีก เธอก็กลืนร่างนั้นลงไป
Only a little bit of the meat was kept for the kitchen.
ส่วนเนื้อก็เก็บไว้เข้าครัวเพียงเล็กน้อย
On the second day the Brahman caught another antelope.

วันที่สองพราหมณ์ก็จับละมั่งได้อีกตัวหนึ่ง
On the third day the Brahman caught another antelope.
วันที่สามพราหมณ์ก็จับละมั่งได้อีกตัวหนึ่ง
The Rakshasi was unable to restrain her appetite.
ยักษ์ก็ไม่อาจระงับความอยากอาหารของตนได้
The raw flesh brought out her demonic nature.
เนื้อดิบๆ เผยให้เห็นธรรมชาติปีศาจของเธอ
And she devoured each antelope like the last.
และนางก็กินละมั่งแต่ละตัวเหมือนกินตัวสุดท้าย
On the third day the Brahman woman expressed her
surprise.
วันที่สามหญิงพราหมณ์แสดงความประหลาดใจของเธอ
"Nearly three whole antelopes have disappeared"
"ละมั่งทั้งตัวหายไปเกือบสามตัวแล้ว"
"All that is left is a little bit of meat"
"เหลือแค่เนื้อนิดหน่อย"
The Rakshasi did not appreciate the accusation.
ราชวงศ์รากษสีไม่เห็นด้วยกับข้อกล่าวหานี้
"Do I eat raw flesh?" she asked fiercely.
"ฉันกินเนื้อดิบได้ไหม" เธอถามอย่างดุเดือด
"Perhaps you do eat raw flesh," replied the Brahman
woman.
"บางทีคุณคงกินเนื้อดิบ" หญิงพราหมณ์ตอบ
"I have nothing to prove the contrary"
"ฉันไม่มีอะไรจะพิสูจน์ตรงกันข้าม"
The Rakshasi knew she had been discovered.
พระเจ้าอโศกทรงทราบว่านางถูกค้นพบแล้ว
Her eyes became even fiercer than before.
ดวงตาของเธอดูดุร้ายยิ่งกว่าเดิม
And she vowed to get her revenge.
และเธอสาบานว่าจะแก้แค้น
The Brahman woman concluded her fate was sealed.
หญิงพราหมณ์สรุปว่าชะตากรรมของเธอถูกปิดผนึกแล้ว
She thought her husband would meet the same fate.
เธอคิดว่าสามีของเธอจะประสบชะตากรรมเดียวกัน

She did not expect her son to be spared either.
เธอไม่ได้คาดหวังว่าลูกชายของเธอจะรอดเช่นกัน
That night she hardly slept at all.
คืนนั้นเธอแทบไม่ได้นอนเลย
The Rakshasi had prevented her from seeing her husband.
พระเจ้าอโศกทรงห้ามไม่ให้เธอพบสามี
Early next morning Champa-Dal went to school.
เช้าวันรุ่งขึ้น ชัมปาดาลก็ไปโรงเรียน
Before he went to school she gave her son a golden bottle.
ก่อนที่เขาจะไปโรงเรียนเธอให้ขวดทองคำแก่ลูกชายของเธอ
In the golden bottle was her own breast milk.
ในขวดทองคำนั้นเป็นน้ำนมแม่ของเธอเอง
"Carefully watch the colour of the milk"
"สังเกตสีของนมให้ดี"
"If the milk turns red, your father has been killed"
"ถ้านมเปลี่ยนเป็นสีแดง พ่อของคุณคงตายแล้ว"
"If the milk turns redder, then I have been killed"
"ถ้านมเปลี่ยนเป็นสีแดงกว่านี้ ฉันคงตายไปแล้ว"
"If the milk turns red you must gallop away"
"ถ้านมเปลี่ยนเป็นสีแดง คุณต้องวิ่งหนีไป"
"Gallop as fast as your horse can carry you"
"วิ่งเร็วเท่าที่ม้าของคุณพาไปได้"
"If you do not run away, you will be devoured"
"ถ้าไม่หนีก็จะถูกกลืนกิน"
That morning the Rakshasi made a suggestion to her husband.
เช้าวันนั้น ยักษ์ได้เสนอแนะสามีของเธอ
"Let us bathe in the river this morning"
"เช้านี้เรามาอาบน้ำในแม่น้ำกันเถอะ"
She would not take no for an answer.
เธอจะไม่ยอมรับคำตอบว่าไม่
The river was some distance from the palace.
แม่น้ำอยู่ห่างจากพระราชวังไปพอสมควร
The Brahman followed her as meekly as a lamb.
พราหมณ์ก็ติดตามนางไปอย่างอ่อนโยนเหมือนลูกแกะ

The Brahman woman saw that her doom was near.
หญิงพราหมณ์เห็นว่าชะตากรรมของตนใกล้เข้ามาแล้ว
But it was beyond her power to avert the catastrophe.
แต่เธอก็ไม่อาจป้องกันหายนะนั้นได้
The Brahman and the Rakshasi did indeed reach the river.
พราหมณ์และยักษ์ก็ไปถึงแม่น้ำจริงๆ
Soon after the Rakshasi changed into her real dimensions.
ไม่นานหลังจากนั้น ยักษ์ Rakshasi ก็เปลี่ยนร่างเป็นมิติที่แท้จริงของเธอ
She tore the Brahman limb from limb.
นางได้ฉีกแขนพราหมณ์ออกจากแขน
She devoured him like she had devoured the antelope.
นางก็กินเขาเหมือนกับที่นางกินละมั่ง
Then she ran back to her palace.
จากนั้นเธอก็วิ่งกลับไปยังพระราชวังของเธอ
The wife's fate was the same as the Brahman's.
ชะตากรรมของภรรยาก็เหมือนกับของพราหมณ์

Young Champ Dal had done as his mother instructed.
แชมป์ดาลหนุ่มได้ทำตามที่แม่ของเขาสั่ง
He was diligently observing the golden bottle.
เขาสังเกตขวดทองคำอย่างขยันขันแข็ง
He paid special attention to the colour of the milk.
เขาใส่ใจเป็นพิเศษกับสีของนม
He was horror-struck to find the milk redden a little.
เขาตกใจมากเมื่อพบว่านมมีสีแดงเล็กน้อย
"My father has been killed," he cried.
"พ่อของฉันถูกฆ่าตาย" เขาร้อง
Soon after the milk completely reddened.
หลังจากนั้นไม่นานนมก็เปลี่ยนเป็นสีแดงหมด
"Now my mother has been killed too," he cried.
"ตอนนี้แม่ของฉันก็ถูกฆ่าด้วย" เขาร้องไห้
Quickly he rushed to mount his pony.
เขาจึงรีบวิ่งขึ้นม้าโพนี่ของเขา
His half-brother, Sahasra-Dal, was surprised.
สหัสรา-ดาล น้องชายต่างมารดาของเขาประหลาดใจ

"Where are you going, Champa?"
"จำปาจะไปไหนคะ?"
"Why are you crying, brother?"
"ร้องไห้ทำไมพี่?"
"Let me accompany you to wherever you are going"
"ให้ฉันไปกับคุณไม่ว่าคุณจะไปที่ไหน"
But Champa-Dal now feared his brother.
แต่ตอนนี้ชัมปาดาลกลับกลัวพี่ชายของเขา
"Oh! do not come to me," he objected.
"โอ้ อย่ามาหาฉันเลย" เขากล่าวคัดค้าน
"Your mother has devoured my father and mother"
"แม่ของคุณกินพ่อและแม่ของฉันไปแล้ว"
"Don't you come and devour me"
"อย่ามากลืนกินฉันนะ"
"I will not devour you," he promised his brother.
"เราจะไม่กินเจ้า" เขาสัญญากับพี่ชายของเขา
"I'll save you," he promised his brother.
"ฉันจะช่วยคุณ" เขาสัญญากับพี่ชายของเขา
And he galloped after his brother, Champa-Dal.
และเขาก็ควบตามพี่ชายของเขา ชัมปา-ดาล ไป
Soon his mother, the Rakshasi, appeared at a distance.
ในไม่ช้า แม่ของเขา คือ ยักษ์ ก็ปรากฏตัวขึ้นในระยะไกล
She demanded Champa-Dal to come to her.
เธอเรียกร้องให้ชัมปาดาลมาหาเธอ
But Champa-Dal knew better than to go to the Rakshasi.
แต่จัมปาดาลรู้ดีกว่าที่จะไปหาราชวงศ์
"Champa-Dal will not come to you, but I will"
"จัมปาดาลจะไม่มาหาคุณ แต่ฉันจะมาหา"
And instead, Sahasra-Dal went to his mother.
แต่สหัสรา-ดาลกลับไปหาแม่ของเขาแทน
The young prince always carried a sword with him.
เจ้าชายหนุ่มมักพกดาบติดตัวอยู่เสมอ
With his sword he cut off his mother's head.
เขาใช้ดาบตัดหัวแม่ของเขา

Champa-Dal had not stayed to witness this.
ชัมปาดาลไม่ได้อยู่ดูเหตุการณ์นี้
He had galloped off as far as his pony could carry him.
เขาได้ควบออกไปเท่าที่ม้าของเขาจะพาไปได้
Because he was running for his life.
เพราะเขาวิ่งหนีเพื่อเอาชีวิตรอด
But Sahasra-Dal soon caught up with his brother.
แต่ไม่นาน สหัสรา-ดาลก็ตามพี่ชายของเขาทัน

And he told him that his mother was no more.
และเขาบอกเขาว่าแม่ของเขาไม่อยู่แล้ว
This was small consolation to Champa-Dal.
นี่เป็นการปลอบใจเล็กๆ น้อยๆ สำหรับ Champa-Dal
The Rakshasi had already devoured both his parents.
ยักษ์ได้กินพ่อแม่ของเขาไปแล้วทั้งสองคน
But he could still not trust Sahasra-Dal's friendship.
แต่เขายังไม่สามารถไว้วางใจมิตรภาพของสหัสรา-ดาลได้
They both rode as fast as their horses could carry them.
ทั้งสองคนขี่ไปด้วยความเร็วเท่าที่ม้าของพวกเขาจะพาไปได้
And their horses could carry them very far.
และม้าของพวกเขาก็สามารถพาพวกเขาไปได้ไกลมาก
Because their horses were Pakshirajes horses.
เพราะม้าของพวกเขาเป็นม้าพันธุ์ปักษีราเจส
Pakshirajes horses are the kings of birds.
ม้าพันธุ์ปักษีราเจสเป็นราชาแห่งนก
On their horses they travelled over hundreds of miles.
พวกเขาเดินทางด้วยม้าเป็นระยะทางหลายร้อยไมล์
An hour or two before sundown they reached a village.
ก่อนพระอาทิตย์ตกดินประมาณหนึ่งหรือสองชั่วโมงพวกเขาก็มาถึงหมู่บ้านแห่งหนึ่ง
Here they became the guests of a respectable family.
ที่นี่พวกเขากลายเป็นแขกของครอบครัวที่น่าเคารพนับถือ
But the two brothers saw the family was in gloom.
แต่พี่น้องทั้งสองเห็นว่าครอบครัวอยู่ในความเศร้าโศก
Something was agitating the family very much.
มีเรื่องบางอย่างที่ทำให้ครอบครัวนี้กังวลมาก

Some of the family held private consultations.
สมาชิกครอบครัวบางคนได้หารือเป็นการส่วนตัว
And others in the family were weeping.
และคนอื่นๆในครอบครัวก็ร้องไห้
The mother was the eldest lady in the house.
แม่เป็นผู้หญิงที่อายุมากที่สุดในบ้าน
"I will go, as I am the eldest," she said.
"ฉันจะไปเพราะฉันเป็นพี่คนโต" เธอกล่าว
"I have lived long enough"
"ฉันมีชีวิตอยู่มานานพอแล้ว"
"At most my life would be cut short by a year or two"
"อย่างมากที่สุดชีวิตของฉันคงสั้นลงไปสักปีหรือสองปี"
The youngest member of the house was a little girl.
สมาชิกที่อายุน้อยที่สุดในบ้านเป็นเด็กผู้หญิงตัวเล็กๆ
"I will go, as I am young," she said.
"ฉันจะไปเพราะฉันยังเด็ก" เธอกล่าว
"I am useless to the family"
"ฉันไม่มีประโยชน์ต่อครอบครัว"
"If I die, I shall not be missed"
"หากฉันตายไป ฉันจะไม่มีวันคิดถึง"
The head of the house was the son of the old lady.
หัวหน้าบ้านเป็นลูกชายของหญิงชรา
"I am the representative of the family," he said.
"ผมเป็นตัวแทนของครอบครัว" เขากล่าว
"It is but reasonable that I should give up my life"
"เป็นเรื่องสมเหตุสมผลที่ฉันจะต้องสละชีวิตของฉัน"
He also had a younger brother.
เขายังมีน้องชายหนึ่งคนด้วย
"You are the pillar of the family," he said.
"คุณคือเสาหลักของครอบครัว" เขากล่าว
"If you go the whole family is ruined"
"ถ้าไปทั้งครอบครัวก็พังหมด"
"It is not reasonable that you should go"
"มันไม่สมเหตุสมผลที่คุณจะไป"

"I will go, as I shall not be much missed"
"ฉันจะไปเพราะจะไม่มีใครคิดถึงฉันมากนัก"
The two strangers listened to all this conversation.
คนแปลกหน้าทั้งสองฟังการสนทนาทั้งหมดนี้
You can imagine their curiosity was not little.
คุณคงจินตนาการได้ว่าความอยากรู้อยากเห็นของพวกเขาไม่น้อยเลย
They wondered what the discussion could be about.
พวกเขาสงสัยว่าการสนทนาจะเกี่ยวกับอะไร
Sahasra-Dal took the risk of being thought meddlesome.
สหัสรา-ดาลเสี่ยงที่จะถูกมองว่าเป็นคนยุ่งเรื่องชาวบ้าน
"What is the subject of your consultations?"
"คุณปรึกษาเรื่องอะไร?"
"What is the reason for your deep miserable?"
"เหตุใดท่านจึงเศร้าโศกเสียใจมาก?"
"Why are your words full of countenances?"
"เหตุใดคำพูดของคุณจึงเต็มไปด้วยสีหน้า?"
The head of the house gave the following answer.
หัวหน้าบ้านได้ให้คำตอบดังนี้
"There is something you must know, me worthy guests"
"มีสิ่งหนึ่งที่คุณต้องรู้ แขกผู้มีเกียรติทั้งหลาย"
"These lands are infested by a terrible Rakshasi"
"ดินแดนเหล่านี้เต็มไปด้วยพวกอสูรร้าย"
"This Rakshasi has depopulated all the regions here"
"รากษสนี้ทำให้ผู้คนในแคว้นต่างๆ ในบริเวณนี้ไม่มีผู้คนอาศัยอยู่เลย"
"This town, too, would have been depopulated"
"เมืองนี้ก็คงจะถูกกำจัดผู้คนไปเช่นกัน"
"But that our king became suppliant to the Rakshasi"
"แต่กษัตริย์ของเรากลับทรงวิงวอนต่อราชวงศ์"
"He begged her to show mercy to us his people"
"พระองค์ทรงวิงวอนนาง ให้ทรงเมตตาพวกเราซึ่งเป็นชนชาติของพระอ
งค์"
The Rakshasi replied to the king.
ยักษ์ตอบกษัตริย์ว่า
"I will consent to show mercy to your subjects"

"ข้าพเจ้าจะยินยอมแสดงความเมตตาต่อราษฎรของท่าน"

"But there is one condition for my mercy"

"แต่มีเงื่อนไขหนึ่งสำหรับความเมตตาของฉัน"

"Every night I demand one human being"

"ทุกคืนฉันขอมนุษย์หนึ่งคน"

"I don't mind if it is a male or a female"

"ผมไม่สนใจว่าจะเป็นชายหรือหญิง"

"Put the human being in a temple for me to feast"

"จงนำมนุษย์ไปไว้ในวิหารเพื่อข้าพเจ้าจะได้เลี้ยงฉลอง"

"If I get a human being every night, I will rest satisfied"

"ถ้าฉันได้เจอมนุษย์ทุกคืน ฉันก็จะรู้สึกพอใจ"

"Promise me this and I will commit no further depredations"

"สัญญากับฉันสิว่าฉันจะไม่ทำอันตรายฉันอีกต่อไป"

"Your subjects will be spared from my ravenous hunger"

"ราษฎรของเจ้าจะพ้นจากความหิวโหยของข้า"

"Our king had no other alternative than to agree"

"กษัตริย์ของเราไม่มีทางเลือกอื่นนอกจากต้องยินยอม"

"What human can ever hope to contend against a Rakshasi?"

"มนุษย์คนใดเล่าจะหวังที่จะต่อสู้กับอสูรได้?"

"From that day the king made a new law"

"ตั้งแต่วันนั้นเป็นต้นมา กษัตริย์ทรงบัญญัติกฎหมายใหม่"

"Every family has to send one member to the temple"

"ทุกครอบครัวต้องส่งสมาชิกหนึ่งคนไปวัด"

"To appease the wrath of the terrible Rakshasi"

"เพื่อระงับโทสะของอสูรร้าย"

"To satisfy the endless hunger of the Rakshasi"

"เพื่อสนองความหิวโหยอันไม่มีที่สิ้นสุดของเหล่ายักษ์"

"All the families in this neighbourhood have had their turn"

"ทุกครอบครัวในละแวกนี้ต่างก็มีช่วงเวลาของตัวเองแล้ว"

"This night it is the turn of our family"

"คืนนี้ถึงคราวของครอบครัวเราแล้ว"

"One of us is to devote ourself to destruction"

"หนึ่งในพวกเราคือการอุทิศตนเพื่อการทำลายล้าง"
"We are therefore discussing who should go to the Rakshasi"
"เราจึงกำลังหารือกันว่าใครควรไปราชสีห์"
"You can now perceive the cause of our distress"
"ท่านสามารถรับรู้ถึงสาเหตุของความทุกข์ของเราได้แล้ว"
The two friends consulted together for a few minutes.
ทั้งสองเพื่อนปรึกษาหารือกันสักพักหนึ่ง
After this time they concluded their consultation.
เมื่อถึงเวลานั้นพวกเขาก็เสร็จสิ้นการปรึกษาหารือกันแล้ว
Sahasra-Dal was the spokesman for the brothers.
สหัสรา-ดาลเป็นโฆษกของพี่น้องทั้งสอง
"Most worthy host, do not any longer be sad"
"เจ้าบ้านผู้ประเสริฐที่สุด อย่าได้เศร้าโศกอีกต่อไป"
"You have been very kind to us"
"คุณใจดีกับเรามาก"
"We have resolved to requite your hospitality"
"เราได้ตัดสินใจที่จะตอบแทนการต้อนรับของคุณ"
"We will go to the temple instead of you"
"เราจะไปวัดแทนคุณ"
"We shall go as your representatives"
"เราจะไปในฐานะตัวแทนของคุณ"
"We will become the food of the Rakshasi"
"เราจะกลายเป็นอาหารของพวกยักษ์"
The whole family protested against the proposal.
ทั้งครอบครัวออกมาประท้วงข้อเสนอนี้
They declared that guests were like gods.
พวกเขาประกาศว่าแขกก็เหมือนเทพเจ้า
"The host must ensure the comfort of the guests"
"เจ้าภาพต้องดูแลความสะดวกสบายของแขก"
"The guests must not suffer for the host"
"แขกไม่ควรต้องทนทุกข์แทนเจ้าบ้าน"
But the two strangers could not be persuaded.
แต่คนแปลกหน้าทั้งสองคนก็ไม่สามารถโน้มน้าวใจได้

"We will stand as proxies for your family"
"เราจะยืนหยัดเป็นตัวแทนของครอบครัวของคุณ"
There was a great deal of objection to the proposal.
มีการคัดค้านข้อเสนอนี้เป็นอย่างมาก
But eventually the guests persuaded their hosts.
แต่ในที่สุดแขกก็โน้มน้าวเจ้าภาพได้
Finally the hosts consented to the arrangement.
ในที่สุดเจ้าภาพก็ยินยอมตามข้อตกลง

Sahasra-Dal and Champa-Dal rode off on their horses.
สหัสราดาลและจัมปาดาลขี่ม้าออกไป
Immediately after candle light they reached the temple.
ทันทีหลังจากจุดเทียนแล้วพวกเขาก็ถึงวัด
They went into the temple, and shut the door.
พวกเขาเข้าไปในวิหารแล้วปิดประตู
Sahasra told his brother to go to sleep.
สหัสราบอกให้พี่ชายไปนอน
"I will guard over your sleep"
"ฉันจะดูแลการนอนหลับของคุณ"
"I will watch out for the terrible Rakshasi"
"ฉันจะระวังพวกยักษ์ที่น่ากลัว"
Champa was soon in a fine sleep.
ไม่นานจำปาก็หลับสบาย
Sahasra lay awake, waiting for the Rakshasi.
สหัสระตื่นนอนรอรักษสี
Nothing happened during the early hours of the night.
ในช่วงเช้าของคืนนั้นไม่มีอะไรเกิดขึ้น
But then the gong of the king's bell sounded.
แต่ทันใดนั้น เสียงระฆังของพระราชาก็ดังขึ้น
It was midnight, the dead hour of the night.
เป็นเวลาเที่ยงคืนซึ่งเป็นชั่วโมงแห่งความตายของกลางคืน
Sahasra heard the sound as of a rushing tempest.
สหัสเราะได้ยินเสียงเหมือนพายุฝนที่โหมกระหน่ำ
He used the knowledge he had of Rakshasas.
เขาใช้ความรู้ที่เขามีเกี่ยวกับยักษ์

He concluded the Rakshasi was nigh.

พระองค์ทรงทราบว่ายักษ์ใกล้จะเสด็จแล้ว

A thundering knock was heard at the door.

มีเสียงเคาะประตูดังสนั่น

The following words accompanied the knock at the door:

มีถ้อยคำดังต่อไปนี้ประกอบการเคาะประตู:

"How, mow, khow! A human being I smell"

"โห! รู้ไหม ฉันได้กลิ่นมนุษย์"

"Who keeps guard inside this temple?"

"ใครเฝ้ายามอยู่ในวัดนี้?"

To this question Sahasra-Dal made the following reply:

ต่อคำถามนี้ สหัสรา-ดาล ได้ตอบกลับไปดังนี้:

"Sahasra-Dal keeps guard inside this temple"

"สหัสรา-ดาลเฝ้ารักษาการณ์อยู่ภายในวัดแห่งนี้"

"Champa-Dal keeps guard inside this temple"

"จัมปาดาลเฝ้ารักษาการณ์อยู่ภายในวัดแห่งนี้"

"Two winged horses keep guard inside this temple"

"ม้ามีปีกสองตัวคอยเฝ้าอยู่ภายในวัดนี้"

Rakshasa blood flowed through Sahasra-Dal's veins.

เลือดยักษ์ไหลเวียนอยู่ในเส้นเลือดของสหัสรา-ดาล

The Rakshasi knew Sahasra-Dal was not human.

Rakshasi รู้ว่า Sahasra-Dal ไม่ใช่มนุษย์

And so the Rakshasi turned away with a groan.

แล้วยักษ์ก็หันกลับไปพร้อมเสียงครวญคราง

After an hour the Rakshasi returned to the temple.

หลังจากผ่านไปหนึ่งชั่วโมง ยักษ์ก็กลับมายังวัดอีกครั้ง

The Rakshasi thundered at the door again.

ยักษ์ก็ทุบประตูอีกครั้ง

"How, mow, khow! A human being I smell"

"โห! รู้ไหม ฉันได้กลิ่นมนุษย์"

"Who keeps guard inside this temple?"

"ใครเฝ้ายามอยู่ในวัดนี้?"

To this question Sahasra-Dal again replied:

ต่อคำถามนี้ สหัสรา-ดาลก็ตอบกลับอีกครั้งว่า:

"Sahasra-Dal keeps guard inside this temple"
"สหัสรา-ดาลเฝ้ารักษาการณ์อยู่ภายในวัดแห่งนี้"
"Champa-Dal keeps guard inside this temple"
"จัมปาดาลเฝ้ารักษาการณ์อยู่ภายในวัดแห่งนี้"
"Two winged horses keep guard inside this temple"
"มีม้ามีปีกสองตัวคอยเฝ้าอยู่ภายในวัดนี้ "
The Rakshasi again groaned and went away.
ยักษ์ก็ครางแล้วเดินจากไปอีกครั้ง
At two o'clock the Rakshasi appeared once more.
เมื่อเวลาสองนาฬิกา ยักษ์ก็ปรากฏตัวอีกครั้งหนึ่ง
And at three o'clock the Rakshasi came again.
ครั้นเวลาป่ายสามโมง ยักษ์ก็กลับมาอีก
Each time the Rakshasi made the same inquiry.
ทุกครั้งที่พระเจ้ารากษสีทรงซักถามเรื่องเดียวกัน
And each time the Rakshasi left with a groan.
และทุกครั้งที่ยักษ์ก็ออกไปพร้อมกับเสียงครวญคราง
After three o'clock, however, Sahasra-Dal felt very sleepy.
หลังจากสามโมงแล้ว สหัสราดาลก็รู้สึกง่วงนอนมาก
He could not any longer keep awake.
เขาไม่อาจตื่นอยู่ต่อไปได้อีกต่อไป
He therefore roused Champa.
พระองค์จึงทรงปลุกจำปาขึ้น
And he told him to keep guard over the temple.
และท่านก็สั่งให้เขาเฝ้าดูแลวิหารต่อไป
"The Rakshasi will come again in an hour"
"ยักษ์แดงจะกลับมาอีกครั้งในอีกหนึ่งชั่วโมง"
"The Rakshasi will ask who keeps guard here"
"ยักษ์จะถามว่าใครเฝ้ายามที่นี่"
"You must mention Sahasra's name first"
"ท่านต้องเอ่ยชื่อสหัสราเสียก่อน"
Having given these instructions he went to sleep.
เมื่อได้สั่งการดังกล่าวแล้ว เขาก็เข้านอน
At four o'clock the Rakshasi again made her appearance.
เมื่อเวลาสี่โมง พระเจ้ารัษสีก็ปรากฏตัวอีกครั้ง
The Rakshasi thundered at the door, and said:

ยักษ์คำรามที่ประตูแล้วกล่าวว่า

"How, mow, khow! A human being I smell"

"โห! รู้ไหม ฉันได้กลิ่นมนุษย์"

"Who keeps guard inside this temple?"

"ใครเฝ้ายามอยู่ในวัดนี้?"

Champa-Dal was in a terrible fright.

ชัมปาดาลตกอยู่ในความหวาดกลัวอย่างมาก

He had forgotten the instructions of his brother.

เขาได้ลืมคำสั่งสอนของพี่ชายของเขา

"Champa-Dal keeps guard inside this temple"

"จัมปาดาลเฝ้ารักษาการณ์อยู่ภายในวัดแห่งนี้"

"Sahasra-Dal keeps guard inside this temple"

"สหัสรา-ดาลเฝ้ารักษาการณ์อยู่ภายในวัดแห่งนี้"

"Two winged horses keep guard inside this temple"

"ม้ามีปีกสองตัวคอยเฝ้าอยู่ภายในวัดนี้"

The Rakshasi uttered a shout of exultation.

ยักษ์แดงส่งเสียงร้องด้วยความยินดี

And the Rakshasi laughed how only demons can laugh.

แล้วยักษ์ก็หัวเราะแบบที่ปีศาจเท่านั้นจะหัวเราะได้

With a dreadful noise the door broke open.

ประตูก็เปิดออกโดยมีเสียงดังน่ากลัว

The noise roused Sahasra from his sleep.

เสียงดังทำให้สหัสราตื่นจากการนอนหลับ

Within a moment he sprung to his feet.

เพียงชั่วพริบตา เขาก็ลุกขึ้นยืน

He had his sword with him not only by day.

เขาพกดาบติดตัวไปไม่เพียงแต่ในเวลากลางวันเท่านั้น

He had his sword with him by night too.

เขามีดาบติดตัวไปด้วยในเวลากลางคืนด้วย

His sword was as supple as a palm-leaf.

ดาบของเขาอ่อนเหมือนใบปาล์ม

And he cut off the head of the Rakshasi.

และได้ตัดศีรษะของพวกยักษ์ไป

The huge mountain of a body fell to the ground.

ร่างกายที่เป็นภูเขาขนาดใหญ่ล้มลงสู่พื้นดิน

The body made a great noise when it fell.
ตัวล้มมีเสียงดังมาก
And the body covered many surrounding acres.
และร่างกายครอบคลุมพื้นที่โดยรอบหลายเอเคอร์
Sahasra-Dal kept the severed head of the Rakshasi.
สหัสราดาลเก็บศีรษะที่ถูกตัดขาดของรักษสีไว้
And he slept again with the head near him.
และเขาก็กลับมานอนโดยมีหัวอยู่ใกล้ตัวเขาอีกครั้ง

Early in the morning some wood-cutters came.
เช้าตรู่มีคนตัดไม้มา
The wood-cutters were passing near the temple.
พวกคนตัดไม้กำลังเดินผ่านบริเวณใกล้บริเวณวัด
The wood-cutters saw the huge body on the ground.
คนตัดไม้เห็นร่างใหญ่ล้มอยู่บนพื้น
So they walked towards the temple.
แล้วพวกเขาก็เดินตรงไปยังวัด
Soon they saw that it was a carcass.
ไม่นานพวกเขาก็รู้ว่ามันเป็นซากสัตว์
The carcass of the terrible Rakshasi.
ซากศพของยักษ์ที่น่ากลัว
The Rakshasi that had nearly depopulated the land.
ราชวงศ์รากษสีที่เกือบจะทำให้แผ่นดินว่างเปล่า
There had been a bounty for this Rakshasi.
ยักษ์นี้ได้รับเงินรางวัลตอบแทน
The king offered the hand of his daughter.
กษัตริย์ทรงยื่นมือธิดาของพระองค์มาให้
And the king had offered half the kingdom.
และกษัตริย์ได้ถวายอาณาจักรครึ่งหนึ่ง
He would trade it all for the head of the Rakshasi.
เขาจะแลกมันทั้งหมดเพื่อหัวหน้าของราชวงศ์
The wood-cutters saw no claimant at hand.
คนตัดไม้ไม่เห็นผู้เรียกร้องสิทธิ์อยู่ในมือ
So they went to get the reward.
แล้วพวกเขาก็ไปรับรางวัล

Each wood-cutter cut off a limb from the Rakshasi.
คนตัดไม้แต่ละคนจะตัดแขนขาของพวกยักษ์ออกไปคนละข้าง
And each wood-cutter went to the king.
และคนตัดไม้แต่ละคนก็ไปหาพระราชา
And each wood-cutter tried to claim the reward.
และคนตัดไม้แต่ละคนก็พยายามที่จะเรียกร้องรางวัล
"I am the destroyer of the great man eater"
"ฉันคือผู้ทำลายล้างผู้กินคนผู้ยิ่งใหญ่"
"I have come to claim my reward"
"ฉันมาเพื่อรับรางวัลของฉัน"
The king knew there could only be one hero.
กษัตริย์ทรงทราบว่ามีวีรบุรุษได้เพียงคนเดียวเท่านั้น
So he made an inquiry with his minister.
จึงได้สอบถามท่านเสนาบดี
"What family's turn was it last night?"
"เมื่อคืนนี้ถึงตาครอบครัวไหนแล้ว?"
"And who is the head of that family?"
"แล้วใครเป็นหัวหน้าครอบครัวนั้น?"
The king's minister set out to find the family.
เสนาบดีของกษัตริย์จึงออกเดินทางเพื่อตามหาครอบครัว
He brought the head of the family to the king.
เขานำหัวหน้าครอบครัวมาเข้าเฝ้ากษัตริย์
And the head of the family told of his guests.
และหัวหน้าครอบครัวก็เล่าเรื่องแขกของเขาให้ฟัง
"Last night two youthful travelers came to me"
"เมื่อคืนมีนักเดินทางวัยรุ่นสองคนมาหาฉัน"
"We offered to be their hosts for the night"
"เราเสนอตัวเป็นเจ้าภาพให้พวกเขาในคืนนั้น"
"Soon they discovered the problem we had"
"ไม่นานพวกเขาก็ค้นพบปัญหาที่เรามี"
"And they volunteered to take our place"
"แล้วพวกเขาก็อาสาเข้ามาแทนที่เรา"
"They went to the temple, instead of one of us"
"พวกเขาไปวัดแทนพวกเราคนหนึ่ง"

The king took his men to the temple.
กษัตริย์ทรงนำคนของพระองค์ไปยังวัด
The door of the temple was broken open.
ประตูวิหารถูกพังเปิดออก
They found the two brothers sleeping.
พวกเขาพบพี่น้องสองคนกำลังนอนหลับอยู่
And the horses were safe in the temple too.
และม้าก็อยู่ในวัดอย่างปลอดภัยเช่นกัน
And the head of the Rakshasi was there too.
และศีรษะของราชวงศ์รากษสก็อยู่ที่นั่นด้วย
There was no doubt about who had killed the monster.
ไม่มีข้อสงสัยเลยว่าใครเป็นคนฆ่าสัตว์ประหลาดตัวนี้
The real hero had been discovered.
ฮีโร่ตัวจริงได้ถูกค้นพบแล้ว
And the king kept true to his word.
และกษัตริย์ก็ทรงรักษาพระดำรัสของพระองค์
He gave the hand of his daughter to Sahasra-Dal.
เขาส่งมอบมือลูกสาวของเขาให้กับสหัสรา-ดาล
And he gave him half his kingdom too.
และพระองค์ยังทรงมอบอาณาจักรครึ่งหนึ่งให้แก่เขาด้วย
Champa-Dal remained with his friend.
ชัมปาดาลยังคงอยู่กับเพื่อนของเขา
And he rejoiced in Sahasra-Dal's prosperity.
และเขามีความยินดีในความเจริญรุ่งเรืองของสหัสรา-ดาล
And they lived together happily for some time.
และพวกเขาก็อยู่ร่วมกันอย่างมีความสุขอยู่ช่วงหนึ่ง

But one day a misunderstanding arose between them.
แต่แล้ววันหนึ่งความเข้าใจผิดก็เกิดขึ้นระหว่างพวกเขา
The queen-mother had a certain maid-servant.
ราชินีมีนางรับใช้คนหนึ่ง
This maid-servant was the most useful domestic.
สาวใช้คนนี้เป็นแม่บ้านที่มีประโยชน์ที่สุด
She could turn her hand to any task.
เธอสามารถเปลี่ยนมือของเธอไปทำภารกิจใดๆ ก็ได้

And she had uncommon strength for a woman.
และนางยังมีความแข็งแกร่งที่ไม่ธรรมดาสำหรับผู้หญิง
Her intelligence was not lacking either.
ความฉลาดของเธอก็ไม่ด้อยไปกว่ากัน
And she had a remarkable amount of energy.
และเธอมีพลังงานที่น่าทึ่งมาก
She would have been quickly missed in the palace.
เธอคงจะถูกคิดถึงในวังอย่างรวดเร็ว
The zenana was completely dependent on her.
เซนานาต้องพึ่งพาเธอโดยสิ้นเชิง
Hence her services were highly valued.
ดังนั้นบริการของเธอจึงได้รับการให้ความสำคัญอย่างมาก
The queen-mother appreciated her very much.
สมเด็จพระราชินีทรงชื่นชมเธอมาก
And the ladies of the palace valued her too.
และบรรดาสตรีในพระราชวังก็เห็นคุณค่าของเธอเช่นกัน
But this valuable woman was not a woman.
แต่สตรีอันล้ำค่าผู้นี้มิใช่สตรี
What this woman was was a Rakshasi.
ผู้หญิงคนนี้เป็นพวก ยักษ์
She had put on the appearance of a woman.
เธอได้แสดงท่าทางเป็นผู้หญิง
She had her own nefarious reasons for doing this.
เธอมีเหตุผลชั่วร้ายของตัวเองในการทำเช่นนี้
And then she took service in the royal household.
แล้วนางก็รับราชการในราชสำนัก
At night she used to assume her own real form.
ในเวลากลางคืนนางจะแปลงกายเป็นตนจริง
When everyone in the palace was asleep.
ขณะที่ทุกคนในพระราชวังกำลังหลับใหล
And then she went about in search of food.
แล้วเธอก็ออกเดินทางเพื่อหาอาหาร
Because her hunger was not satisfied at the palace.
เพราะความหิวของเธอยังไม่ได้รับการบรรเทาในวัง
A Rakshasi needs much more food than a man or woman.

กระต่ายต้องการอาหารมากกว่าผู้ชายหรือผู้หญิงมาก
At this time Champa-Dal had no wife.
ในเวลานั้น จัมปาดาลไม่มีภรรยา
So he often slept outside the zenana.
เขาจึงมักไปนอนนอกเรือนปอยๆ
He was not far from the outer gate of the palace.
เขาไม่ไกลจากประตูชั้นนอกของพระราชวัง
And from there he could observe her.
และจากตรงนั้นเขาสามารถสังเกตเธอได้
He saw her devouring sundry goats and sheep.
เขาเห็นนางกินแพะและแกะเป็นอาหาร
And he saw her devouring horses and elephants.
และเขาเห็นนางกินม้าและช้าง
This of course was not good for the maid-servant.
แน่นอนว่าสิ่งนี้ไม่ดีต่อสาวใช้
Champa-Dal was in the way of her supper.
ชัมปาดาลขวางทางอาหารเย็นของเธอ
So she was determined to get rid of him.
เธอจึงตั้งใจที่จะกำจัดเขาออกไป
One day she went to the queen-mother.
วันหนึ่งเธอได้ไปหาพระราชมารดา
“Queen-mother,” she said to her.
“ราชินีแม่” เธอกล่าวกับเธอ
“I can no longer work in the palace”
“ฉันไม่สามารถทำงานในวังได้อีกต่อไป”
“Why?” asked the queen-mother.
“เพราะเหตุใด” ราชินีทรงถาม
“What is the matter, Dasi” she wanted to know.
“มีอะไรเหรอ ดาซี” เธออยากรู้
“How can I go on without you?”
ฉันจะไปต่อได้อย่างไรถ้าไม่มีคุณ
“Tell me your reasons for leaving”
“บอกเหตุผลของคุณในการจากไป”
The maid-servant explained her situation.
สาวใช้อธิบายสถานการณ์ของเธอ

"I am but a poor woman in this palace"
"ฉันเป็นเพียงผู้หญิงยากจนในวังแห่งนี้"
"A woman like me can't preserve her honor here"
"ผู้หญิงอย่างฉันไม่สามารถรักษาเกียรติของเธอไว้ที่นี่ได้"
"Your son-in-law has a friend, Champa-Dal"
"ลูกเขยของคุณมีเพื่อนชื่อ ชัมปา-ดาล"
"He always cracks indecent jokes with me"
"เขาชอบพูดตลกหยาบคายกับฉันเสมอ"
"I would rather beg for my rice than to lose my honor"
"ฉันขอข้าวดีกว่าที่จะเสียเกียรติของฉันไป"
"If Champa-Dal remains in the palace I must go away"
"ถ้าจัมปาดาลยังคงอยู่ในวัง ฉันต้องจากไป"
The maid-servant was irreplicable in the palace.
สาวใช้คนนี้ไม่สามารถเลียนแบบได้ในวัง
The queen-mother knew what sacrifice to make.
สมเด็จพระราชินีทรงทราบว่าจะต้องเสียสละสิ่งใด
Champa-Dal was going to have to leave the palace.
ชัมปาดาลจะต้องออกจากพระราชวัง
And she told Sahasra-Dal all her reasons.
และเธอได้เล่าเหตุผลทั้งหมดของเธอให้สหัสรา-ดาลฟัง
"Champa-Dal is a bad man"
"จำปาดาลเป็นคนเลว"
"His character and morals are loose"
"นิสัยและศีลธรรมของเขาหลวมตัว"
"He must leave this palace at once"
"เขาต้องออกจากพระราชวังแห่งนี้ทันที"
Sahasra-Dal did his best to persuade her otherwise.
สหัสรา-ดาลพยายามอย่างเต็มที่ที่จะโน้มน้าวเธอให้เปลี่ยนใจ
He earnestly pleaded on behalf of his friend.
เขาได้วิงวอนอย่างจริงจังแทนเพื่อนของเขา
But his efforts were in vain.
แต่ความพยายามของเขากลับไร้ผล
The queen-mother had made up her mind.
พระราชินีทรงตัดสินใจแล้ว

He had to be driven out of the palace.
เขาต้องถูกขับไล่ออกจากพระราชวัง
Sahasra-Dal had not the courage to tell his friend.
สหัสรา-ดาลไม่มีความกล้าที่จะบอกเพื่อนของเขา
He therefore wrote a letter to him.
เขาจึงได้เขียนจดหมายไปหาเขา
In the letter he was vague about the reason.
ในจดหมายเขาให้เหตุผลไม่ชัดเจน
But either way, he was going to have to leave.
แต่ยังไงก็ตามเขาก็ต้องจากไป
Champa-Dal went to have a bath.
ชัมปาดาลไปอาบน้ำ
And the letter was put in his room.
และจดหมายก็ถูกวางไว้ในห้องของเขา
Champa-Dal was grieved upon reading the letter.
ชัมปาดาลรู้สึกเสียใจเมื่ออ่านจดหมายดังกล่าว
He mounted his fleet of horses.
เขาได้นำกองม้าของเขาขึ้น
And on his horses, he left the palace.
และเขาก็ออกจากพระราชวังด้วยม้าของเขา

Champa's horses were uncommonly fleet.
ม้าของจำปามีความเร็วไม่ธรรมดา
Soon he had traversed thousands of miles.
ในไม่ช้า เขาก็เดินทางไปได้หลายพันไมล์แล้ว
And eventually he reached a new city.
และในที่สุดเขาก็มาถึงเมืองใหม่
He stood at the gateway of a magnificent palace.
เขาได้ยืนอยู่ที่ประตูทางเข้าพระราชวังอันโอ่อ่าตระการตา
He dismounted from his horse.
เขาลงจากหลังม้า
And he entered the palace.
และเขาก็เข้าสู่พระราชวัง
But in the palace he met not a single creature.
แต่ในพระราชวังเขาไม่พบสิ่งมีชีวิตสักตัวเดียว

He went from apartment to apartment.
เขาเดินจากอพาร์ทเมนท์หนึ่งไปอีกอพาร์ทเมนท์หนึ่ง
All the rooms were richly furnished.
ห้องพักทุกห้องได้รับการตกแต่งอย่างหรูหรา
But none of the rooms were lived in.
แต่ห้องเหล่านั้นไม่มีใครอยู่อาศัยเลย
But in the end he came to a different room.
แต่สุดท้ายเขาก็มาถึงห้องอื่น
In this room there was a young lady.
ในห้องนี้มีหญิงสาวคนหนึ่ง
The young lady was of heavenly beauty.
นางสาวนั้นมีความงามราวกับสวรรค์
And she was lying down on a splendid bedstead.
และนางก็นอนอยู่บนเตียงอันหรูหรา
The beautiful young lady was asleep.
สาวสวยกำลังนอนหลับอยู่
Champa-Dal looked upon the sleeping beauty.
ชัมปาดาลมองดูเจ้าหญิงนิทรา
He was captivated by what he was seeing.
เขาต้องตะลึงกับสิ่งที่เขาเห็น
He had not seen any woman so beautiful.
เขาไม่เคยเห็นผู้หญิงคนไหนสวยขนาดนี้มาก่อน
Upon the bed there were two sticks.
บนเตียงมีไม้สองอัน
The two sticks were near the woman's head.
ไม้สองอันนั้นอยู่ใกล้ศีรษะของผู้หญิง
One of the sticks was made of silver.
ไม้อันหนึ่งทำด้วยเงิน
And the other stick was made of gold.
และไม้อีกอันก็ทำด้วยทองคำ
Champa took the silver stick into his hand.
จำปาหยิบไม้เงินขึ้นมาไว้ในมือ
And with the stick he touched the body of the lady.
และเขาใช้ไม้แตะไปที่ร่างของหญิงสาว
But no change was perceptible to her sleep.

แต่การนอนหลับของเธอไม่มีการเปลี่ยนแปลงใดๆ เลย
He then took up the gold stick.
จากนั้นเขาก็หยิบแท่งทองขึ้นมา
And with the stick he touched the body of the lady.
และเขาใช้ไม้แตะไปที่ร่างของหญิงสาว
This time the young lady did awake.
คราวนี้สาวน้อยก็ตื่นแล้ว
Eyeing the stranger, she inquired who he was.
เธอจ้องมองชายแปลกหน้าแล้วถามว่าเขาเป็นใคร
"I am Champa-Dal," he told her.
"ผมชื่อชัมปาดาล" เขาบอกกับเธอ
"There was once a poor dimwitted Brahman"
"กาลครั้งหนึ่งมีพราหมณ์ผู้โง่เขลาคนหนึ่ง"
"This dimwitted man had a wife, but no children"
"ชายโง่คนนี้มีภรรยาแต่ไม่มีลูก"
"But him not having children was probably for the best"
"แต่การที่เขาไม่มีลูกคงเป็นเรื่องที่ดีที่สุด"
"Because he was barely able to meet his own needs"
"เพราะเขาแทบจะไม่สามารถตอบสนองความต้องการของตัวเองได้"
"And he could hardly supply enough for his wife"
"และเขาแทบจะหาอะไรให้ภรรยาของเขาได้ไม่พอ"
"But his dimwittedness was not even his biggest problem"
"แต่ความโง่เขลาของเขาไม่ใช่ปัญหาใหญ่ที่สุดของเขาเลย"
And he continued the story as we have followed it.
และเขาก็เล่าเรื่องต่อเหมือนที่เราได้เล่าไปแล้ว
"My mother concluded her fate was sealed"
"แม่ของฉันสรุปว่าชะตากรรมของเธอถูกปิดผนึกแล้ว"
"And she thought my father would meet the same fate"
"และเธอคิดว่าพ่อของฉันจะประสบชะตากรรมเดียวกัน"
"And she did not expect me to be spared either"
"และเธอไม่ได้คาดหวังว่าฉันจะรอดเช่นกัน"
"That night she hardly slept at all"
"คืนนั้นเธอแทบไม่ได้นอนเลย"
"The Rakshasi had prevented her from seeing my father"

“ราชวงศ์ราชวงศ์ขัดขวางไม่ให้เธอพบฟอของฉัน”
“Early next morning I went to school”
“เช้าวันรุ่งขึ้นฉันก็ไปโรงเรียน”
“Before I went to school she gave me a golden bottle”
“ก่อนที่ฉันจะไปโรงเรียน เธอให้ขวดทองคำกับฉัน”
“In the golden bottle was her own breast milk”
“ในขวดทองคำนั้นมีน้ำนมแม่ของเธอเอง”
“I was told to carefully watch the colour of the milk”
“ฉันถูกบอกให้สังเกตสีของนมอย่างระมัดระวัง”
And he continued the story as we have followed it.
และเขาก็เล่าเรื่องต่อเหมือนที่เราได้เล่าไปแล้ว
“We will stand as proxies for your family”
“เราจะยืนหยัดเป็นตัวแทนของครอบครัวของคุณ”
“There was a great deal of objection to our proposal”
“มีการคัดค้านข้อเสนอของเราเป็นอย่างมาก”
“But eventually we persuaded our hosts”
“แต่ในที่สุดเราก็สามารถโน้มน้าวเจ้าภาพของเราได้”
“Finally the hosts consented to the arrangement”
“ในที่สุดเจ้าภาพก็ยินยอมตามข้อตกลง”
And he continued the story as we have followed it.
และเขาก็เล่าเรื่องต่อเหมือนที่เราได้เล่าไปแล้ว
“So I often slept outside the zenana”
“ฉันจึงมักจะนอนนอกห้องเซนานาปอยๆ”
“I was not far from the outer gate of the palace”
“ข้าพเจ้าอยู่ไม่ไกลจากประตูชั้นนอกของพระราชวังเลย”
“And from there I could observe her”
“แล้วฉันก็สามารถสังเกตเธอได้จากตรงนั้น”
“I saw her devouring sundry goats and sheep”
“ฉันเห็นเธอกินแพะและแกะเป็นอาหาร”
“And I saw her devouring horses and elephants”
“และฉันเห็นนางกินม้าและช้าง”
And he continued the story as we have followed it.
และเขาก็เล่าเรื่องต่อเหมือนที่เราได้เล่าไปแล้ว
“One day a letter was put in my room”

"วันหนึ่งมีจดหมายถูกส่งมาในห้องของฉัน"
"I was grieved upon reading the letter"
"ผมรู้สึกเสียใจเมื่อได้อ่านจดหมายฉบับนี้"
"I mounted my fleet of horses"
"ฉันขึ้นม้าของฉันแล้ว"
"And on my horses he left the palace"
"แล้วเขาก็ออกจากพระราชวังด้วยม้าของฉัน"
"My horse are uncommonly fleet"
"ม้าของฉันวิ่งเร็วผิดปกติ"
"Soon I had traversed thousands of miles"
"ในไม่ช้าฉันก็เดินทางมาหลายพันไมล์แล้ว"
"And eventually I reached a new city"
"และในที่สุดฉันก็มาถึงเมืองใหม่"
And he continued the story as we have followed it.
และเขาก็เล่าเรื่องต่อเหมือนที่เราได้เล่าไปแล้ว
"I took the silver stick into his hand"
"ฉันรับไม้เงินไว้ในมือเขา"
"And with the stick I touched your body"
"และด้วยไม้เท้าฉันก็สัมผัสร่างกายของคุณ"
"But no change was perceptible to your sleep"
"แต่การนอนหลับของคุณก็ไม่มีการเปลี่ยนแปลงใดๆ เกิดขึ้น"
"I then took up the gold stick"
"แล้วฉันก็หยิบแท่งทองขึ้นมา"
And with the stick he touched your body.
และด้วยไม้นั้นเขาก็สัมผัสร่างกายของคุณ
"This time you did awake from your sleep"
"คราวนี้คุณตื่นจากการหลับแล้ว"
The young lady had listened to Champa-Dal's story.
หญิงสาวได้ฟังเรื่องราวของจัมปาดาล
The young lady was in fact a princess.
จริงๆ แล้วหญิงสาวคนนั้นเป็นเจ้าหญิง
"Unhappy man! why have you come here?"
"ท่านชายผู้น่าสงสาร! ท่านมาที่นี่ทำไม?"
"This is the country of Rakshasas"

"นี่คือดินแดนของอสูร"

"No less than seven hundred Rakshasas live here"

"มียักษ์อาศัยอยู่ที่นี่ไม่น้อยกว่าเจ็ดร้อยตน"

"Every morning the Rakshasas leave"

"ทุกเช้าพวกยักษ์จะออกเดินทาง"

"They go to the other side of the ocean"

"พวกเขาไปยังอีกฝั่งของมหาสมุทร"

"And they search for provisions there"

"แล้วพวกเขาก็ค้นหาเสบียงอาหารที่นั่น"

"And before dusk they return again"

"แล้วก่อนพลบค่ำก็กลับมาอีกครั้ง"

"My father was king in these regions"

"พ่อของฉันเป็นกษัตริย์ในดินแดนเหล่านี้"

"His kingdom had millions of subjects"

"อาณาจักรของพระองค์มีราษฎรเป็นล้านๆ คน"

"They lived in flourishing towns and cities"

"พวกเขาอาศัยอยู่ในเมืองที่เจริญรุ่งเรือง"

"But some years ago the Rakshasas invaded"

"แต่เมื่อหลายปีก่อนพวกอสูรได้รุกราน"

"And they devoured all the subjects of the kingdom"

"และพวกเขาก็กินราษฎรของอาณาจักรทั้งหมด"

"The Rakshasas devoured my father and my mother"

"พวกอสูรกินพ่อและแม่ของฉัน"

"The Rakshasas devoured my brothers and sisters"

"พวกอสูรกินพี่น้องของฉัน"

"And they devoured all the cattle of the country"

"แล้วพวกเขาก็กินสัตว์เลี้ยงทั้งประเทศจนหมด"

"There is no living human being in these regions"

"ไม่มีมนุษย์ที่มีชีวิตอยู่ในภูมิภาคนี้"

"I am the last human living left"

"ฉันเป็นมนุษย์คนสุดท้ายที่ยังมีชีวิตอยู่"

"I too would have been devoured long ago"

"ฉันคงถูกกลืนกินไปนานแล้ว"

"But an old Rakshasi took a liking to me"
"แต่มียักษ์ชรารูปหนึ่งชอบฉัน"
"She prevents the other Rakshasas from eating me"
"นางขัดขวางไม่ให้อสูรตนอื่นกินข้า"
"Do you see those sticks of silver and gold?"
"คุณเห็นแท่งเงินและแท่งทองเหล่านั้นไหม"
"Every morning she kills me with the silver stick"
"ทุกเช้าเธอจะฆ่าฉันด้วยไม้เงิน"
"Every evening she re-animates me with the gold stick"
"ทุกเย็นเธอจะปลุกฉันขึ้นมาใหม่ด้วยไม้ทอง"
"I do not know how to advise you"
"ฉันไม่รู้จะแนะนำคุณยังไง"
"If the Rakshasas see you, you are a dead man"
"ถ้าพวกอสูรทั้งหลายเห็นเจ้า เจ้าก็เป็นคนตายแล้ว"
Then they talked in a very affectionate manner.
แล้วพวกเขาก็พูดคุยกันอย่างรักกันมาก
And they laid their heads together.
แล้วพวกเขาก็เอาหัวมาประกบกัน
And they thought to devise a means of escape.
และพวกเขาคิดจะคิดหาหนทางหลบหนี
Some way to get out of the hands of the Rakshasas.
หนทางที่จะหลุดพ้นจากมือของอสูรทั้งหลาย

The hour of the return of the Rakshasas was coming.
เวลาแห่งการกลับมาของเหล่าอสูรก็ใกล้เข้ามาแล้ว
The seven hundred flesh-eaters were soon returning.
พวกกินเนื้อเจ็ดร้อยคนกำลังกลับมาในไม่ช้า
Keshavati called out to Champa-Dal.
เกศวดีร้องเรียกจัมปา-ดาล
(Because that was the name of the princess)
(เพราะนั่นคือชื่อของเจ้าหญิง)
"Hide yourself in the heaps of the sacred trefoil"
"ซ่อนตัวอยู่ในกองใบไม้สามแฉกอันศักดิ์สิทธิ์"
But first Champ Dal picked up the silver stick.

แต่ก่อนอื่นแชมป์ีดาลหยิบไม้เงินขึ้นมา
He touched Keshavati with the silver stick.
พระองค์ทรงแตะเกศวดีด้วยไม้เงิน
And as soon as he touched her, she died.
และเมื่อเขาแตะเธอ เธอก็ตาย
Then he went to the center of the temple of Siva.
จากนั้นพระองค์เสด็จไปยังใจกลางวิหารของพระศิวะ
And he hid beneath the heaps of sacred trefoil.
และเขาซ่อนตัวอยู่ใต้กองใบไม้สามแฉกศักดิ์สิทธิ์
From his hiding place he heard the sound of wind rushing.
จากที่ซ่อนของเขา เขาได้ยินเสียงลมพัดแรง
Then he heard terrible noises in the palace.
จากนั้นเขาได้ยินเสียงดังน่ากลัวในพระราชวัง
The Rakshasas had come home from their hunt.
พวกยักษ์กลับมาจากการล่าแล้ว
They had filled their stomachs with meat.
พวกเขาได้กินเนื้อจนอิ่มท้องแล้ว
Sundry goats, sheep, cows, horses, buffaloes.
สัตว์ต่างๆ เช่น แพะ แกะ วัว ม้า ควาย
And they had devoured elephants too.
และพวกมันยังกินช้างอีกด้วย
The old Rakshasi returned to the palace too.
พระเจ้าอโศกมหาราชทรงเสด็จกลับพระราชวังด้วย
She went to the room of the sleeping princess.
เธอเดินเข้าไปในห้องของเจ้าหญิงที่กำลังหลับอยู่
And she woke her with the stick made of gold.
และนางก็ปลุกนางด้วยไม้ที่ทำด้วยทองคำ
"Hye, mye, khye! A human being I smell"
"เฮ มาย เคย์! ฉันได้กลิ่นมนุษย์"
"I am the only human being here," said the princess.
"ฉันเป็นมนุษย์เพียงคนเดียวที่นี่" เจ้าหญิงกล่าว
"Eat me if you like," added Keshavati.
"กินฉันเถอะถ้าเธอชอบ" เกศาวดีกล่าวเสริม
To this the Rakshasi replied:
พระเจ้ารัษสีทรงตอบเรื่องนี้ว่า:

"Let me eat up your enemies"
"ให้ฉันกินศัตรูของคุณซะ"
"Why should I eat you?" she asked the princess.
"ทำไมฉันต้องกินคุณด้วย" เธอถามเจ้าหญิง
She laid herself down on the ground.
เธอทิ้งตัวลงบนพื้น
She was as long and high as the Vindhya Hills.
นางนั้นสูงและยาวเท่ากับเนินเขา Vindhya
And in this position she fell asleep.
และเมื่ออยู่ในท่านี้เธอก็ผล็อยหลับไป
The other Rakshasas and Rakshasis soon fell asleep too.
ไม่นาน ยักษ์และยักษ์ตนอื่นๆ ก็หลับไปด้วยเช่นกัน
Because they were tired from their gigantic labor.
เพราะพวกเขาเหน็ดเหนื่อยจากการทำงานอันหนักหน่วง
Keshavati also composed herself to sleep.
เกศวดีก็เตรียมจะนอนเช่นกัน
But Champa did not dare to come out from under the leaves.
แต่จำปาไม่กล้าที่จะออกมาจากใต้ใบไม้
And he tried his best to pray to the god of repose.
และได้พยายามอธิษฐานขอพรต่อเทพเจ้าแห่งความสงบสุขให้ถึงที่สุด

At daybreak all seven hundred Rakshasas got up again.
เมื่อรุ่งสาง ยักษ์ทั้ง ๗๐๐ ตัวก็ลุกขึ้นอีกครั้ง
They went on their usual predatory excursion.
พวกเขาออกล่าเหยื่อตามปกติ
And along with them went the old Rakshasi.
และยักษ์แดงชราก็ร่วมเดินทางไปกับพวกเขาด้วย
But first the old Rakshasi picked up the silver stick.
แต่ก่อนอื่น ยักษ์แดงชราหยิบไม้เงินขึ้นมาก่อน
And she touched Keshavati with the silver stick.
และนางก็แตะเกศวดีด้วยไม้เงิน
Soon the coast was clear for Champa-Dal.
ในไม่ช้า ชายฝั่งก็โล่งสำหรับ Champa-Dal
And he dared to come out from under the pile of leaves.
และเขากล้าที่จะออกมาจากใต้กองใบไม้

He walked back into the room of the princess.
เขาเดินกลับเข้าไปในห้องของเจ้าหญิง
And he touched her with the golden stick.
และเขาก็แตะเธอด้วยไม้ทอง
And the princess revived from her death again.
และเจ้าหญิงก็ฟื้นจากความตายอีกครั้ง
They sauntered about in the gardens.
พวกเขาเดินเล่นไปมาในสวน
They enjoyed the cool breeze of the morning.
พวกเขาเพลิดเพลินไปกับสายลมเย็นสบายในยามเช้า
They bathed in a lucid pool of water.
พวกเขาอาบน้ำในสระน้ำใส
And they ate and drank food in the palace.
และพวกเขาก็รับประทานอาหารและดื่มกินในพระราชวัง
And they spent the day in sweet converse.
และพวกเขาก็ใช้เวลาทั้งวันสนทนากันอย่างหวานชื่น
And they concocted a plan for their deliverance.
และพวกเขาก็วางแผนเพื่อการปลดปล่อยพวกเขา
Keshavaity was going to speak to the old Rakshasi.
เกศวตีจะทรงสนทนากับยักษ์เขียวผู้เฒ่า
She was going to ask on what a Rakshasa's life depended.
เธอจะถามว่าชีวิตของยักษ์ขึ้นอยู่กับอะไร
And with that secret they were going to act accordingly.
และด้วยความลับนั้นพวกเขาจะดำเนินการตามนั้น

The hour of the return of the Rakshasas was coming again.
เวลาแห่งการกลับมาของเหล่าอสูรก็มาถึงอีกครั้งแล้ว
And events unfolded as they had the evening before.
และเหตุการณ์ก็ดำเนินไปเหมือนเช่นเมื่อคืนก่อน
The seven hundred flesh-eaters were returning to the palace.
พวกกินเนื้อเจ็ดร้อยคนกำลังเดินทางกลับพระราชวัง
Champ Dal touched Keshavati with the silver stick.
แชมป์ ดาล แตะ เกศวดี ด้วยไม้เงิน
She died like the had died the night before.
เธอตายเหมือนกับที่เธอตายเมื่อคืนก่อน

Champa-Dal went to the center of the temple of Siva.
ชัมปาดาลเสด็จไปยังใจกลางวิหารของพระศิวะ
He hid beneath the heaps of sacred trefoil again.
เขาซ่อนตัวอยู่ใต้กองใบไม้ศักดิ์สิทธิ์อีกครั้ง
He heard the sound of wind rushing.
เขาได้ยินเสียงลมพัดแรง
And he heard terrible noises in the palace.
และเขาได้ยินเสียงที่น่าสะพรึงกลัวในพระราชวัง
The Rakshasas had come home from their hunt.
พวกยักษ์กลับมาจากการล่าแล้ว
They had filled their stomachs with meat.
พวกเขาได้กินเนื้อจนอิ่มท้องแล้ว
Sundry goats, sheep, cows, horses, buffaloes.
สัตว์ต่างๆ เช่น แพะ แกะ วัว ม้า ควาย
And they had devoured elephants too.
และพวกมันยังกินช้างอีกด้วย
The old Rakshasi returned to the palace too.
พระเจ้าอโศกมหาราชทรงเสด็จกลับพระราชวังด้วย
She went to the room of the sleeping princess.
เธอเดินเข้าไปในห้องของเจ้าหญิงที่กำลังหลับอยู่
And she woke her with the stick made of gold.
และนางก็ปลุกนางด้วยไม้ที่ทำด้วยทองคำ
"Hye, mye, khye! A human being I smell"
"เฮ มาย เคย์! ฉันได้กลิ่นมนุษย์"
"I am the only human being here," said the princess.
"ฉันเป็นมนุษย์เพียงคนเดียวที่นี่" เจ้าหญิงกล่าว
"Eat me if you like," added Keshavati.
"กินฉันเถอะถ้าเธอชอบ" เกชาวดีกล่าวเสริม
To this the Rakshasi replied:
พระเจ้ารัษสีทรงตอบเรื่องนี้ว่า:
"Let me eat up your enemies"
"ให้ฉันกินศัตรูของคุณซะ"
"Why should I eat you?" she asked the princess.
"ทำไมฉันต้องกินคุณด้วย" เธอถามเจ้าหญิง
She laid herself down on the ground.

เธอทิ้งตัวลงบนพื้น
And she looked like a part of the Himalaya mountains.
และเธอก็ดูเหมือนเป็นส่วนหนึ่งของเทือกเขาหิมาลัย
Keshavati had a phial of heated mustard oil.
เกศวดีมีขวดน้ำมันมัสตาร์ดอุ่นๆ
And she approached the foot of the Rakshasi.
แล้วนางก็เข้าไปใกล้เชิงราชวงศ์อสูร
"Mother, your feet are sore from walking"
"แม่คะ เท้าของคุณเจ็บเพราะเดิน"
"Let me rub your sore feet with oil"
"ให้ฉันนวดเท้าที่เจ็บของคุณด้วยน้ำมัน"
And she began to rub with oil the Rakshasi's feet.
แล้วนางก็เริ่มถูพระบาทของยักษ์ด้วยน้ำมัน
Then a few tear-drops fell from the eyes of the princess.
จากนั้นน้ำตาหลายหยดก็ไหลออกมาจากดวงตาของเจ้าหญิง
And the tear-drops landed on the monster's legs.
และหยดน้ำตาก็ตกลงบนขาของสัตว์ประหลาด
The Rakshasi tasted the tear-drops with her lips.
พระอินทร์ทรงลิ้มรสน้ำตาด้วยพระโอษฐ์
And she found the tear-drops tasted briny.
และเธอพบว่าหยดน้ำตามีรสเค็ม
"Why are you weeping, darling?" asked the Rakshasi.
"เหตุใดเจ้าจึงร้องไห้ ที่รัก" ยักษ์ถาม
"What aileth thee?" she wanted to know.
"ท่านเป็นอะไรไป" เธออยากรู้
The princess tried to stop herself from crying.
เจ้าหญิงพยายามห้ามตัวเองไม่ให้ร้องไห้
"Mother, I am weeping because you are old"
"แม่ครับ ผมร้องไห้เพราะท่านแก่แล้ว"
"When you die one of the Rakshasas will devour me"
"เมื่อเจ้าตายไป ยักษ์ตนหนึ่งจะกินข้า"
"When I die?! Don't be foolish, girl"
"เมื่อฉันตาย?! อย่าโง่สิสาวน้อย"
"Don't you know that Rakshasas never die?"

"ท่านไม่รู้หรือว่ายักษ์ไม่เคยตาย?"

"We are not naturally immortal"

"เราไม่ใช่อมตะโดยธรรมชาติ"

"There is a secret to our strength"

"ความแข็งแกร่งของเรามีเคล็ดลับอยู่"

"But no human can unravel this secret"

"แต่ไม่มีมนุษย์คนใดสามารถเปิดเผยความลับนี้ได้"

"But let me tell you the secret"

"แต่ให้ฉันบอกความลับกับคุณ"

"So that you are comforted a little"

"เพื่อให้คุณสบายใจขึ้นบ้าง"

"Do you see the pool of water in the palace?"

"ท่านเห็นสระน้ำในวังไหม?"

"In that pool of water is a Sphatikasthamba"

"ในสระน้ำนั้นมีสภฏฏัมภะ"

"The Sphatikasthamba is deep in the water"

"สฟาติกัสตัมบะอยู่ลึกในน้ำ"

"And on the Sphatikasthamba are two bees"

"และบนสภฏฏัมภ์มีผึ้งสองตัว"

"A human being would have to dive into the water"

"มนุษย์ก็ต้องดำน้ำ"

"The human being would have to bring the bees onto dry land"

"มนุษย์จะต้องนำผึ้งมาไว้บนพื้นดินแห้ง"

"Then the human being would have to kill the two bees"

"แล้วมนุษย์ก็ต้องฆ่าผึ้งทั้งสองตัวนั้น"

"But not a drop of their blood must touch the ground"

"แต่เลือดของพวกเขาต้องไม่หยดลงพื้นแม้แต่หยดเดียว"

"Only then can a human kill a Rakshasa"

"มนุษย์จึงจะฆ่าอสูรได้"

"But if the blood touches the ground, a thousand Rakshasas will rise"

"แต่ถ้าเลือดตกถึงพื้น ยักษ์พันตนก็จะฟื้นขึ้นมา"

"But what human will find out this secret?"
"แต่จะมีมนุษย์คนไหนบ้างที่จะค้นพบความลับนี้?"
"And what human can achieve this feat?"
"แล้วมนุษย์คนไหนกันที่สามารถบรรลุผลสำเร็จเช่นนี้ได้?"
"No human knows the secret to the life of a Rakshasa"
"ไม่มีมนุษย์คนใดรู้ความลับของชีวิตอสูร"
"And no human can achieve such a feat"
"และไม่มีมนุษย์คนใดสามารถบรรลุผลสำเร็จเช่นนั้นได้"
"So there is no reason to be sad, my darling"
"เพราะฉะนั้นไม่มีเหตุผลที่จะต้องเสียใจนะที่รัก"
"I am practically immortal," she confirmed.
"ฉันแทบจะเป็นอมตะ" เธอยืนยัน
Keshavati treasured the secret in her memory.
เกศวดีเก็บรักษาความลับนี้ไว้ในความทรงจำของเธอ
And then she went back to sleep.
แล้วเธอก็กลับไปนอนต่อ

Next morning the Rakshasas, as usual, went away.
เช้าวันรุ่งขึ้น ยักษ์ก็ออกไปเหมือนเคย
Champa came out of his hiding-place.
จำปาได้ออกมาจากที่ซ่อนของเขา
And he roused Keshavati from her sleep.
และทรงปลุกเกศวดีให้ตื่นจากการหลับใหล
The princess told him the secret she had learnt.
เจ้าหญิงทรงบอกความลับที่พระองค์ได้เรียนรู้แก่เขา
Champa-Dal immediately started to prepare himself.
ชัมปาดาลเริ่มเตรียมตัวทันที
He brought to the pool a knife.
เขาเอามีดมาที่สระน้ำ
And he brought a quantity of ashes.
และเขานำขี้เถ้ามาจำนวนหนึ่ง
He took off his heavy clothes.
เขาถอดเสื้อผ้าหนักๆ ของเขาออก
He put a drop or two of mustard oil into each ear.
เขาหยดน้ำมันมัสตาร์ดลงในแต่ละหูหนึ่งหรือสองหยด

To prevent water from entering into his ears.
เพื่อป้องกันไม่ให้น้ำเข้าหู
He swam out into the middle of the water.
เขาว่ายน้ำออกไปกลางน้ำ
And from there he dove down into the pool.
จากนั้นเขาก็ดำดิ่งลงไปในสระ
Soon he reached the top of the crystal pillar.
ในไม่ช้าเขาก็มาถึงยอดเสาคริสตัล
And on Sphatikasthamba were the two bees.
และบนสภัฏฏิกัษฐ์มีผึ้งสองตัว
He caught hold of the two bees he found there.
เขาจับผึ้งสองตัวที่เขาพบที่นั่น
And he swam up again in a singular breath.
แล้วเขาก็ว่ายขึ้นมาอีกครั้งด้วยลมหายใจเพียงครั้งเดียว
He took the knife he had left at the edge of the water.
เขาหยิบมีดที่วางทิ้งไว้ริมน้ำ
And over the ashes he cut up the bees.
และเขาตัดผึ้งไว้บนขี้เถ้า
A drop or two of the blood fell from the bees.
เลือดของผึ้งหยดหนึ่งหรือสองหยด
But their blood did not touch the ground.
แต่เลือดของพวกเขาไม่ได้แตะพื้นดิน
Instead, their blood landed on the ashes.
แต่เลือดของพวกเขากลับตกลงบนเถ้าถ่านแทน
A terrible scream was heard at a distance.
ได้ยินเสียงกรีดร้องอันน่าสยดสยองมาแต่ไกล
The scream was the wailing of the Rakshasas.
เสียงกรีดร้องนั้นเป็นเสียงคร่ำครวญของเหล่าอสูร
They were all running home as fast as they could.
พวกเขาทั้งหมดวิ่งกลับบ้านอย่างเร็วที่สุดเท่าที่จะทำได้
They wanted to prevent the bees from being killed.
พวกเขาต้องการป้องกันไม่ให้ผึ้งถูกฆ่า
But they could not reach the palace in time.
แต่พวกเขาไม่สามารถไปถึงพระราชวังได้ทันเวลา
Because the bees had already perished.

เพราะผึ้งได้ตายหมดแล้ว
The moment the bees were killed, all the Rakshasas died.
เมื่อผึ้งถูกฆ่า ยักษ์ทั้งหมดก็ตายหมด
Their carcasses fell on the very spot they were standing.
ซากศพของพวกเขาล้มลงตรงจุดที่พวกเขายืนอยู่
Their carcasses now blocked the gateway of the palace.
ซากศพของพวกเขามาปิดกั้นประตูทางเข้าพระราชวังแล้ว
In this manner the seven hundred Rakshasas were
destroyed.
โดยลักษณะนี้ ยักษ์ทั้งเจ็ดร้อยตนก็ถูกทำลายไป

Afterwards Champa-Dal and Keshavati got married.
ต่อมาจัมปาดาลและเกศวดีได้แต่งงานกัน
They made the traditional exchange of garlands of flowers.
พวกเขาได้ทำการแลกเปลี่ยนพวงมาลัยดอกไม้ตามประเพณี
The princess had never been out of the house.
เจ้าหญิงไม่เคยออกจากบ้านเลย
So she naturally expressed a desire to see the outer world.
เธอจึงแสดงความปรารถนาที่จะเห็นโลกภายนอกโดยธรรมชาติ
Every morning and evening they went on long walks.
ทุกเช้าและเย็นพวกเขาจะออกไปเดินเล่นเป็นเวลานาน
There was a large river Keshavati wished to bathe in.
มีแม่น้ำสายใหญ่ที่เกศวดีปรารถนาจะลงเล่นน้ำ
As she bathed one of Keshavati's hairs came off.
ขณะที่นางกำลังอาบน้ำ ผมของเกศวดีเส้นหนึ่งก็หลุดออกมา
There was a special custom in those times.
ในสมัยนั้นมีประเพณีพิเศษอย่างหนึ่ง
A woman never threw away a hair away by itself.
ผู้หญิงไม่เคยทิ้งเส้นผมแม้แต่เส้นเดียว
A sea-shell was floating in the water.
มีเปลือกหอยลอยอยู่ในน้ำ
So Keshavati tied the strand of hair to the sea-shell.
ดังนั้น เกศวดีจึงเอาเส้นผมผูกไว้กับเปลือกหอย
And then the couple returned to the palace.
จากนั้นทั้งคู่ก็กลับเข้าสู่พระราชวัง

Meanwhile the sea-shell floated down the stream.

ระหว่างนั้นเปลือกหอยก็ลอยไปตามลำธาร

And in due time the sea-shell reached another bathing spot.

และเมื่อถึงเวลาอันสมควร เปลือกหอยก็ไปถึงจุดเล่นน้ำอีกแห่งหนึ่ง

This was the bathing spot Sahasra-Dal went to.

นี่คือจุดอาบน้ำที่สหัสรา-ดาลไป

Here Champa-Dal's brother performed his ablutions.

ที่นี่พี่ชายของจัมปาดาลทำพิธีชำระล้างร่างกาย

On this day Sahasra-Dal was in the water.

ในวันนี้ สหัสรา-ดาล อยู่ในน้ำ

He was bathing and swimming with his friends.

เขากำลังอาบน้ำและว่ายน้ำกับเพื่อนๆ ของเขา

And so the sea-shell floated past the men.

และเปลือกหอยก็ลอยผ่านชายเหล่านั้นไป

The men were in a playful mood that day.

วันนั้นพวกผู้ชายอยู่ในอารมณ์สนุกสนานกัน

"Whoever gets to the sea-shell first wins"

"ใครถึงเปลือกหอยก่อนชนะ"

And so they all swam towards the sea-shell.

แล้วพวกเขาทั้งหมดก็ว่ายไปหาเปลือกหอย

Sahasra-Dal was the strongest swimmer among his friends.

สหัสรา-ดาลเป็นนักว่ายน้ำที่เก่งที่สุดในบรรดาเพื่อนๆ ของเขา

And so he was the first the reach the sea-shell.

และเขาจึงเป็นคนแรกที่ไปถึงเปลือกหอย

Examining the seashell, he found a hair tied to it.

เมื่อตรวจดูเปลือกหอยก็พบเส้นผมผูกติดอยู่

But it was a hair of extraordinary length.

แต่มันเป็นเส้นผมที่ยาวมากเป็นพิเศษ

He had never seen such a long hair.

เขาไม่เคยเห็นผมยาวขนาดนี้มาก่อน

The strand of hair was exactly seven cubits long.

เส้นผมนั้นยาวประมาณเจ็ดศอกพอดี

"This strand of hair must belong to a woman"

"เส้นผมเส้นนี้ต้องเป็นของผู้หญิง"

"And this woman must be very remarkable"

“และผู้หญิงคนนี้ต้องน่าทึ่งมาก”

“I must see who this remarkable woman is”

“ฉันต้องดูว่าผู้หญิงที่น่าทึ่งคนนี้เป็นใคร”

Sahasra-Dal was determined to find the remarkable woman.

สหัสรา-ดาลมีความมุ่งมั่นที่จะค้นหาหญิงสาวผู้โดดเด่นคนนี้

He went home from the river in a pensive mood.

เขากลับบ้านจากแม่น้ำด้วยอารมณ์ครุ่นคิด

And he did not proceed to the zenana for breakfast.

และเขาไม่ได้ไปรับประทานอาหารเช้าที่ห้องอาหารเซนานะ

Instead he remained in the outer part of the palace.

แต่พระองค์กลับประทับอยู่แต่ในพระราชวังชั้นนอก

The queen-mother heard about Sahasra-Dal's melancholy.

สมเด็จพระราชินีทรงทราบถึงความเศร้าโศกของสหัสราดาล

And she heard he had not come to breakfast.

และเธอได้ยินมาว่าเขาไม่ได้มาทานอาหารเช้า

So she went to him and asked the reason.

นางจึงเข้าไปหาเขาและถามสาเหตุ

He showed her the strand of hair he had found.

เขาแสดงเส้นผมที่เขาพบให้เธอเห็น

“I must see the woman who's head this strand of hair adorned”

“ฉันต้องเห็นผู้หญิงที่ศีรษะประดับด้วยเส้นผมเส้นนี้”

The queen-mother was happy to help her son-in-law.

พระราชินีทรงยินดีช่วยเหลือพระบุตรเขย

“Very well,” she said to him.

“ดีมาก” เธอกล่าวกับเขา

“You shall soon have that lady in the palace”

“อีกไม่นานท่านก็จะได้นางนั้นมาอยู่ในวัง”

“I promise you to bring her here”

“ฉันสัญญาว่าจะพาเธอมาที่นี่”

The queen mother already had a plan.

สมเด็จพระราชินีทรงมีแผนอยู่แล้ว

Her favourite maid-servant would be good at the job.

สาวใช้คนโปรดของเธอคงจะทำหน้าที่ได้ดี

Because this maid-servant was very resourceful.

เพราะสาวใช้คนนี้มีไหวพริบดีมาก
Of course the queen-mother did not really know her maid.
แน่นอนว่าราชินีไม่ได้รู้จักสาวใช้ของเธอดีนัก
She did not know her favourite maid was a Rakshasi.
เธอไม่รู้ว่าสาวใช้คนโปรดของเธอคือ รษิณี
"Please find the owner of this strand of hair," she asked.
"โปรดตามหาเจ้าของเส้นผมเส้นนี้ด้วย" เธอกล่าวถาม
And her maid-servant more than politely agreed.
และสาวใช้ของเธอก็ตอบตกลงอย่างสุภาพมาก
"It would my pleasure to find this woman"
"ผมยินดีมากที่จะได้พบผู้หญิงคนนี้"
"I will soon bring her to the palace"
"ฉันจะพาเธอไปที่พระราชวังเร็วๆ นี้"
"I will need a boat build from Hajol wood"
"ฉันต้องการสร้างเรือจากไม้ฮาโจล"
"The oars of the boat must be made from Mon-Paban wood"
"ไม้พายของเรือต้องทำจากไม้มอญ-ปาบัน"
The boat makers soon made the boat.
ช่างต่อเรือก็สร้างเรือขึ้นมาในเวลาไม่นาน
And the boat was launched on the stream.
และเรือก็ถูกปล่อยลงสู่ลำธาร
The maid-servant went on board of the boat.
สาวใช้ก็ขึ้นเรือไป
With her she took some baskets of wicker.
เธอนำตะกร้าหวายมาด้วย
The baskets of wicker were of curious workmanship.
ตะกร้าหวายมีฝีมือประณีตที่น่าทึ่ง
She also took with her some sweetmeats.
เธอยังเอาขนมหวานติดตัวมาด้วย
Into the sweetmeats some poison had been mixed.
มียาพิษผสมอยู่ในขนมหวาน
She snapped her fingers thrice.
เธอดีดนิ้วสามครั้ง
And then she uttered the following charm:
แล้วนางก็เปล่งวาจาคาถาดังต่อไปนี้

"Boat of Hajol! Oars of Mon Paban!"
"เรือฮัจล พายมอญป่าบาน!"
"Take me to the Ghat,"
"พาฉันไปที่ท่าน้ำ"
"The Ghat in which Keshavati bathes"
"ท่าน้ำที่เกศวดีอาบน้ำ"
The boat heeded to her command.
เรือก็เชื่อฟังคำสั่งของเธอ
And the boat flew like lightning over the waters.
และเรือก็บินไปเหนือน้ำเหมือนฟ้าแลบ
And the boat left many towns and cities behind.
และเรือก็ทิ้งเมืองต่างๆ ไว้มากมาย
At last the boat stopped at a bathing-place.
ในที่สุดเรือก็มาจอดที่บริเวณอาบน้ำแห่งหนึ่ง
The Rakshasi maid-servant had reached her goal.
สาวใช้ของราชวงศ์รัษสีได้บรรลุเป้าหมายของเธอแล้ว
She concluded it was the bathing ghat of Keshavati.
นางจึงสรุปว่านั่นคือท่าอาบน้ำของเกศวดี
She landed with the sweetmeats in her hand.
เธอลงจอดพร้อมกับขนมหวานในมือของเธอ
She went to the gate of the palace, and cried aloud:
นางก็ไปถึงประตูพระราชวังแล้วร้องเสียงดังว่า
"Oh Keshavati! Keshavati! I am your aunt"
"โอ้ เกศวดี! เกศวดี! ฉันเป็นป้าของคุณ"
"Oh Keshavati, I am your mother's sister"
"โอ้ เกศวดี ฉันเป็นน้องสาวของแม่คุณ"
"I have come to see you, my darling"
"ฉันมาหาคุณแล้วนะที่รัก"
"I have come after so many years"
"ฉันกลับมาหลังจากผ่านไปหลายปี"
"Are you home, Keshavati?" she asked.
"คุณอยู่บ้านไหม เกชาวดี" เธอถาม
The princess heard the words of the false-aunt.
เจ้าหญิงทรงได้ยินคำกล่าวของป้าเทียม

She came out of her room and to the entrance of the palace.

เธอเดินออกจากห้องของเธอและมุ่งหน้าไปยังทางเข้าพระราชวัง

She had no doubt that it was really her aunt.

เธอไม่สงสัยเลยว่าเป็นป้าของเธอจริงๆ

And she embraced and kissed her aunt.

และเธอก็กอดและจูบป้าของเธอ

They both wept rivers of joy.

ทั้งคู่ต่างร้องไห้ด้วยความดีใจ

Although you should know the Rakshasi wept first.

แม้ว่าคุณควรจะรู้ว่ายักษ์ร้องไห้ก่อน

Keshavati wept with her out of empathy.

เกศวดีร้องไห้ร่วมกับเธอด้วยความเห็นอกเห็นใจ

Champa-Dal also believed the Rakshasi to be her aunt.

จัมปาดาลยังเชื่อว่ายักษ์เป็นป้าของเธอด้วย

They all ate and drank and enjoyed the happy occasion.

พวกเขาทั้งหมดก็กินดื่มและสนุกสนานไปกับโอกาสอันน่ายินดี

And then they took rest in the middle of the day.

แล้วพวกเขาก็พักผ่อนกันในช่วงกลางวัน

And they celebrated again in the evening.

และพวกเขาก็เฉลิมฉลองกันอีกครั้งในตอนเย็น

The next day the celebrations continued at breakfast.

วันรุ่งขึ้นการเฉลิมฉลองก็ดำเนินต่อไปด้วยอาหารเช้า

Champa-Dal had a habit of sleeping after breakfast.

ชัมปาดาลมีนิสัยชอบนอนหลังอาหารเช้า

Towards afternoon, the supposed aunt said to Keshavati:

ตอนบ่าย ป้าที่คาดว่าจะเป็นป้าได้พูดกับเกศวดีว่า

"Let us both go to the river and wash ourselves:

"เราทั้งสองจงไปที่แม่น้ำแล้วชำระล้างตัวเสียเถิด

Keshavati replied, "How can we go now?"

เกศวดีตอบว่า "เราจะไปได้อย่างไรตอนนี้?"

"My husband is sleeping," she explained.

"สามีของฉันกำลังนอนหลับ" เธออธิบาย

"Do not worry about your husband's sleep," said the aunt.

"อย่ากังวลเรื่องการนอนหลับของสามีเลย" ป้ากล่าว

"Let him sleep as much as he likes"

"ปล่อยให้เขานอนได้ตามใจชอบ"

"Let me put these sweetmeats near his bedside"

"ขอฉันวางขนมหวานพวกนี้ไว้ใกล้เตียงของเขาหน่อยเถอะ"

"That way, when he awakes, he has something to eat"

"แบบนั้นพอตื่นก็จะมีอะไรกิน"

Then they then went to the river-side.

จากนั้นพวกเขาก็ไปที่ริมแม่น้ำ

They went close to the spot where the boat was.

พวกเขาไปใกล้จุดที่เรือจอดอยู่

From a distance Keshavati saw the baskets of wicker-work.

แต่ไกลเกศวดีมองเห็นตะกร้าที่ทำด้วยหวาย

"Aunt, what beautiful things are those!"

"ป้า นั่นมันสิ่งที่สวยงามจริงๆ!"

"I wish I could get some of those wicker baskets"

"ฉันอยากได้ตะกร้าหวายพวกนั้นบ้างจัง"

Her aunt happily obliged her.

ป้าของเธอยินดีช่วยเหลือเธอ

"Come, my child, and look at the wicker baskets"

"มาเถิดลูก มาดูตะกร้าหวายกัน"

"You can have as many baskets as you like"

"คุณสามารถมีตะกร้าได้มากเท่าที่คุณต้องการ"

Keshavati at first refused to go into the boat.

เกศวดีในตอนแรกไม่ยอมขึ้นเรือ

But her aunt was very persuasive.

แต่ป้าของเธอเป็นคนชักจูงเก่งมาก

And finally she went onto the boat.

และในที่สุดเธอก็ขึ้นเรือไป

But once on the boat her aunt did a strange thing.

แต่เมื่ออยู่บนเรือ ป้าของเธอได้ทำสิ่งแปลกประหลาดอย่างหนึ่ง

The aunt snapped her fingers thrice and said:

ป้าดีดนิ้วสามครั้งแล้วพูดว่า:

"Boat of Hajol! Oars of Mon-Paban!"

"เรือฮัจล พายมอญ-ป่าบาน!"

"Take me to the Ghat,"
"พาฉันไปที่ท่าน้ำ"
"The Ghat in which Sahasra-Dal bathes"
"ท่าน้ำที่สหัสรา-ดาลอาบน้ำ"
And the boat heeded to her command.
และเรือก็เชื่อฟังคำสั่งของเธอ
And the boat flew like an arrow over the waters.
และเรือก็บินไปเหนือน้ำเหมือนลูกศร
Keshavati was frightened and began to cry.
เกศวดีตกใจจึงร้องไห้
But the boat went on despite her crying.
แต่เรือก็ยังแล่นต่อไปได้แม้ว่าเธอจะร้องไห้
And the boat left behind many towns and cities.
และเรือก็ทิ้งเมืองต่างๆ ไว้มากมาย
In a trice the boat reached its destination.
ในชั่วพริบตา เรือก็ถึงจุดหมายปลายทาง
The ghat where Sahasra-Dal was in the habit of bathing.
ท่าน้ำที่สหัสรา-ดาลเคยใช้อาบน้ำ
Keshavati was taken to the palace.
เกศวดีถูกนำตัวไปที่พระราชวัง
Sahasra-Dal admired her beauty and the length of her hair.
สหัสรา-ดาลชื่นชมความงามและความยาวของผมของเธอ
And the ladies of the palace tried their best to comfort her.
และบรรดานางในวังก็พยายามปลอบใจเธออย่างที่สุด
But she set up a loud cry of protest.
แต่เธอกลับตะโกนประท้วงเสียงดัง
And she wanted to be taken back to her husband.
และเธอต้องการที่จะถูกนำกลับไปหาสามีของเธอ
Finally she saw that she had been taken captive.
ในที่สุดเธอก็รู้ว่าเธอถูกจับไป
So she spoke to the ladies of the palace.
นางจึงได้สนทนากับเหล่านางกำนัลในวัง
"Upon marriage I made a vow to my husband"
"เมื่อแต่งงานแล้ว ฉันได้ให้คำมั่นสัญญากับสามีของฉัน"
"I promised not to look upon the face of any other man"

“ฉันสัญญาว่าจะไม่มองหน้าผู้ชายคนอื่นอีก”
“I promised to uphold this vow for six months”
“ฉันสัญญาว่าจะรักษาคำปฏิญาณนี้ไว้เป็นเวลาหกเดือน”
She was then lodged away from the others in the palace.
จากนั้นนางก็ถูกพาไปพักอยู่ในวังแยกจากคนอื่นๆ
And she was given a small house to live in.
และเธอได้รับบ้านเล็กๆ ไว้พักอาศัย
The window of the house overlooked the road.
หน้าต่างบ้านมองเห็นถนน
There she spent the livelong day.
เธอใช้เวลาทั้งวันอยู่ที่นั่น
And there she spent the livelong night.
และนางก็ใช้เวลาทั้งคืนอยู่ที่นั่น
Because she had very little sleep.
เพราะเธอได้นอนน้อยมาก
Because her time was spent in sighing and weeping.
เพราะเธอหมดเวลาไปกับการถอนหายใจและร้องไห้

In the meantime Champa-Dal awoke from his sleep.
ในระหว่างนั้น ชัมปาดาลก็ตื่นจากการหลับใหล
He was distracted with the grief of not finding his wife.
เขาโศกเศร้าเสียใจเพราะไม่พบภรรยา
His suspicions turned to the aunt of Keshavati.
ความสงสัยของเขาหันไปหาป้าของเกศวดี
He knew she was a cheat and an impostor.
เขารู้ว่าเธอเป็นคนโกงและเป็นคนหลอกลวง
It must have been her who carried away Keshavati.
คงเป็นนางเองที่พาเกศวดีไป
He did not eat the sweetmeats left for him.
เขาไม่ได้กินขนมที่เหลือไว้ให้
Because he suspected the sweets to have been poisoned.
เพราะเขาสงสัยว่าขนมเหล่านั้นคงถูกวางยาพิษ
He threw one of the sweets to a crow.
เขาโยนขนมชิ้นหนึ่งให้กับอีกา
The moment the crow ate the sweet, it dropped down dead.

เมื่ออีกาได้กินขนมหวาน มันก็ล้มตาย

This confirmed his suspicion of the pretend aunt.

เรื่องนี้ยืนยันความสงสัยของเขาที่มีต่อป้าปลอม

Maddened with grief, he rushed out of the house.

เขาเสียใจมากและรีบวิ่งออกจากบ้าน

He was determined to go wherever his feet took him.

เขาตั้งใจแน่วแน่ว่าจะไปทุกที่ที่เท้าของเขาพาไป

Like a madman he blubbered, "Oh Keshavati! Oh Keshavati!"

เขาร้องไห้สะอึกสะอื้นเหมือนคนบ้าว่า "โอ้ เกศวดี! โอ้ เกศวดี!"

He travelled on foot day after day.

เขาเดินทางด้วยการเดินเท้าวันแล้ววันเล่า

And he followed whatever way his feet took him.

และเขาก็เดินตามทางเท้าของเขาไป

Six months he spent travelling in this wearisome manner.

เขาใช้เวลาเดินทางอย่างเหน็ดเหนื่อยเช่นนี้ถึงหกเดือน

After six month he reached the capital of Sahasra-Dal.

ครั้นหกเดือนต่อมา พระองค์ก็เสด็จมาถึงเมืองหลวงสหัสรา-ดาล

He passed by the gate of the palace.

เขาผ่านประตูพระราชวังไปแล้ว

And from the road he could see a small house.

และจากถนนเขาสามารถมองเห็นบ้านหลังเล็กๆ หลังหนึ่ง

And from in the house he could hear sighs.

และจากในบ้านเขาก็ได้ยินเสียงถอนหายใจ

Champa-Dal instantly recognized his wife.

ชัมปาดาลจำภรรยาของเขาได้ทันที

And Keshavita instantly recognized her husband.

และเกศวิตาก็จำสามีของเธอได้ทันที

Keshavita told her husband everything that had happened.

เกศวิตาเล่าทุกอย่างที่เกิดขึ้นให้สามีฟัง

"The woman asked to go bathing after breakfast"

"ผู้หญิงขอไปอาบน้ำหลังอาหารเช้า"

"At the river there was a boat"

"ที่แม่น้ำมีเรือลำหนึ่ง"

"The woman persuaded me onto the boat"

"ผู้หญิงคนนั้นชักชวนฉันขึ้นเรือ"

"And then the boat took us to this place"

"แล้วเรือก็พาเรามาถึงจุดๆนี้"

"I realized that I had been made captive"

"ฉันรู้ตัวว่าฉันถูกจับเป็นเชลย"

"So I told them of my vows to you"

"ฉันจึงบอกพวกเขาถึงคำสาบานของฉันที่มีต่อคุณ"

"But tomorrow will be the end of six month"

"แต่พรุ่งนี้ก็จะสิ้นสุดหกเดือนแล้ว"

There was a custom in those days.

ในสมัยนั้นมีธรรมเนียมปฏิบัติอย่างหนึ่ง

The fulfilments of vows were publicly recited.

การปฏิบัติตามคำปฏิญาณได้รับการท่องต่อหน้าสาธารณชน

This was normally fulfilled by a learned Brahman.

โดยปกติแล้วพราหมณ์ผู้มีความรู้จะเป็นผู้ปฏิบัติเช่นนี้

They planned for Champa-Dal to take on this role.

พวกเขาวางแผนให้ Champa-Dal ทำหน้าที่นี้

And so that evening the palace drum was beat.

และในเย็นวันนั้น กลองพระราชวังก็ถูกตี

The king wanted a learned Brahman to make a recitation.

กษัตริย์ทรงปรารถนาให้พราหมณ์ผู้มีความรู้มาท่องบทสวด

The story of Keshavati on the fulfilment of her vow.

เรื่องราวของเกศวดีในการบรรลุพระประสงค์ของพระองค์

Champa-Dal touched the drum and volunteered.

ชัมปา-ดาลแตะกลองและอาสา

"I will make the recitation of Keshavita's vows"

"ข้าพเจ้าจะสวดคำปฏิญาณของเกศวตา"

The next morning all assembled in the courtyard.

เช้าวันรุ่งขึ้นทุกคนก็มารวมตัวกันที่ลานบ้าน

The old king and the queen mother.

พระราชาและพระราชินีผู้เฒ่า

Sahasra-Dal and his wife were there.

สหัสรา-ดาลและภรรยาของเขาก็อยู่ที่นั่น

All the courtiers and the learned Brahmans of the country.

บรรดาข้าราชบริพารและพราหมณ์ผู้ทรงความรู้ทั้งหลายในประเทศ
All royalty was under a huge canopy of silk.
ราชวงศ์ทุกพระองค์ประทับอยู่ใต้ร่มเงาผ้าไหมอันกว้างใหญ่
Keshavati was also there, but behind a veil.
เกศวดีก็อยู่ที่นั่นเช่นกัน แต่ซ่อนอยู่หลังผ้าคลุม
So that she wouldn't be exposed to the rude gaze of people.
เพื่อจะได้ไม่โดนสายตาเหยียดหยามจากคนอื่น
Champa-Dal, the reciter, sat on a dais.
ชัมปาดาล ผู้ท่องบทสวด นั่งอยู่บนแท่น
And he began to tell the story of Keshavati.
และพระองค์ก็เริ่มเล่าเรื่องของเกศวดี
"There was once a poor dimwitted Brahman"
"กาลครั้งหนึ่งมีพราหมณ์ผู้โง่เขลาคนหนึ่ง"
"This dimwitted man had a wife, but no children"
"ชายโง่คนนี้มีภรรยาแต่ไม่มีลูก"
"But him not having children was probably for the best"
"แต่การที่เขาไม่มีลูกคงเป็นเรื่องที่ดีที่สุด"
"Because he was barely able to meet his own needs"
"เพราะเขาแทบจะไม่สามารถตอบสนองความต้องการของตัวเองได้"
"And he could hardly supply enough for his wife"
"และเขาแทบจะหาอะไรให้ภรรยาของเขาได้ไม่พอ"
"But his dimwittedness was not even his biggest problem"
"แต่ความโง่เขลาของเขาไม่ใช่ปัญหาใหญ่ที่สุดของเขาเลย"
And he continued the story as we have followed it.
และเขาก็เล่าเรื่องต่อเหมือนที่เราได้เล่าไปแล้ว
And sometimes he turned around to Keshavati.
และบางทีเขาก็หันกลับมาหาเกศวดี
And he asked her if he was telling the story correctly.
แล้วเขาก็ถามเธอว่าเขาเล่าเรื่องนี้ถูกต้องหรือไม่
And she told him he was telling the story correctly.
และเธอก็บอกเขาว่าเขาเล่าเรื่องนี้ถูกต้องแล้ว
"The Brahman woman concluded her fate was sealed"
"หญิงพราหมณ์สรุปว่าชะตากรรมของเธอถูกปิดผนึกแล้ว"
"And she thought her husband would meet the same fate"

“และเธอคิดว่าสามีของเธอจะประสบชะตากรรมเดียวกัน”

"And she did not expect her son to be spared either"

“และเธอไม่ได้คาดหวังว่าลูกชายของเธอจะรอดเช่นกัน”

"That night she hardly slept at all"

“คืนนั้นเธอแทบไม่ได้นอนเลย”

"The Rakshasi had prevented her from seeing her husband"

“ยักษ์ได้ขัดขวางไม่ให้เธอพบสามี”

"Early next morning Champa-Dal went to school"

“เช้าวันรุ่งขึ้น ชัมปาดาลก็ไปโรงเรียน”

"Before he went to school, she gave her son a golden bottle"

“ก่อนที่เขาจะไปโรงเรียน เธอได้มอบขวดทองคำให้กับลูกชายของเธอ”

"In the golden bottle was her own breast milk"

“ในขวดทองคำนั้นมีน้ำนมแม่ของเธอเอง”

"Carefully watch the colour of the milk"

“สังเกตสีของนมให้ดี ”

During the recitation the Rakshasi maid-servant grew pale.

ขณะที่กำลังสวดมนต์ สาวใช้ของราชวงศ์รัษสีก็หน้าซีดลง

She perceived that her real character was going to be discovered.

เธอรับรู้ว่าตัวตนที่แท้จริงของเธอจะถูกเปิดเผย

And Sahasra-Dal was astonished at the knowledge of the reciter.

และสหัสรา-ดาลก็ประหลาดใจกับความรู้ของผู้สวด

The reciter clearly told the history of the prince's life.

ผู้บรรยายเล่าเรื่องราวชีวิตของเจ้าชายได้อย่างชัดเจน

"A drop or two of the blood fell from the bees"

“เลือดผึ้งหยดหนึ่งหรือสองหยดตกลงมา”

"But their blood did not touch the ground"

“แต่เลือดของพวกเขาไม่ได้แตะพื้น”

"Instead, their blood landed on the ashes"

“แต่เลือดของพวกเขากลับตกลงบนเถ้าถ่าน”

"A terrible scream was heard at a distance"

“ได้ยินเสียงกรีดร้องอันน่าสยดสยองมาแต่ไกล”

"The scream was the wailing of the Rakshasas"

"เสียงกรีดร้องนั้นเป็นเสียงคร่ำครวญของพวกอสูร"
"They were all running home as fast as they could"
"พวกเขาทั้งหมดวิ่งกลับบ้านอย่างเร็วที่สุดเท่าที่จะทำได้"
"They wanted to prevent the bees from being killed"
"พวกเขาต้องการป้องกันไม่ให้ผึ้งถูกฆ่า"
"But they could not reach the palace in time"
"แต่พวกเขาก็ไม่สามารถไปถึงพระราชวังได้ทันเวลา"
"Because the bees had already been killed"
"เพราะผึ้งถูกฆ่าไปแล้ว"
"The moment the bees were killed, all the Rakshasas died"
"เมื่อผึ้งถูกฆ่า เหล่าอสูรทั้งหลายก็ตายหมด"
"Their carcasses fell on the very spot they were standing"
"ซากศพของพวกเขาล้มลงตรงจุดที่พวกเขายืนอยู่"
"Their carcasses now blocked the gateway of the palace"
"ซากศพของพวกเขามาปิดประตูพระราชวังแล้ว"
"In this manner the seven hundred Rakshasas were
destroyed"
"ด้วยลักษณะนี้ ยักษ์ทั้งเจ็ดร้อยตนจึงถูกทำลาย"
All where enthralled by the story of the Rakshasas.
ทุกคนต่างหลงใหลในเรื่องราวของอสูรทั้งหลาย
Because the story was being told by a true storyteller.
เพราะเรื่องราวนี้ถูกเล่าโดยนักเล่าเรื่องที่แท้จริง
All enjoyed the story except for the maid-servant.
ทุกคนสนุกสนานกับเรื่องราวนี้ ยกเว้นสาวใช้
Because her real character was bound to be discovered.
เพราะตัวตนที่แท้จริงของเธอคงต้องถูกค้นพบอย่างแน่นอน
"Champa-Dal touched the drum and volunteered.
"ชัมปา-ดาลแตะกลองและอาสา
"I will make the recitation of Keshavita's vows"
"ข้าพเจ้าจะสวดคำปฏิญาณของเกศวตา"
"The next morning all assembled in the courtyard"
"เช้าวันรุ่งขึ้น ทุกคนก็มารวมตัวกันที่ลานบ้าน"
"The old king and the queen mother"
"กษัตริย์องค์เก่าและพระราชินีแม่"

"Sahasra-Dal and his wife were there"
"สหัสรา-ดาลและภรรยาของเขาอยู่ที่นั่น"
"All the courtiers and the learned Brahmans of the country"
"ข้าราชบริพารและพราหมณ์ผู้รอบรู้ทั้งหลายของประเทศ"
"All royalty was under a huge canopy of silk"
"ราชวงศ์ทั้งหมดอยู่ภายใต้หลังคาผ้าไหมอันใหญ่โต"
"Keshavati was also there, but behind a veil"
"เกศวดีก็อยู่ที่นั่นเช่นกัน แต่อยู่หลังม่าน"
"So that she wouldn't be exposed to the rude gaze of people"
"เพื่อจะได้ไม่โดนสายตาเหยียดหยามจากผู้คน"
"Champa-Dal, the reciter, sat on a dais"
"จำปาดาล ผู้สวดภาวนา นั่งอยู่บนแท่น"
"And he began to tell the story of Keshavati"
"แล้วพระองค์ก็เริ่มทรงเล่าเรื่องราวของเกศวดี"
Sahasra-Dal jumped up from his seat.
สหัสรา-ดาลกระโดดลุกจากที่นั่ง
And he embraced the reciter of the story.
และเขาก็กอดผู้เล่าเรื่อง
"You can be none other than my brother Champa-Dal"
"คุณจะไม่ใช่ใครอื่นนอกจากพี่ชายของฉัน ชัมปา-ดาล"
Then the prince was inflamed with rage.
แล้วเจ้าชายก็โกรธจัดมาก
He ordered the maid-servant to come into his presence.
พระองค์ทรงรับสั่งให้สาวใช้เข้ามาเฝ้าพระองค์
A hole the height of a man was dug in the ground.
ขุดหลุมไว้ในดินสูงประมาณเท่าชายคนหนึ่ง
And the maid-servant was put into the hole, standing.
และสาวใช้ก็ถูกเอาลงไปในหลุมโดยยืนอยู่
Prickly thorns were heaped around her.
มีหนามแหลมขึ้นอยู่รอบตัวเธอ
Up to the crown of her head she was covered in thorns.
มีหนามขึ้นปกคลุมถึงยอดศีรษะ
In this way the maid-servant was buried alive.
ด้วยวิธีนี้สาวใช้ก็ถูกฝังทั้งเป็น

After this all lived happily together for many years.
หลังจากนี้ต่างก็อยู่ร่วมกันอย่างมีความสุขเป็นเวลาหลายปี
Sahasra-Dal and his princess, and Champa-Dal and
Keshavati.
สหัสราดาลและเจ้าหญิงของเขา จัมปาดาล และเกชาวาตี

There was once upon a time a rich merchant.
กาลครั้งหนึ่งนานมาแล้วมีพ่อค้าผู้มั่งมีคนหนึ่ง
This rich merchant had only one son.
พ่อค้าผู้มั่งมีรายนี้มีลูกชายเพียงคนเดียว
And he loved his only son very much.
และเขารักลูกชายคนเดียวของเขามาก
He gave to his son whatever he wanted.
เขาให้สิ่งที่ลูกชายของเขาต้องการ
Of course his son wanted a beautiful house.
แน่นอนว่าลูกชายของเขาอยากได้บ้านสวยๆ
And he also wanted to have a large garden.
และเขายังอยากมีสวนขนาดใหญ่ด้วย
So a beautiful house was built for him.
จึงได้สร้างบ้านสวยๆ ไว้ให้เขา
And a fine garden was made for him too.
และยังได้จัดสวนสวยงามไว้ให้เขาด้วย
The merchant's son was pleased with the garden.
ลูกชายพ่อค้าพอใจกับสวนนั้น
And he enjoyed walking in the garden.
และเขาสนุกกับการเดินเล่นในสวน
One day a bird's nest caught his attention.
วันหนึ่งเขาสังเกตเห็นรังนก
This bird happens to be called Toontooni.
นกตัวนี้มีชื่อว่า Toontooni
He put his hand into the small bird's nest.
เขาเอามือล้วงเข้าไปในรังนกตัวเล็ก
And in the nest he found an egg.
และในรังเขาก็พบไข่
He took the egg out of its nest.
เขาเอาไข่ออกจากรัง
There was an almirah in the wall of his house.
มีตู้เสื้อผ้าอยู่ในผนังบ้านของเขา

So he put the egg in the almirah.
แล้วเขาก็เอาไข่ใส่ตู้
He closed the door of the almirah.
เขาปิดประตูตู้เสื้อผ้า
And then he thought no more of the egg.
แล้วเขาก็ไม่คิดถึงไข่นั้นอีกต่อไป
The merchant's son had a house of his own.
ลูกชายพ่อค้ามีบ้านเป็นของตัวเอง
But he had a house without a household.
แต่เขามีบ้านที่ไม่มีครัวเรือน
So in his house there was no cook.
ที่บ้านเขาไม่มีพ่อครัว
But he had no need for his own cook.
แต่เขาไม่จำเป็นต้องมีคนทำอาหารเป็นของตัวเอง
Because his mother regularly sent him food.
เพราะแม่ของเขาส่งอาหารให้เขาเป็นประจำ
In the morning she sent him breakfast.
ในตอนเช้าเธอส่งอาหารเช้าให้เขา
And every day she had dinner sent to him.
และทุกวันเธอก็มีอาหารเย็นส่งไปให้เขา
One day the egg in the almirah burst.
วันหนึ่งไข่ในตู้ก็แตก
But it was not a bird that came out of the egg.
แต่ไม่ใช่ว่าเป็นนกที่ออกจากไข่
Out of the egg came a beautiful infant.
ออกมาจากไข่ก็มีทารกแสนน่ารักออกมา
The infant was not a bird, but a human girl.
ทารกนั้นไม่ใช่นก แต่เป็นเด็กผู้หญิงมนุษย์
But the merchant's son knew nothing of the event.
แต่บุตรพ่อค้าไม่ทราบเรื่องเหตุการณ์ดังกล่าว
He had forgotten everything about the egg.
เขาได้ลืมทุกสิ่งเกี่ยวกับไข่ไปแล้ว
The door of the wall-almirah had been kept closed.
ประตูตู้เก็บเอกสารแบบมีกำแพงถูกปิดเอาไว้
However, the merchant's son did not lock the door.

แต่ลูกชายพ่อค้าไม่ได้ล็อคประตู
The child grew up within the wall-almirah.
เด็กเติบโตขึ้นมาภายในกำแพงอัลมิราห์
She had no knowledge of the merchant's son.
เธอไม่รู้จักลูกชายของพ่อค้าเลย
Nor did she know of anyone else.
และเธอก็ไม่รู้จักใครอื่นอีก
When the child could walk it grew curious.
เมื่อเด็กสามารถเดินได้ก็เริ่มมีความอยากรู้อยากเห็น
And out of curiosity she opened the door.
และด้วยความอยากรู้เธอจึงเปิดประตู
That day, too, the mother had sent breakfast.
วันนั้นแม่ก็ส่งอาหารเช้ามาให้ด้วย
And the breakfast had been put on the floor.
และอาหารเช้าก็ถูกวางอยู่บนพื้น
The child saw the food that was on the floor.
เด็กมองเห็นอาหารที่อยู่บนพื้น
Of course the child ate from the food.
แน่นอนว่าเด็กกินอาหาร
And then the child returned into the wall.
แล้วเด็กก็กลับเข้าไปในกำแพงอีกครั้ง
The merchant's mother always made a lot of food.
แม่ของพ่อค้ามักจะทำอาหารกินเองมากมาย
It was more food than he could possibly eat.
มันเป็นอาหารมากกว่าที่เขาจะกินได้หมด
So he didn't notice that any food was missing.
เขาจึงไม่สังเกตว่ามีอาหารหายไป
The girl of the wall-almirah came out every day.
สาวแห่งกำแพงบ้านออกมาทุกวัน
And every day she ate a part of the food.
และเธอก็กินอาหารส่วนหนึ่งทุกวัน
After eating the food she returned to the almirah.
หลังจากรับประทานอาหารแล้วเธอก็กลับไปที่ตู้เสื้อผ้า
But with time the girl got older and older.
แต่เมื่อเวลาผ่านไปเด็กสาวก็โตขึ้นเรื่อยๆ

And with age she got bigger and bigger.
และเมื่ออายุมากขึ้นเธอก็ตัวใหญ่ขึ้นเรื่อยๆ
And the bigger she got the hungrier she got.
และยิ่งเธอตัวใหญ่ขึ้น เธอก็ยิ่งหิวมากขึ้น
And she began to eat more of the food each day.
และเธอก็เริ่มกินอาหารเพิ่มมากขึ้นในแต่ละวัน
Eventually the merchant's son noticed the missing food.
ในที่สุดลูกชายของพ่อค้าก็สังเกตเห็นอาหารที่หายไป
But he had no way of knowing where the food went.
แต่เขาไม่มีทางรู้ว่าอาหารไปอยู่ที่ไหน
The last thing he suspected was a girl from inside the almirah.
สิ่งสุดท้ายที่เขาสงสัยคือหญิงสาวจากในตู้เสื้อผ้า
And so he came to a very different conclusion.
แล้วเขาก็มาถึงข้อสรุปที่แตกต่างออกไปมาก
"Why is mother sending such a small quantity of food?".
"ทำไมแม่ส่งอาหารมาให้น้อยจัง"
And he had a message sent to his mother.
และเขาได้ส่งข้อความถึงแม่ของเขา
"Why am I being sent insufficient food?".
"ทำไมฉันถึงได้รับอาหารไม่เพียงพอ?"
"And why is the dish served so slovenly?".
"แล้วทำไมจานนี้ถึงเสิร์ฟไม่เรียบร้อยนัก?"
Of course we know why the food was insufficient.
แน่นอนว่าเรารู้ว่าทำไมอาหารถึงไม่เพียงพอ
And we know why the food was presented slovenly.
และเราก็รู้ว่าทำไมอาหารถึงถูกนำเสนออย่างไม่เรียบร้อย
The girl from in the wall ate from his food.
เด็กสาวจากในกำแพงกินอาหารของเขา
And as she ate she fingered the rice and curry.
ขณะที่เธอกินเธอก็หยิบข้าวและแกงขึ้นมา
And she always hurried back into her cell in the wall.
และเธอก็รีบกลับเข้าไปในห้องขังในกำแพงเสมอ
So that she would not be seen by anyone.
เพื่อจะได้ไม่มีใครเห็นเธอ

She had no time to put the rice in proper order.
เธอไม่มีเวลาที่จะจัดข้าวให้เป็นระเบียบเรียบร้อย
The mother was astonished at her son's complaint.
แม่รู้สึกประหลาดใจกับการร้องเรียนของลูกชาย
She gave him more than he could eat.
เธอให้เขามากกว่าที่เขาจะกินได้
The food was served up on a silver plate.
อาหารถูกเสิร์ฟบนจานเงิน
And she neatly arranged the food herself.
และเธอก็จัดอาหารเองอย่างเรียบร้อย
But her son repeated the same complaint again.
แต่ลูกชายของเธอก็บ่นซ้ำๆ เหมือนเดิมอีกครั้ง
Day after day he complained of the small portions.
วันแล้ววันเล่าเขาบ่นเรื่องปริมาณอาหารที่ให้น้อย
Day after day he complained of the messy food.
วันแล้ววันเล่าเขาบ่นเรื่องอาหารเลอะเทอะ
And so his mother began to suspect foul play.
แล้วแม่ของเขาก็เริ่มสงสัยว่ามีการเล่นไม่ซื่อ
She told her son to watch over the food.
เธอสั่งให้ลูกชายดูแลอาหาร
"See if anyone is eating your food".
"ตรวจดูว่ามีใครกินอาหารของคุณหรือเปล่า"
The next day a servant brought the food.
วันรุ่งขึ้นมีคนรับใช้เอาอาหารมาเสิร์ฟ
The servant laid the food in a clean place.
คนรับใช้จัดอาหารไว้ในสถานที่สะอาด
Normally the merchant's son took a bath.
โดยปกติลูกชายพ่อค้าก็จะอาบน้ำ
But this day he did not go for a bath.
แต่ในวันนี้เขาไม่ได้ไปอาบน้ำ
Instead, on this day he hid himself nearby.
แต่กลับกันในวันนี้เขากลับซ่อนตัวอยู่ใกล้ๆ
From his hiding place he could see the food.
จากที่ซ่อนของเขาเขาสามารถมองเห็นอาหารได้
The merchant's son did not have to wait for long.

ลูกชายพ่อค้าไม่ต้องรอคอยนาน
Soon he saw the wall-almirah open.
ในไม่ช้าเขาก็เห็นกำแพงตู้เปิดออก
And he saw a beautiful damsel step out.
และเขาได้เห็นนางสาวงามคนหนึ่งก้าวออกมา
She could not have been more than sixteen.
เธอคงมีอายุไม่เกินสิบหกปี
She sat on the carpet by the breakfast.
เธอนั่งอยู่บนพรมข้างโต๊ะอาหารเช้า
And she began to eat from the food left on the floor.
และเธอก็เริ่มกินอาหารที่เหลืออยู่บนพื้น
The merchant's son came out of his hiding-place.
ลูกชายของพ่อค้าได้ออกมาจากที่ซ่อนของเขา
And the damsel could not escape from him.
และนางสาวก็ไม่สามารถหนีจากเขาได้
"Who are you, beautiful creature?".
"คุณเป็นใคร สิ่งมีชีวิตที่สวยงาม?"
"You do not seem to be earth-born".
"คุณดูเหมือนจะไม่ได้เกิดบนโลก"
"Are you one of the daughters of the gods?".
"คุณเป็นหนึ่งในธิดาของเทพเจ้าใช่ไหม?"
The girl replied, "I do not know who I am".
เด็กสาวตอบว่า "ฉันไม่รู้ว่าฉันเป็นใคร"
"But there is one thing I do know," the girl continued.
"แต่มีสิ่งหนึ่งที่ฉันรู้" หญิงสาวพูดต่อ
"One day I found myself in the almirah in the wall".
"วันหนึ่งฉันพบตัวเองอยู่ในตู้เก็บเอกสารในกำแพง"
"And since then I have been living in the wall".
"และตั้งแต่นั้นมาฉันก็ใช้ชีวิตอยู่ในกำแพงนั้น"
The merchant's son thought her story was strange.
ลูกชายของพ่อค้าคิดว่าเรื่องราวของเธอเป็นเรื่องแปลก
But then he thought a bit more about the story.
แต่แล้วเขาก็คิดเรื่องราวนั้นอีกนิดหน่อย
And he remembered what happened sixteen years ago.

และเขาจำได้ว่าเกิดอะไรขึ้นเมื่อสิบหกปีก่อน
He remembered the nest of the toontoori bird.
เขาจำรังนกตูนทูรีได้
And he remembered finding an egg in the nest.
และเขาจำได้ว่าพบไข่ในรัง
And he remembered putting the egg in the almirah.
และเขาจำได้ว่าเอาไข่ใส่ไว้ในตู้หนังสือ
The wall-almirah girl was of uncommon beauty.
สาวจากตู้ติดผนังนั้นมีความงามที่ไม่ธรรมดา
And the merchant's son was struck by her beauty.
และลูกชายของพ่อค้าก็ตกตะลึงในความงามของนาง
Her beauty made a deep impression on his mind.
ความงามของเธอสร้างความประทับใจอันลึกซึ้งให้กับจิตใจของเขา
And he resolved in his mind to marry her.
และเขาตัดสินใจที่จะแต่งงานกับเธอ
From then on the girl didn't stay in the almirah.
ตั้งแต่นั้นเป็นต้นมาหญิงสาวก็ไม่ได้อยู่แต่ในตู้เสื้อผ้าอีกเลย
She was given a room in the merchant's son's house.
เธอได้รับห้องในบ้านของลูกชายพ่อค้า
The next day the merchant's son wrote a message.
วันรุ่งขึ้น ลูกชายของพ่อค้าก็เขียนข้อความมา
And he had the message sent to his mother.
และเขาได้ส่งข้อความถึงแม่ของเขาแล้ว
You can guess the general theme of the message.
คุณสามารถเดาหัวข้อทั่วไปของข้อความได้
The merchant's son said he would like to get married.
ลูกชายพ่อค้าบอกว่าอยากแต่งงาน
The mother of the merchant's son reproached herself.
แม่ของลูกชายพ่อค้าตำหนิตัวเองว่า
She had not tried to find a wife for his son.
เธอไม่ได้พยายามหาภรรยาให้ลูกชายของเขา
She felt she should have thought of his marriage.
เธอคิดว่าเธอควรคิดถึงการแต่งงานของเขา
And so she promptly replied to her son's message.
และเธอจึงตอบข้อความของลูกชายทันที

She and her father were going to send out ghataks.
เธอและพ่อของเธอจะไปส่งฆฏักออกไป
The ghataks were going to go to different countries.
พวกฆาตักจะเดินทางไปยังประเทศต่างๆ
There they were going to look for suitable brides.
พวกเขาจะไปหาเจ้าสาวที่เหมาะสมกันที่นั่น
But the merchant's son said there would be no need.
แต่ลูกชายพ่อค้าบอกว่าไม่จำเป็น
He had secured himself a lovely young lady.
เขาได้หญิงสาวที่น่ารักคนหนึ่งมาอยู่กับตน
If they had no objection, he would introduce her to them.
ถ้าพวกเขาไม่คัดค้าน เขาจะแนะนำเธอให้พวกเขารู้จัก
And so the young lady was taken to the merchant's house.
แล้วหญิงสาวก็ถูกพาไปที่บ้านของพ่อค้า
The merchant and his wife welcomed the stranger.
พ่อค้าและภรรยาของเขายินดีต้อนรับคนแปลกหน้า
And they were also struck by her unmatched beauty.
และพวกเขายังตะลึงในความงามที่ไม่มีใครทัดเทียมของเธออีกด้วย
The girl was of perfect loveliness and grace.
หญิงสาวผู้นี้มีความน่ารักและสง่างามสมบูรณ์แบบ
The parents made no questions to her birth.
พ่อแม่ไม่ได้ซักถามถึงการเกิดของเธอเลย
And the nuptials were celebrated there and then.
และพิธีแต่งงานก็จัดขึ้นที่นั่นทันที

In the course of time the merchant's son had two sons.
ครั้นเมื่อบุตรชายพ่อค้าได้มีบุตรชายสองคน
The elder of the sons he named Swet.
บุตรชายคนโตเขาตั้งชื่อว่า สเวต
And the younger son he named Basanta.
และบุตรคนเล็กตั้งชื่อว่า บาสสันตา
After the passing of more time the old merchant died.
เมื่อเวลาผ่านไปอีกระยะหนึ่ง พ่อค้าคนเก่าก็ได้เสียชีวิตลง
So the merchant's son now became the merchant.
บัดนี้บุตรพ่อค้าก็ได้เป็นพ่อค้าแล้ว

And after some time his mother died too.
และเมื่อเวลาผ่านไปได้ไม่นาน แม่ของเขาก็เสียชีวิตตามไปด้วย
Swet and Basanta grew up to be fine lads.
สเวตและบาสันตาเติบโตมาเป็นหนุ่มน้อยที่ดี
And the elder son was in due time married.
และลูกชายคนโตก็แต่งงานในเวลาอันสมควร
Sometime after Swet's marriage his mother also died.
หลังจากการแต่งงานของสเวต แม่ของเขาก็เสียชีวิตด้วย
The girl from in the wall was no more.
เด็กสาวจากในกำแพงไม่มีอีกต่อไป
The widower lost no time in marrying again.
พ่อม่ายไม่รอช้าที่จะแต่งงานใหม่อีกครั้ง
And he had a new young and beautiful wife.
และเขาก็มีภรรยาใหม่สาวสวยคนหนึ่ง
Swet's wife was older than his stepmother.
ภรรยาของสเวตอายุมากกว่าแม่เลี้ยงของเขา
So his wife became the mistress of the house.
ภรรยาของเขาจึงกลายมาเป็นเจ้าบ้าน
The stepmother was like all stepmothers are.
แม่เลี้ยงก็เหมือนแม่เลี้ยงทั่วๆ ไป
She hated Swet and Basanta with a perfect hatred.
นางเกลียดสเวตและบาสันตาด้วยความเกลียดชังอย่างยิ่ง
And the two ladies also couldn't stand each other.
และสาวทั้งสองก็ไม่สามารถทนต่อกันได้
It so happened one day that a fisherman came.
วันหนึ่งมีชาวประมงคนหนึ่งมา
The fisherman brought to the merchant a fish.
ชาวประมงนำปลามาให้พ่อค้าตัวหนึ่ง
This fish was of singular and remarkable beauty.
ปลาตัวนี้มีความสวยงามแปลกตาและน่าทึ่ง
It was unlike any other fish that had been seen.
มันไม่เหมือนปลาชนิดอื่นที่เคยพบเห็นมาก่อน
And the fish had other qualities too.
และปลาชนิดนี้ยังมีคุณสมบัติอื่น ๆ อีกด้วย
The fisherman explained the wonders of the fish.

ชาวประมงอธิบายความมหัศจรรย์ของปลา
"Two things will happen if you eat this fish".
"ถ้าคุณกินปลานี้จะเกิดขึ้นสองสิ่ง"
"When you laugh maniks will drop from your mouth".
"เมื่อคุณหัวเราะ ลูกอมจะหลุดออกจากปากของคุณ"
"And when you weep pearls will drop from your eyes".
"และเมื่อเจ้าร้องไห้ ไข่มุกจะร่วงหล่นจากดวงตาของเจ้า"
The merchant was astounded by what he had heard.
พ่อค้ารู้สึกประหลาดใจกับสิ่งที่เขาได้ยิน
And he wanted the wonderful properties of the fish.
และเขาต้องการคุณสมบัติที่น่าอัศจรรย์ของปลา
And so he bought the fish at one thousand rupees.
เขาจึงซื้อปลานั้นในราคาหนึ่งพันรูปี
And he put the fish into the hands of Swet's wife.
แล้วเขาก็วางปลาไว้ในมือของภรรยาของสเวต
Because Swet's wife was the mistress of the house.
เพราะเมียสเวตเป็นเจ้าบ้าน
He strictly instructed her to cook the fish well.
เขาสั่งเธออย่างเคร่งครัดให้ปรุงปลาให้ดี
And he told her to give the fish to him alone to eat.
และท่านก็บอกให้นางเอาปลาไปให้เขากินคนเดียว
The house-mother however knew the fish's secret.
อย่างไรก็ตามแม่บ้านรู้ความลับของปลา
She had overheard what the fisherman had said.
เธอได้ยินสิ่งที่ชาวประมงพูด
Secretly she made a different plan in her mind.
เธอวางแผนอื่นในใจอย่างลับๆ
She was going to cook the fish for her husband.
เธอจะไปปรุงปลาให้สามีของเธอ
And she was going to share the fish with his brother.
และเธอก็จะไปแบ่งปลาให้กับพี่ชายของเขา
For her father-in-law she was going to prepare a frog.
เธอกำลังจะเตรียมกบไว้สำหรับพ่อสามีของเธอ
Soon she had finished cooking the marvelous fish.
ในไม่ช้าเธอก็ปรุงปลาแสนอร่อยเสร็จ

And she had finished cooking a frog too.
และเธอก็ทำกบเสร็จแล้วเช่นกัน
But from the kitchen she could hear a squabble.
แต่เธอได้ยินเสียงทะเลาะกันจากในห้องครัว
She could hear who it was that was arguing.
เธอได้ยินว่าใครกำลังโต้เถียงอยู่
Her stepmother-in-law and her husband's brother.
แม่เลี้ยงสามีและน้องชายสามีของเธอ
And she understood the cause of the argument.
และเธอก็เข้าใจถึงสาเหตุของการโต้เถียงนั้น
Basanta was still but a young lad.
บาสันตาเป็นเพียงเด็กหนุ่มคนหนึ่ง
But he was passionately fond of his pigeons.
แต่เขากลับรักนกพิราบของเขามาก
And he tamed his pigeons very well.
และเขาฝึกนกพิราบของเขาได้ดีมาก
Nonetheless, one of his pigeons had escaped.
อย่างไรก็ตาม นกพิราบของเขาตัวหนึ่งได้หลุดออกไป
And the pigeon flew into his stepmother's room.
และนกพิราบก็บินเข้าไปในห้องแม่เลี้ยงของเขา
His stepmother hid the pigeon in her clothes.
แม่เลี้ยงของเขาซ่อนนกพิราบไว้ในเสื้อผ้าของเธอ
Basanta rushed after the pigeon into the room.
บาสันตารีบวิ่งตามนกพิราบเข้ามาในห้อง
And he loudly demanded to have the pigeon back.
และเขาเรียกร้องเสียงดังให้เอาเจ้านกพิราบตัวนั้นคืนมา
His stepmother denied having the pigeon.
แม่เลี้ยงของเขาปฏิเสธว่ามีนกพิราบ
Swet, however, did know she had the pigeon.
อย่างไรก็ตาม สเวตรู้ว่าเธอมีนกพิราบ
And the older brother forcibly took the bird.
และพี่ชายก็บังคับเอาตัวนกไป
And he freed the pigeon from her clothes.
และเขาก็ปลดนกพิราบออกจากเสื้อผ้าของเธอ
And he gave the pigeon back to his brother.

และเขาก็คืนนกพิราบให้กับพี่ชายของเขา
The stepmother cursed and swore, and added;
แม่เลี้ยงสาปแช่งและสาบานพร้อมทั้งกล่าวเพิ่มเติมว่า
"Wait until the head of the house comes home".
"รอจนกว่าหัวหน้าบ้านจะกลับบ้าน"
"He will get no water till he sheds your blood".
"เขาจะไม่ได้น้ำเลยจนกว่าเขาจะหลั่งเลือดของคุณ"
Swet's wife called her husband and said to him;
ภรรยาของสเวตโทรหาสามีแล้วพูดกับเขาว่า
"My dearest lord, that woman is a most wicked woman".
"ท่านลอร์ดที่รัก ผู้หญิงคนนั้นช่างชั่วร้ายเหลือเกิน"
"And she has boundless influence over my father-in-law".
"และนางก็มีอิทธิพลเหนือพ่อตาของฉันอย่างไม่มีขอบเขต"
"She will make him do what she has threatened".
"เธอจะทำให้เขาทำสิ่งที่เธอขู่ไว้"
"All our lives are in imminent danger".
"ชีวิตของเราทุกคนตกอยู่ในอันตรายร้ายแรง"
"But let us first eat a little," she added.
"แต่ก่อนอื่นเรามากินสักหน่อยดีกว่า" เธอกล่าวเสริม
"And then let us all three run away from this place".
"แล้วเราทั้งสามคนก็วิ่งหนีออกไปจากที่นี่กัน"
Swet forthwith called Basanta to him.
สเวตจึงเรียกบาสันตะมาหาเขาทันที
And he told him what he had heard from his wife.
และเขาเล่าให้เขาฟังถึงสิ่งที่เขาได้ยินมาจากภรรยาของเขา
They resolved to run away before nightfall.
พวกเขาตัดสินใจที่จะวิ่งหนีก่อนพลบค่ำ
The woman placed before her husband the fish.
หญิงคนนั้นเอาปลาไปวางตรงหน้าสามีของเธอ
And her brother-in-law ate of the fish too.
และพี่เขยของเธอก็กินปลาด้วย
And they ate of the fish heartily.
และพวกเขาก็กินปลาอย่างอิ่มใจ
The woman packed up all her jewels in a box.

หญิงคนนั้นเก็บอัญมณีของเธอทั้งหมดลงในกล่อง
There was only one horse in the stables.
มีม้าอยู่ในคอกเพียงตัวเดียว
But the horse was of uncommon fleetness.
แต่เจ้าม้าตัวนี้มีความว่องไวผิดปกติ
They could all sit on the horse together.
พวกเขาทั้งหมดสามารถนั่งบนหลังม้าพร้อมกันได้
Swet held the reins of the horse.
สเวตถือบังเหียนม้า
The woman sat in the middle of the horse.
ผู้หญิงคนนั้นนั่งอยู่ตรงกลางม้า
And she had the jewel-box in her lap.
และเธอก็มีกล่องอัญมณีอยู่บนตักของเธอ
And Basanta sat on the rear of the horse.
และพระบาสันตะก็ประทับนั่งบนหลังม้า
The horse galloped with the utmost swiftness.
ม้าวิ่งด้วยความรวดเร็วที่สุด
They passed through many a plain and noted town.
พวกเขาผ่านเมืองที่ราบเรียบและมีชื่อเสียงหลายเมือง
After midnight they found themselves in a forest.
หลังเที่ยงคืนพวกเขาพบว่าตัวเองอยู่ในป่าแห่งหนึ่ง
And they were not far from the banks of a river.
และพวกเขาก็ไม่ไกลจากริมฝั่งแม่น้ำเลย
Here the most untoward event took place.
ที่นี่เกิดเหตุการณ์เลวร้ายที่สุด
Swet's wife began to feel the pains of child-birth.
ภรรยาของสเวตเริ่มรู้สึกเจ็บปวดจากการคลอดบุตร
They dismounted from the horse without delay.
พวกเขาลงจากหลังม้าทันที
And within an hour Swet's wife gave birth to a son.
และภายในหนึ่งชั่วโมงภริยาของสเวตก็ให้กำเนิดบุตรชาย
What were the two brothers to do in this forest?
สองพี่น้องไปทำอะไรในป่าแห่งนี้?
They knew that a fire had to be kindled.
พวกเขารู้ว่าจะต้องก่อไฟขึ้นมา

The mother and the new-born baby needed warmth.
แม่และทารกแรกเกิดต้องการความอบอุ่น
But from where was there fire to be gotten?
แต่จะหาไฟมาจากไหนล่ะ?
There were no human habitations visible.
ไม่ปรากฏว่ามีมนุษย์อาศัยอยู่เลย
Nonetheless, a fire had to be procured.
อย่างไรก็ตาม จำเป็นต้องก่อไฟ
And it was the winter month of December.
และเป็นช่วงเดือนธันวาคมซึ่งเป็นช่วงฤดูหนาว
The mother and the baby would certainly perish.
แม่และลูกก็คงจะตายไป
Swet told Basanta to sit beside his wife.
สเวตบอกให้บาสันตาไปนั่งข้างภรรยาของเขา
And he set out in the darkness of the night.
แล้วเขาก็ออกเดินทางในความมืดของกลางคืน
And he went in search of wood to make a fire.
และเขาไปหาไม้มาทำไฟ
Swet walked many a mile through the darkness.
สเวตเดินหลายไมล์ท่ามกลางความมืด
But despite the distance he saw no human habitations.
แต่ถึงแม้จะอยู่ไกลก็ไม่เห็นที่อยู่อาศัยของมนุษย์เลย
But eventually his eyes were given some help.
แต่ในที่สุดดวงตาของเขาได้รับการช่วยเหลือ
The genial light of Sukra somewhat illumined his path.
แสงสว่างอันเจิดจ้าของศุกรทำให้เส้นทางของเขาสว่างขึ้นบ้าง
And he saw at a distance what seemed a large city.
และเขามองเห็นแต่ไกลเหมือนเป็นเมืองใหญ่
He was congratulating himself on his journey's end.
เขากำลังแสดงความยินดีกับตัวเองที่การเดินทางของเขาสิ้นสุดลง
And he congratulated himself for finding fire.
และเขาแสดงความยินดีกับตัวเองที่ค้นพบไฟ
The fire that was going to benefit his poor wife.
ไฟที่กำลังจะไปช่วยภรรยาผู้ยากไร้ของเขา
His wife that was lying cold in the forest.

ภรรยาของเขาที่นอนหนาวอยู่ในป่า
The fire that was going to save his new-born child.
ไฟที่กำลังจะช่วยชีวิตลูกน้อยแรกเกิดของเขา
The new-born baby born into the coldness.
ทารกแรกเกิดเกิดมาท่ามกลางความหนาวเย็น
Suddenly an elephant shot across his path.
ทันใดนั้นก็มีช้างวิ่งข้ามทางของเขาไป
The elephant was gorgeously caparisoned.
ช้างตัวดังกล่าวถูกประดับตกแต่งอย่างสวยงาม
And the elephant gently picked him with his trunk.
และช้างก็ค่อยๆหยิบเขาขึ้นมาด้วยงวง
He placed him on the rich howdah on its back.
เขาเอามันไปวางบนเก้าอี้โยกอันหรูหราที่ด้านหลัง
The elephant then walked rapidly towards the city.
จากนั้นช้างก็เดินอย่างรวดเร็วเข้าสู่เมือง
Swet was quite taken aback by the events.
สเวตรู้สึกตกตะลึงกับเหตุการณ์ที่เกิดขึ้นมาก
He did not understand the elephant's actions.
เขาไม่เข้าใจการกระทำของช้าง
And he wondered what was in store for him.
และเขาสงสัยว่าอะไรจะเกิดขึ้นกับเขา
A crown is that which was in store for him.
มงกุฎคือสิ่งที่เตรียมไว้ให้เขา
He was being taken to the chief city of a kingdom.
เขาถูกนำตัวไปยังเมืองหลวงของอาณาจักรแห่งหนึ่ง
In this kingdom every morning a king was elected.
ในอาณาจักรแห่งนี้ทุกเช้าจะมีการเลือกตั้งกษัตริย์องค์หนึ่ง
Because the kings of this city lasted but a day.
เพราะกษัตริย์แห่งเมืองนี้ดำรงอยู่ได้เพียงวันเดียว
Every night the new king joined the queen in her room.
ทุกคืนกษัตริย์องค์ใหม่จะมาร่วมกับราชินีในห้องของพระองค์
And every morning the previous king was found dead.
และทุกเช้ากษัตริย์องค์ก่อนก็ถูกพบสิ้นพระชนม์
No one knew what caused the deaths of the kings.
ไม่มีใครรู้ว่าอะไรเป็นสาเหตุที่ทำให้กษัตริย์ต้องเสียชีวิต

Not even the queen knew what caused their death.
แม้แต่ราชินีก็ไม่ทราบว่าอะไรเป็นสาเหตุที่ทำให้พวกเขาตาย
So this kingdom had its own king-maker.
ดังนั้นอาณาจักรนี้จึงมีกษัตริย์เป็นของตนเอง
The elephant who suddenly took hold of Swet.
ช้างที่จู่ๆก็จับสเวตไป
Early in the morning the elephant roamed about.
เช้าตรู่ช้างก็ออกเดินเพ่นพ่าน
Sometimes the elephant went to distant places.
บางครั้งช้างก็ออกเดินทางไปยังสถานที่ห่างไกล
And every evening the elephant returned with a man.
และทุกเย็นช้างก็กลับมาพร้อมชายคนหนึ่ง
The man on the elephant's became their king.
คนบนหลังช้างกลายเป็นกษัตริย์ของพวกเขา
The elephant majestically marched through the streets.
ช้างเดินขบวนอย่างสง่างามไปตามท้องถนน
A crowd of people welcomed their new king.
ฝูงชนจำนวนมากต้อนรับกษัตริย์องค์ใหม่ของพวกเขา
But Swet did not yet understand their cheers.
แต่สเวตยังไม่เข้าใจเสียงเชียร์ของพวกเขา
The elephant entered the kingdom's palace.
ช้างได้เข้าสู่พระราชวังของราชอาณาจักร
And the elephant placed Swet on the throne.
และช้างก็ทรงวางสเวทไว้บนบัลลังก์
Amid much rejoicing he was proclaimed king.
ท่ามกลางความยินดีอย่างยิ่ง พระองค์ได้รับการประกาศให้เป็นกษัตริย์
But there were lamentations in the crowd too.
แต่ก็มีเสียงคร่ำครวญในฝูงชนเช่นกัน
In the course of the day he heard of the curse.
เมื่อถึงกลางวันก็ได้ยินเรื่องคำสาปแช่ง
The nightly death of every newly elected king.
การตายในยามค่ำคืนของกษัตริย์ที่ได้รับการเลือกตั้งใหม่ทุกคน
But Swet was possessed of great discretion.
แต่สเวตเป็นคนที่มีความรอบคอบมาก
And he had the courage not to try an escape.

และเขามีความกล้าที่จะไม่พยายามหลบหนี
He took every precaution that he could take.
เขาได้ใช้ความระมัดระวังทุกอย่างเท่าที่เขาสามารถทำได้
But he did not know how to avert the catastrophe.
แต่เขาไม่รู้ว่าจะป้องกันภัยพิบัตินี้ได้อย่างไร
And he knew not what expedients to adopt.
และเขาไม่ทราบว่าควรใช้วิธีใด
Because he didn't know the nature of the danger.
เพราะเขาไม่รู้ถึงลักษณะของอันตราย
He resolved, however, upon two things;
อย่างไรก็ตาม พระองค์ทรงตั้งพระทัยไว้สองประการ คือ
He was going to go armed into the bedchamber.
เขาจะเดินเข้าไปในห้องนอนพร้อมอาวุธ
And he was going to stay awake the whole night.
และเขาจะตื่นอยู่ตลอดทั้งคืน
The queen was young and of exquisite beauty.
พระราชินีทรงมีพระเยาว์และมีพระสิริโฉมงดงาม
Guileless and benevolent was the expression of her face.
ใบหน้าของเธอแสดงออกถึงความไร้เดียงสาและความเมตตากรุณา
It was impossible to attribute her any malice.
มันเป็นไปไม่ได้ที่จะกล่าวโทษเธอด้วยความอาฆาตแค้น
No one believed she caused all the kings' deaths.
ไม่มีใครเชื่อว่านางเป็นสาเหตุที่ทำให้กษัตริย์ทุกคนต้องตาย
In the queen's chamber Swet spent an agreeable evening.
ในห้องบรรทมของราชินี สเวตใช้เวลาช่วงเย็นอันแสนสุข
As the night advanced the queen fell asleep.
เมื่อค่ำลงราชินีก็หลับไป
But Swet kept awake, and was on the alert.
แต่สเวตยังคงตื่นอยู่และเฝ้าระวังอยู่
He looked at every creek and corner of the room.
เขามองดูทุกลำธารและทุกมุมของห้อง
And he expected every minute to be murdered.
และเขาคาดหวังว่าทุกนาทีจะต้องถูกฆ่าตาย
But the queen did not rise to murder him.
แต่ราชินีไม่ลุกขึ้นมาฆ่าเขา

And no one entered the room to murder him either.
และไม่มีใครเข้ามาในห้องเพื่อฆ่าเขาด้วย
Nor did he feel anything other than sleepiness.
เขาก็ไม่รู้สึกอะไรอื่นนอกจากความง่วงนอน
But in the dead of night he perceived something.
แต่ในยามดึกสงัดเขาสัมผัสได้ถึงบางสิ่งบางอย่าง
A thread was coming out the queen's nostril.
มีเส้นด้ายหลุดออกมาจากรูจมูกของราชินี
The thread was so thin that it was almost invisible.
เส้นไหมบางมากจนแทบมองไม่เห็น
Slowly the thread reached several yards in length.
เส้นด้ายค่อยๆ ยาวขึ้นเป็นหลายหลา
And eventually all the thread came out.
และในที่สุดกระทู้ทั้งหมดก็ถูกเปิดเผยออกมา
Only then did the thread begin to grow thicker.
จากนั้นเส้นด้ายจึงเริ่มหนาขึ้น
Soon the thread took on its real shape.
ในไม่ช้าเส้นด้ายก็กลับคืนสู่รูปร่างที่แท้จริง
The thread was in fact a huge serpent.
ด้ายนั้นเป็นด้ายรูปงูขนาดใหญ่จริงๆ
Immediately Swet cut off the head of the serpent.
ทันใดนั้น สเวตก็ตัดหัวงูออก
The body of the serpent wriggled violently.
ร่างของงูขยับอย่างรุนแรง
He sat quiet in the room, expecting other adventures.
เขานั่งเงียบๆ ในห้อง โดยคาดหวังว่าจะมีการผจญภัยอื่นๆ ตามมา
But nothing else happened the rest of the night.
แต่ไม่มีอะไรเกิดขึ้นอีกในช่วงที่เหลือของคืนนั้น
The queen slept longer than usual.
ราชินีหลับนานกว่าปกติ
Because she had been relieved of the huge snake.
เพราะนางได้พ้นจากงูใหญ่แล้ว
Early next morning the ministers came.
เช้าวันรุ่งขึ้นรัฐมนตรีก็มาถึง
They were expecting to hear of the king's death.

พวกเขาคาดหวังว่าจะได้ยินข่าวการตายของกษัตริย์
The ladies of the bedchamber knocked at the door.
นางในห้องนอนเคาะประตู
But to their astonishment Swet come out.
แต่แล้ว สเวตก็ออกมาทำให้พวกเขาประหลาดใจ
The folk learned the mystery of all the kings' deaths.
ผู้คนต่างรู้ถึงความลึกลับแห่งการตายของกษัตริย์ทุกพระองค์
And now the country rejoiced their permanent king.
และบัดนี้ประเทศก็มีความยินดีในพระมหากษัตริย์ถาวรของตน
There is a strange thing you probably noticed.
มีสิ่งแปลก ๆ อย่างหนึ่งที่คุณคงสังเกตเห็น
Swet did not remember his wife he left behind.
สเวตไม่จำภรรยาที่เขาทิ้งไว้ข้างหลัง
It is a strange thing, nevertheless it is true.
มันเป็นเรื่องแปลก แต่มันเป็นความจริง
Nor did he remember the defenseless new-born babe.
เขาไม่อาจจำทารกน้อยที่เพิ่งเกิดซึ่งไม่มีทางสู้ได้
And he did not remember his brother either.
และเขาไม่สามารถจำพี่ชายของเขาได้เช่นกัน
He had no time to remember when the elephant came.
เขาไม่มีเวลาจำได้ว่าช้างมาเมื่อไร
On the first night he had to worry for his own life.
คืนแรกเขาต้องกังวลถึงชีวิตของตัวเอง
And now the crown brought on his forgetfulness.
และบัดนี้มงกุฎก็นำความหลงลืมของเขามาด้วย
But he had entrusted his wife and child to Basanta.
แต่เขาได้ฝากภรรยาและลูกของเขาไว้กับบาสันตา
And his brother sat waiting for many weary hours.
และน้องชายของเขาต้องนั่งรออย่างเหนื่อยล้าเป็นเวลาหลายชั่วโมง
Every moment he expected to see Swet return with fire.
ทุกขณะเขาคาดหวังว่าจะได้เห็นสเวตกลับมาพร้อมกับไฟ
But the whole night passed away without his return.
แต่คืนนั้นก็ผ่านไปโดยที่เขาไม่ได้กลับมาอีก
At sunrise he went to the bank of the river.
เมื่อพระอาทิตย์ขึ้นเขาก็เดินไปที่ริมฝั่งแม่น้ำ

There he anxiously looked about for his brother.
ที่นั่นเขามองหาพี่ชายของเขาด้วยความวิตกกังวล
But his waiting and searching were all in vain.
แต่การรอคอยและการค้นหาของเขาล้วนไร้ผล
Distressed beyond measure, he wept at the riverside.
พระองค์ทรงเศร้าโศกยิ่งนัก จึงได้ร้องไห้อยู่ริมแม่น้ำ
As he was weeping a boat was passing by.
ขณะที่เขากำลังร้องไห้ ก็มีเรือลำหนึ่งแล่นผ่านมา
In the boat a merchant was returning from business.
ในเรือมีพ่อค้าคนหนึ่งกำลังเดินทางกลับจากการค้าขาย
The boat was not far from the shore.
เรือไม่ได้อยู่ห่างจากฝั่งมากนัก
So the merchant could see Basanta weeping.
พ่อค้าจึงได้เห็นบาสันตะร้องไห้
Something struck the attention of the merchant.
มีสิ่งหนึ่งดึงดูดความสนใจของพ่อค้า
By the weeping man appeared to be a pile of pearls.
ชายร้องไห้ปรากฏกองไข่มุก
The merchant requested the boatman to halt.
พ่อค้าได้ขอร้องให้คนเรือหยุดเรือ
And the merchant went to the weeping man.
และพ่อค้าก็ไปหาคนร้องไห้
By the weeping man was in fact a pile of pearls.
โดยที่ชายร้องไห้นั้นแท้จริงแล้วเป็นกองไข่มุก
And the pearls were of the highest quality.
และไข่มุกก็เป็นคุณภาพสูงสุด
And another thing astonished the merchant.
และอีกเรื่องหนึ่งที่ทำให้พ่อค้าประหลาดใจคือ
The pile of pearls grew larger every second.
กองไข่มุกก็ขยายใหญ่ขึ้นทุกวินาที
Because the man was crying, but not tears.
เพราะชายคนนั้นร้องไห้แต่ไม่มีน้ำตา
Because his tears turned to pearls on the ground.
เพราะน้ำตาของเขาได้กลายเป็นไข่มุกที่ร่วงหล่นลงสู่พื้นดิน
The merchant stowed away the pearls into his boat.

พ่อค้าได้เก็บไข่มุกไว้ในเรือของเขา
Then the merchant got his servants to help him.
จากนั้นพ่อค้าก็ให้คนรับใช้มาช่วย
And together they captured the crying man.
และร่วมกันจับกุมชายผู้ร้องไห้
They put him on board of the vessel.
พวกเขาเอาเขาไปไว้บนเรือ
And he tied him to one of the ship's masts.
แล้วมัดเขาไว้กับเสากระโดงเรือต้นหนึ่ง
Basanta, of course, tried his best to resist.
แน่นอนว่าบาสันตาพยายามอย่างดีที่สุดที่จะต่อต้าน
But what could he do against so many sailors?
แต่เขาจะทำอะไรได้กับลูกเรือจำนวนมากขนาดนั้น?
He thought of his brother who never returned.
เขาคิดถึงพี่ชายของเขาที่ไม่เคยกลับมา
He thought of his sister-in-law in the forest.
เขาคิดถึงน้องสะใภ้ของเขาในป่า
And he thought of his newly born niece.
และเขาคิดถึงหลานสาวที่เพิ่งเกิดของเขา
And he cried even more bitterly than before.
และเขาก็ร้องไห้อย่างขมขื่นมากขึ้นกว่าเดิม
His weeping mightily pleased the merchant.
การร้องไห้ของเขาทำให้พ่อค้าพอใจเป็นอย่างยิ่ง
Because even more pearls were falling to the ground.
เพราะยังมีไข่มุกร่วงลงสู่พื้นอีกมากมาย
And the merchant became richer and richer.
และพ่อค้าก็ยิ่งร่ำรวยขึ้นเรื่อยๆ
Eventually the merchant reached his native town.
ในที่สุดพ่อค้าก็มาถึงบ้านเกิดของเขา
When they got there he confined Basanta in a room.
เมื่อมาถึงที่นั่นแล้ว เขาได้ขังบาสันตะไว้ในห้องหนึ่ง
At stated hours every day he had him whipped.
เขาจะส่งให้เฆี่ยนตีเขาทุกวันในเวลาที่กำหนด
In order to make him shed yet more tears.
เพื่อทำให้เขาต้องหลั่งน้ำตาเพิ่มมากขึ้น

And every tear converted into a bright pearl.
และน้ำตาทุกหยดก็เปลี่ยนเป็นไข่มุกอันสดใส
The merchant one day said to his servants;
วันหนึ่งพ่อค้าได้กล่าวแก่คนรับใช้ของเขาว่า
"The fellow is making me rich by his weeping".
"เพื่อนคนนี้ทำให้ฉันร่ำรวยด้วยการร้องไห้ของเขา"
"Let us see what he gives me by laughing".
"มาดูกันว่าเขาจะให้อะไรแก่ฉันด้วยการหัวเราะ"
Accordingly, he began to tickle his captive.
เขาจึงเริ่มจี้ผู้ถูกคุมขังของตน
Upon being tickled Basanta began to laugh.
เมื่อถูกจั๊กจี้ บาสันตาจึงเริ่มหัวเราะ
Of course he was not laughing out of happiness.
แน่นอนว่าเขาไม่ได้หัวเราะออกมาด้วยความสุข
But none the less maniks dropped from his mouth.
แต่ถึงกระนั้นก็มีมานิกหลุดออกจากปากของเขา
After this Basanta was not just whipped anymore.
หลังจากนี้ Basanta ไม่ถูกตีอีกต่อไป
Now he was alternately whipped and tickled.
ตอนนี้เขาถูกทั้งเฆี่ยนและจั๊กจี้สลับกัน
All day and far into the night he was exploited.
เขาถูกเอาเปรียบตลอดทั้งวันและทั้งคืน
The merchant's wealth increased day and night.
ความมั่งคั่งของพ่อค้าก็เพิ่มมากขึ้นทั้งกลางวันและกลางคืน
Soon he became the wealthiest man in the land.
ในไม่ช้าเขาก็กลายเป็นคนร่ำรวยที่สุดในแผ่นดิน
But let us return to Basanta's subjugation later.
แต่ให้เรากลับมาพูดถึงการปราบปราม Basanta ในภายหลัง
Now let us turn our attention to Swet's wife.
ตอนนี้เรามาดูเรื่องภรรยาของสเวตกันดีกว่า

Swet's abandoned wife was still in the forest.
ภรรยาที่ถูกทิ้งของสเวตยังคงอยู่ในป่า
She had just given birth to her child.
เธอเพิ่งจะคลอดลูกของเธอ

But now she was alone in the forest.
แต่ตอนนี้เธออยู่คนเดียวในป่า
First her husband had abandoned her.
ก่อนอื่นสามีของเธอได้ละทิ้งเธอไป
And now her brother-in-law abandoned her too.
แล้วตอนนี้พี่เขยของเธอก็ทิ้งเธอไปด้วย
Imagine how overwhelmed with grief she felt.
ลองนึกภาพดูว่าเธอรู้สึกโศกเศร้าเสียใจขนาดไหน
Alone, and in a forest, far from civilization.
อยู่คนเดียวในป่าห่างไกลจากอารยธรรม
Her case was indeed deserving of sympathy.
กรณีของเธอสมควรได้รับความเห็นอกเห็นใจจริงๆ
She wept rivers of sad and lonely tears.
เธอหลั่งน้ำตาด้วยความเศร้าและเหงาเป็นสายน้ำ
Excessive grief, however, brought her relief.
ความโศกเศร้าที่มากเกินไปกลับทำให้เธอโล่งใจ
She fell asleep with the new-born in her arms.
เธอหลับไปพร้อมกับลูกแรกเกิดที่อยู่ในอ้อมแขนของเธอ
While she was deep in sleep another tragedy took place.
ขณะที่เธอหลับลึกก็เกิดโศกนาฏกรรมอีกครั้ง
It so happened that the Kotwal was passing by.
บังเอิญว่า Kotwal กำลังผ่านไป
He had recently suffered his own misfortune.
เขาเพิ่งประสบกับความโชคร้ายของตัวเองเมื่อไม่นานนี้
But his misfortune was of a different nature.
แต่ความโชคร้ายของเขามีลักษณะที่แตกต่างกัน
The children his wife bore died shortly after birth.
ลูกๆ ที่ภรรยาของเขาให้กำเนิดเสียชีวิตไม่นานหลังจากคลอด
And he was now going to bury the last infant.
และตอนนี้เขาจะฝังทารกคนสุดท้าย
He was heading to the banks of the river.
เขาเดินไปที่ริมฝั่งแม่น้ำ
The place where the other infants were buried.
สถานที่ที่เด็กทารกคนอื่นๆ ถูกฝังไว้
But then he saw the woman sleeping in the forest.

แต่แล้วเขาก็เห็นผู้หญิงคนนั้นนอนหลับอยู่ในป่า
And in her arms he saw her holding a baby.
และในอ้อมแขนของเธอเขาเห็นเธออุ้มทารกอยู่
The infant was a lively and beautiful boy.
ทารกเป็นเด็กชายที่มีชีวิตชีวาและสวยงาม
His liveliness did not disturb his mother's sleep.
ความมีชีวิตชีวาของเขาไม่ได้รบกวนการนอนหลับของแม่ของเขา
The Kotwal wanted the lovely infant very much.
ชาวโคตวาลต้องการทารกน้อยน่ารักคนนี้มาก
He quietly took the child from his mother.
เขารับเด็กจากแม่ของเขาอย่างเงียบ ๆ
And in her arms he placed his own dead child.
และเขาได้วางลูกที่ตายของเขาไว้ในอ้อมแขนของเธอ
Of course this is not what he could tell his wife.
แน่นอนว่านี่ไม่ใช่สิ่งที่เขาสามารถบอกกับภรรยาของเขาได้
"We both thought that our son had died".
"เราทั้งสองคิดว่าลูกชายของเราตายแล้ว"
"And I carried his body to the river bank".
"แล้วฉันก็อุ้มร่างของเขาไปที่ริมฝั่งแม่น้ำ"
"And that was when a miracle occurred".
"และนั่นคือตอนที่ปาฏิหาริย์เกิดขึ้น"
"Once more our son opened his young eyes".
"ลูกชายของเราได้ลืมตาขึ้นอีกครั้งแล้ว"
"And now we have a beautiful and lively boy".
"และตอนนี้เราก็มีลูกชายที่น่ารักและมีชีวิตชีวาแล้ว"
But Swet's wife did not know the true events.
แต่ภรรยาของสเวตไม่รู้เรื่องราวที่แท้จริง
When she woke she held the dead child in her arms.
เมื่อเธอตื่นขึ้นมา เธอได้อุ้มเด็กที่เสียชีวิตไว้ในอ้อมแขน
And she thought it was her child that had died.
และเธอคิดว่าเป็นลูกของเธอที่เสียชีวิต
The distress of her mind may easily be imagined.
ความทุกข์ใจของนางสามารถจินตนาการได้อย่างง่ายดาย
The whole world became dark to her.
โลกทั้งใบกลายเป็นมืดมนสำหรับเธอ

She was distracted by the loss of her child.
เธอเสียสมาธิเพราะการสูญเสียลูกของเธอ
And in her distraction she formed a resolution.
และด้วยความฟุ้งซ่านของเธอ เธอจึงได้ตัดสินใจแน่วแน่
She had resolved to take her own life.
เธอได้ตัดสินใจที่จะฆ่าตัวตาย
The river was not far from where she had slept.
แม่น้ำไม่ไกลจากที่เธอหลับนอน
And she determined to drown herself in the river.
และเธอตัดสินใจที่จะจมน้ำตายในแม่น้ำ
She took in her hand the bundle of jewels.
เธอรับมัดอัญมณีไว้ในมือ
And then she proceeded to the river-side.
แล้วนางก็เดินไปทางริมแม่น้ำ
An old Brahman was at no great distance.
มีพราหมณ์ชรารูปหนึ่งอยู่ไม่ไกลนัก
The Brahman was performing his morning ablutions.
พราหมณ์กำลังทำพิธีชำระล้างร่างกายในตอนเช้า
He noticed the woman going into the water.
เขาสังเกตเห็นผู้หญิงคนนั้นกำลังลงไปในน้ำ
Naturally he thought that she was going to bathe.
เขาคิดว่าเธอจะไปอาบน้ำแน่นอน
But then he saw her going into the deep waters.
แต่แล้วเขาก็เห็นเธอกำลังลงไปในน้ำลึก
Something akin to suspicion arose in his mind.
ความสงสัยบางอย่างเกิดขึ้นในใจของเขา
The Brahman discontinued his devotions.
พราหมณ์ได้ละทิ้งความเลื่อมใสของตน
He too waded out towards the river's depth.
เขาก็ลุยน้ำออกไปทางแม่น้ำลึกเช่นกัน
And he ordered the woman to come to him.
แล้วพระองค์ทรงสั่งให้หญิงนั้นมาหาพระองค์
Swet's wife heard the old man calling her.
ภรรยาของสเวตได้ยินชายชราเรียกเธอ
So she retraced her steps to the old man.

นางจึงย้อนรอยกลับไปหาชายชรา
"What were your intentions?" asked the Braham.
"ท่านมีเจตนาอะไร" พระพรหมถาม
And the woman confirmed his suspicions.
และหญิงคนนั้นก็ยืนยันความสงสัยของเขา
"I was going to put an end to my life".
"ฉันจะยุติชีวิตของฉัน"
And she thanked the Brahman for saving her.
และนางก็ขอบคุณพราหมณ์ที่ได้ช่วยชีวิตนางไว้
"Accept these jewels as a sign of appreciation".
"จงรับอัญมณีเหล่านี้ไว้เป็นสัญลักษณ์แห่งความขอบคุณ"
The Brahman accepted the sign of appreciation.
พราหมณ์ทรงรับสัญลักษณ์แห่งความชื่นชมยินดี
But he was more interested in her story.
แต่เขาสนใจเรื่องราวของเธอมากกว่า
And at his request she related her story.
และตามคำขอของเขาเธอจึงเล่าเรื่องของเธอให้ฟัง
She had escaped from her stepmother in law.
เธอหนีมาจากแม่เลี้ยงสามี
In the forest she gave birth to a child.
นางได้ให้กำเนิดบุตรในป่า
First her husband went looking for fire.
ก่อนอื่นสามีของเธอออกไปตามหาไฟ
But her husband never came back to her.
แต่สามีของเธอไม่เคยกลับมาหาเธอเลย
Then her brother-in-law looked for her husband.
จากนั้นพี่เขยของเธอก็มองหาสามีของเธอ
But her brother-in-law did not return either.
แต่พี่เขยของเธอก็ไม่กลับมาเซนกัน
Eventually she fell asleep with her child.
ในที่สุดเธอก็หลับไปพร้อมกับลูกของเธอ
But when she woke her child was dead.
แต่เมื่อเธอตื่นขึ้นมาพบว่าลูกของเธอตายแล้ว
And that's when she decided to drown herself.
และนั่นคือตอนที่เธอตัดสินใจจะจมน้ำตาย

She felt the relieve of telling her fate.
เธอรู้สึกโล่งใจเมื่อได้บอกชะตากรรมของเธอ
The Brahman invited the woman to his house.
พราหมณ์ได้เชิญหญิงนั้นไปบ้านของตน
And the woman was accepted into his family.
และผู้หญิงคนนั้นก็ได้รับการยอมรับเข้ามาเป็นครอบครัวของเขา
The Brahman's wife treated her like a daughter.
ภรรยาของพราหมณ์ปฏิบัติกับเธอเหมือนลูกสาว
And she spent years with her new family.
และเธอใช้เวลาหลายปีอยู่กับครอบครัวใหม่ของเธอ
Swet spend those years in his kingdom.
สเวทใช้เวลาหลายปีนั้นอยู่ในอาณาจักรของเขา
Basanta spent those years being tortured.
บาสันตาต้องทนทุกข์ทรมานในช่วงหลายปีที่ผ่านมา
And the adopted son of the Kotwal grew up.
และบุตรบุญธรรมของตระกูลโคตวาลก็เติบโตขึ้น
The Brahman's house was not far from the Kotwal's.
บ้านของพราหมณ์นั้นอยู่ไม่ไกลจากบ้านของตระกูลโคตวาล
So the Kotwal's son met the Brahman's adopted daughter.
แล้วลูกชายของโคตวาลก็ได้พบกับลูกสาวบุญธรรมของพราหมณ์
And the lad thought he fell in love with her.
และเด็กชายคิดว่าเขาตกหลุมรักเธอ
He spoke to his father about the woman.
เขาพูดคุยกับพ่อของเขาเกี่ยวกับผู้หญิงคนนั้น
And the father spoke to the Brahman about the woman.
และบิดาได้สนทนากับพราหมณ์ถึงเรื่องสตรีนั้น
The Brahman's rage knew no bounds.
ความโกรธของพราหมณ์นั้นไม่มีขอบเขต
"What is this insolence!" the Brahman protested.
"นี่มันความเย่อหยิ่งอะไรกัน!" พราหมณ์ประท้วง
"Your son is the son of an infidel".
"ลูกชายของคุณเป็นลูกของคนนอกศาสนา"
"How can he aspire to the hand of a Brahman's daughter!?".
"เขาจะปรารถนาให้ลูกสาวพราหมณ์เป็นได้อย่างไร!?".
"A dwarf may as well aspire to catch hold of the moon!".

"คนแคระยังต้องปรารถนาที่จะคว้าดวงจันทร์ไว้ได้เลย!"

But the Kotwal's son determined to have her by force.

แต่ลูกชายของตระกูลโคตวาลกลับใช้กำลังบังคับเพื่อจับตัวเธอไป

One day he scaled the wall of the Brahman's house.

วันหนึ่งเขาได้ปีนขึ้นไปบนกำแพงบ้านของพราหมณ์

He got upon the thatched roof of the cow-house.

เขาขึ้นไปบนหลังคาฟางของโรงเลี้ยงวัว

And from that lofty position he reconnoitered.

และจากตำแหน่งอันสูงส่งนั้น เขาได้สำรวจดู

And he saw two young calves below him.

และเขาเห็นลูกวัวสองตัวอยู่ข้างล่างเขา

And he overheard the conversation of two young calves.

และได้ยินการสนทนาของลูกวัวสองตัว

"Men accuse us of brutish ignorance and immorality".

"ผู้ชายกล่าวหาเราว่าโง่เขลาและผิดศีลธรรม"

"But in my opinion men are fifty times worse".

"แต่ในความคิดของฉัน ผู้ชายแย่กว่าถึงห้าสิบเท่า"

"What makes you say so, brother?" the calf asked.

"อะไรทำให้ท่านพูดอย่างนั้น น้องชาย" ลูกวัวถาม

"Have you witnessed instances of human depravity?".

"คุณเคยเห็นความเสื่อมทรามของมนุษย์บ้างไหม?"

"Who is a greater monster than the Kotwal's son?".

"ใครคือสัตว์ประหลาดที่ยิ่งใหญ่ไปกว่าลูกชายของโคตวาล?"

"The same lad standing on the thatched roof".

"หนุ่มคนเดิมยืนอยู่บนหลังคาฟาง"

"The roof of this hut above our heads".

"หลังคากระท่อมหลังนี้เหนือหัวพวกเรา"

"I thought he was just the son of our Kotwal".

"ฉันคิดว่าเขาเป็นเพียงลูกชายของโคตวาลของเรา"

"I never heard that he was exceptionally vicious".

"ฉันไม่เคยได้ยินว่าเขาโหดร้ายเป็นพิเศษ"

"You may have never heard of his wickedness".

"คุณอาจไม่เคยได้ยินเรื่องความชั่วร้ายของเขา"

"But now you will hear of his wickedness from me".

"แต่บัดนี้เจ้าจะได้ยินเรื่องความชั่วร้ายของเขาจากฉัน"
"This wicked lad is now making immoral plans".
"เด็กชั่วคนนี้กำลังวางแผนผิดศีลธรรมอยู่"
"He is trying get married to his own mother!".
"เขากำลังพยายามแต่งงานกับแม่ของเขาเอง!"
The First Calf then related the whole story.
จากนั้นลูกวัวตัวแรกก็เล่าเรื่องทั้งหมดให้ฟัง
And the inquisitive Second Calf listened.
และลูกวัวตัวที่สองที่อยากรู้อยากเห็นก็ฟัง
And the calf told Swet's and Basanta's story.
และลูกวัวก็เล่าเรื่องของสเวตและบาสันตาให้ฟัง
"A merchant built a house for his son"
"พ่อค้าสร้างบ้านให้ลูกชายของเขา"
"In the garden of the house was a Toontooni bird"
"ในสวนของบ้านมีนกทูนทูนีอยู่ตัวหนึ่ง"
"In the nest of the Toontooni bird was an egg"
"ในรังนกทูนทูนีมีไข่อยู่"
"The merchant's son put the egg in an almirah"
"ลูกชายพ่อค้าเอาไข่ใส่ตู้"
"Out of the egg came a beautiful girl"
"มีหญิงสาวแสนสวยออกมาจากไข่"
"Eventually the merchant's son married this beautiful girl"
"ในที่สุดลูกชายพ่อค้าก็ได้แต่งงานกับหญิงสาวสวยคนนี้"
"Together they had two children; Swet and Basanta"
"พวกเขามีลูกด้วยกันสองคน คือ สเวต และ บาสันตา"
"Some time later the grandfather of the children died"
"ต่อมาปู่ของเด็กๆ ก็เสียชีวิต"
"Some time later again their grandmother died too"
"ต่อมาไม่นาน คุณยายของเขาก็เสียชีวิตอีกครั้ง"
"At the right time, the oldest son, Swet, got married"
"เมื่อถึงเวลาที่เหมาะสม ลูกชายคนโต สเวต ก็แต่งงาน"
"His mother, the Toontooni woman, died sometime later"
"แม่ของเขาซึ่งเป็นผู้หญิงจากเมืองทูนทูนีเสียชีวิตในเวลาต่อมา"
"Soon after their father married a younger woman"

"หลังจากที่พ่อของพวกเขาแต่งงานกับหญิงสาวได้ไม่นาน"

"But their new stepmother hated her stepsons"

"แต่แม่เลี้ยงใหม่ของพวกเขาเกลียดลูกเลี้ยงของเธอ"

"And she also hated her new stepdaughter-in-law"

"และเธอยังเกลียดลูกสะใภ้คนใหม่ของเธอด้วย"

"One day a fisherman happened to visit the merchant"

"วันหนึ่งมีชาวประมงบังเอิญมาเยี่ยมพ่อค้า"

"The Fisherman had sold the merchant a magical fish"

"ชาวประมงได้ขายปลาวิเศษให้กับพ่อค้า"

"Whoever ate the fish would laugh maniks"

"ใครกินปลาก็จะหัวเราะเยาะ"

"And whoever ate the fish would weep pearls"

"และใครก็ตามที่กินปลาก็จะร้องไห้เป็นไข่มุก"

"The same day there was an argument over some pigeons"

"วันเดียวกันนั้นก็เกิดการโต้เถียงกันเรื่องนกพิราบ"

"The stepmother was terribly vengeful to her stepsons"

"แม่เลี้ยงมีนิสัยขี้หึงแค้นลูกเลี้ยงมาก"

"And she swore revenge on her stepsons"

"และนางก็สาบานว่าจะแก้แค้นลูกเลี้ยงของนาง "

"That day Swet, his wife, and Basanta escaped"

"วันนั้น สเวต ภรรยาของเขา และบาสตา หนีออกไป"

"But before leaving they ate the magical fish"

"แต่ก่อนจะจากไปพวกเขากินปลาวิเศษ"

"On their journey Swet's wife gave birth to a baby boy"

"ระหว่างการเดินทาง ภรรยาของสเวตได้ให้กำเนิดลูกชาย"

"Swet went to look for wood to make a fire"

"สเวตไปหาไม้มาทำไฟ"

"But he was carried away by an elephant"

"แต่เขาถูกช้างพาไป"

"He was taken to a Queen haunted by a snake"

"เขาถูกพาไปหาราชินีที่ถูกงูสิง"

"But he succeeded in killing the serpent"

"แต่เขาประสบความสำเร็จในการฆ่าง"

"And so he became king of the land"
"แล้วพระองค์ก็ทรงเป็นกษัตริย์ของแผ่นดิน"
"Basanta went looking for his brother"
"บาสสันต์ออกตามหาพี่ชาย"
"But he was captured by a merchant"
"แต่เขาถูกพ่อค้าจับตัวไป"
"And now he's flogged and tickled daily"
"แล้วตอนนี้เขาก็โดนเฆี่ยนตีและจั๊กจี้ทุกวัน"
"And he cries pearls and laughs maniks"
"และเขาก็ร้องไห้เป็นไข่มุกและหัวเราะเป็นไข่มุก"
"The Kotwal's son had died that night"
"ลูกชายของตระกูลโคตวาลเสียชีวิตในคืนนั้น"
"So the Kotwal exchanged the two babies"
"แล้วโคตวาลก็แลกเปลี่ยนทารกทั้งสอง"
"The mother couldn't bear the loss of her child"
"แม่ไม่อาจทนกับการสูญเสียลูกได้"
"So she made the decision to drown herself"
"เธอจึงตัดสินใจจมน้ำตาย"
"But there was a Brahman that saved her life"
"แต่มีพราหมณ์คนหนึ่งช่วยชีวิตเธอไว้"
"And this Brahman took her into his home"
"และพราหมณ์นี้รับนางไปอยู่ในบ้านของตน"
"The Kotwal's son grew up a hardy boy"
"ลูกชายของโคตวาลเติบโตมาเป็นเด็กที่แข็งแรง"
"And he fell in love with the woman"
"แล้วเขาก็ตกหลุมรักผู้หญิงคนนั้น"
"And now he stands on the roof"
"แล้วตอนนี้เขาก็ยืนอยู่บนหลังคา"
"And he's intent on having the woman"
"แล้วเขาก็ตั้งใจจะมีผู้หญิงคนนั้น"
All this the Kotwal's son heard.
เรื่องนี้ลูกชายของตระกูลโคตวาลได้ยินทั้งหมด
And he was struck with horror.
และเขาก็ตกตะลึง

He forthwith got down from the thatch.
เขาก็ลงมาจากหลังคาทันที
And he went home to his father.
และเขาก็กลับบ้านไปหาพ่อของเขา
And he said he must speak with the king.
และเขาบอกว่าเขาจะต้องพูดคุยกับกษัตริย์
The father protested against the request.
พ่อคัดค้านคำร้องดังกล่าว
But he got an interview with the king.
แต่เขาได้ไปสัมภาษณ์กับกษัตริย์
He told the king about the two calves.
เขาเล่าเรื่องลูกโคสองตัวให้กษัตริย์ฟัง
And he repeated the whole story.
และเขาก็เล่าเรื่องทั้งหมดซ้ำอีกครั้ง
The king now remembered his poor wife.
บัดนี้พระราชาทรงระลึกถึงพระมเหสีผู้น่าสงสารของพระองค์
So a servant was sent to the Brahman.
จึงส่งคนรับใช้ไปหาพราหมณ์
And the Brahman was richly rewarded.
และพราหมณ์ก็ได้รับผลบุญอย่างอุดมสมบูรณ์
And his wife was brought back to the palace.
และภรรยาของเขาก็ถูกนำตัวกลับเข้าพระราชวัง
His wife was put in her proper position.
ภรรยาของเขาถูกจัดให้อยู่ในตำแหน่งที่เหมาะสม
And she became queen of the kingdom.
และนางก็กลายเป็นราชินีแห่งอาณาจักร
The reputed son of the Kotwal was readopted.
บุตรชายที่โด่งดังของ Kotwal ได้ถูกเลือกกลับเข้ามาอีกครั้ง
And he was proclaimed heir to the throne.
และพระองค์ได้รับการประกาศให้เป็นรัชทายาท
Basanta was brought out of the dungeon.
บาสันตะถูกนำตัวออกมาจากคุกใต้ดิน
And the wicked merchant was buried alive.
และพ่อค้าชั่วร้ายก็ถูกฝังทั้งเป็น
And thorns were put in his burying-place.

และหนามก็ถูกฝังไว้ในที่ฝังศพของเขา
And all lived together happily for many years.
และอยู่ร่วมกันอย่างมีความสุขนานหลายปี
Swet, his wife and son, and Basantas.
สเวต ภรรยาและลูกชาย และบาซันตัส

The Evil Eye of Sani
นัยน์ตาปีศาจแห่งซานิ

Once upon a time Sani and Lakshmi fell out with each other.
กาลครั้งหนึ่ง ซานิ และ ลักษมี ทะเลาะกัน
Sani, also known as Saturn, is the God of bad luck.
ซานิ หรือที่เรียกอีกชื่อหนึ่งว่า ดาวเสาร์ เป็นเทพเจ้าแห่งความโชคร้าย
And Lakshmi is the Goddess of good luck.
และพระลักษมีคือเทพีแห่งความโชคดี
And these two Gods fell out with each other in heaven.
และพระเจ้าทั้งสององค์นี้ก็ตกเป็นศัตรูกันในสวรรค์
Sani said he was higher in rank than Lakshmi.
ซานิบอกว่าเขามียศสูงกว่าลักษมี
And Lakshmi said she was higher in rank than Sani.
และพระลักษมีก็บอกว่าเธอมียศสูงกว่าศนี
But there were just as many Gods as there were Goddesses.
แต่พระเจ้าก็มีมากเท่ากับพระเทวีเช่นกัน
Therefore the dispute could not be settled in heaven.
เพราะฉะนั้นข้อพิพาทจึงไม่สามารถยุติได้ในสวรรค์
The contending deities agreed to refer the matter to humans.
เหล่าเทพที่โต้แย้งกันตกลงที่จะส่งเรื่องดังกล่าวต่อมนุษย์
The humans had a name for wisdom and justice.
มนุษย์มีชื่อเรียกตามภูมิปัญญาและความยุติธรรม
There lived at that time upon earth a man named Sribatsa.
ในเวลานั้นมีชายคนหนึ่งชื่อศรีบาตรอาศัยอยู่บนโลก
(Sri is another name of Lakshmi).
(พระศรี เป็นอีกชื่อหนึ่งของพระลักษมี)
(And "batsa" is another word for child).
(และคำว่า "บัตซา" เป็นอีกคำหนึ่งที่ใช้เรียกเด็ก)
(so Sribatsa literally means "the child of fortune").
(ดังนั้น ศรีบัตสา จึงแปลว่า "บุตรแห่งโชคลาภ")
Sribatsa had as much wisdom as he had wealth.
พระศรีบาตรมีทั้งภูมิปัญญาและทรัพย์สมบัติ
And he was as fair as he was rich, too.
และเขาเป็นคนยุติธรรมและร่ำรวยด้วย

He was therefore a good judge for the dispute.
เขาจึงเป็นผู้ตัดสินข้อพิพาทได้ดี
And the God and Goddess agreed he could judge their case.
และพระเจ้าและพระเทวีก็ตกลงกันว่าจะตัดสินคดีของพวกเขาได้
One day, accordingly, Sribatsa was contacted.
วันหนึ่งจึงได้ติดต่อศรีบาตสา
He was told that Sani and Lakshmi would come to him.
เขาได้รับแจ้งว่าซานิและลักษมีจะมาหาเขา
And he was told they wished for him to settle their dispute.
และเขาได้รับการบอกกล่าวว่าพวกเขาต้องการให้เขายุติข้อพิพาทของ
พวกเขา
This put Sribatsa in a delicate situation.
เรื่องนี้ทำให้ศรีบาตซาตกอยู่ในสถานการณ์ที่ละเอียดอ่อน
He could say Sani was higher in rank than Lakshmi.
เขาพูดได้ว่าซานีมียศสูงกว่าลักษมี
But then she would be angry with him and forsake him.
แต่แล้วนางก็จะโกรธเขาและละทิ้งเขาไป
He could say Lakshmi was higher in rank than Sani.
เขาอาจกล่าวได้ว่าพระลักษมีมียศสูงกว่าพระศานี
But then Sani would cast his evil eye upon him.
แต่แล้วซานิก็จ้องมองเขาด้วยสายตาอันชั่วร้าย
He made up his mind not to say anything directly.
เขาตั้งใจว่าจะไม่พูดอะไรตรงๆ
The god and the goddess had to observe his actions.
เทพและเทพีจะต้องสังเกตการกระทำของเขา
And from his actions they could gather their opinions.
และจากการกระทำของเขาพวกเขาก็สามารถรวบรวมความคิดเห็นขอ
งพวกเขาได้
Sribatsa ordered two chairs to be made.
คุณศรีบาตรสั่งทำเก้าอี้จำนวน 2 ตัว
One of the chairs was made from gold.
เก้าอี้ตัวหนึ่งทำด้วยทองคำ
And the other chair was made from silver.
และเก้าอี้อีกตัวก็ทำด้วยเงิน
And he placed the two chairs beside himself.

แล้วเขาก็วางเก้าอี้สองตัวไว้ข้างๆ ตัวเขา
The day came when Sani and Lakshmi visited Sribatsa.
วันหนึ่งซานีและลักษมีมาเยี่ยมศรีบาสา
He told Sani to sit upon the silver chair.
เขาบอกให้ซานีนั่งบนเก้าอี้สีเงิน
And he told Lakshmi to sit upon the gold chair.
และพระองค์ตรัสให้พระลักษมีนั่งบนเก้าอี้ทองคำ
Sani became mad with rage, and spoke angrily;
ซานิโกรธจนแทบคลั่ง และพูดจาด้วยความโกรธ
"You consider me lower in rank than Lakshmi"
"ท่านถือว่าข้ามียศต่ำกว่าพระลักษมี"
"I will cast my eye on you for three years"
"ฉันจะเฝ้ามองคุณเป็นเวลาสามปี"
"We shall see how you fare at the end of that period"
"เราจะมาดูกันว่าคุณจะเป็นอย่างไรเมื่อสิ้นสุดระยะเวลานั้น"
The god then went away in great anger.
จากนั้นพระเจ้าก็เสด็จไปด้วยความพิโรธยิ่งนัก
Lakshmi, before she went away, said to Sribatsa;
ก่อนจะจากไป พระลักษมีได้กล่าวกับศรีบาตสาว่า
"My child, do not fear. I'll befriend you"
"ลูกเอ๋ย ไม่ต้องกลัวนะ แม่จะเป็นเพื่อนกับลูกเอง"
The god and the goddess then went away.
จากนั้นพระเจ้าและพระเทวีก็เดินจากไป
Sribatsa spoke to his wife, Chantamani;
ศรีบาตสาพูดคุยกับจันทามานี ภรรยาของเขา
"Dearest, the evil eye of Sani will be upon me"
"ที่รัก ดวงตาอันชั่วร้ายของซานิจะจ้องมองฉัน"
"I had better go away from the house"
"ฉันควรออกไปจากบ้านดีกว่า"
"If I stay evil will befall you and me"
"ถ้าฉันอยู่ต่อไป ความชั่วร้ายจะเกิดขึ้นกับคุณและฉัน"
"But if I go, evil will overtake me only"
"แต่ถ้าฉันไป ความชั่วจะเข้าครอบงำฉันเท่านั้น"
Chintamani said, "it cannot be that way"

จินตมณีกล่าวว่า "มันไม่สามารถเป็นแบบนั้นได้"

"Wherever you go, I will go with you"

"ไม่ว่าคุณจะไปที่ไหน ฉันจะไปกับคุณ"

"Your good luck shall be my good luck"

"โชคดีของคุณจะเป็นโชคดีของฉัน"

"And your bad luck shall be my bad luck"

"และโชคร้ายของคุณก็จะเป็นโชคร้ายของฉัน"

The husband tried hard to persuade his wife to stay.

สามีพยายามเกลี้ยกล่อมภรรยาให้อยู่ต่อ

But all his efforts were of no use.

แต่ความพยายามทั้งหมดของเขาก็ไร้ประโยชน์

She refused to abandon her husband.

เธอปฏิเสธที่จะละทิ้งสามีของเธอ

Sribatsa told his wife to make an opening in their mattress.

ศรีบาตสาบอกให้ภรรยาเปิดช่องบนที่นอนของตน

And he told her to stow away all their money and jewels.

และเขาสั่งให้เธอเก็บเงินและอัญมณีทั้งหมดเอาไว้

On the eve of leaving their house, Sribatsa invoked Lakshmi.

ก่อนออกจากบ้าน ศรีบาตรได้อัญเชิญพระลักษมี

Upon being invoked, Lakshmi forthwith appeared.

เมื่อถูกเรียก พระลักษมีก็ปรากฏตัวทันที

"Mother Lakshmi, the evil eye of Sani is upon us"

"แม่ลักษมี สายตาอันชั่วร้ายของซานีกำลังจ้องจับตาเราอยู่"

"We are going away into exile"

"พวกเรากำลังจะไปลี้ภัย"

"Please befriend us, and take care of our property"

"กรุณาเป็นมิตรกับเราและดูแลทรัพย์สินของเราด้วย"

The goddess of good luck answered.

เทพธิดาแห่งโชคลาภตอบกลับ

"Do not fear; I'll befriend you"

"อย่ากลัวเลย ฉันจะเป็นเพื่อนกับคุณ"

"In the end all will be right"

"สุดท้ายแล้วทุกอย่างก็จะดีเอง"

They then set out on their journey.

จากนั้นพวกเขาก็ออกเดินทาง

Sribatsa rolled up the mattress and put it on his head.

ศรีบาตสามัวนที่นอนแล้ววางลงบนศีรษะของเขา

They had not gone many miles when they saw a river.

พวกเขาเดินไปได้ไม่กี่ไมล์ก็เห็นแม่น้ำ

There was a canoe with a man sitting in it.

มีเรือแคนูลำหนึ่งมีชายคนหนึ่งนั่งอยู่

The travelers requested the ferryman to take them across.

นักเดินทางได้ขอร้องให้คนพายเรือพาข้ามฟากไป

The ferryman said he could only take one at a time.

คนพายเรือบอกว่าเขาสามารถขนได้ครั้งละหนึ่งเท่านั้น

"Tere are three of you," he objected.

"พวกคุณมีสามคน" เขาคัดค้าน

"There is you, your wife, and your mattress"

"นั่นคุณ ภรรยาของคุณ และที่นอนของคุณ"

Sribatsa proposed in what order they should ferry over the river.

ศรีบาตสาเสนอว่าควรล่องเรือข้ามแม่น้ำตามลำดับอย่างไร

"First my wife should be taken across the river"

"ก่อนอื่นภรรยาของฉันควรถูกพาข้ามแม่น้ำไป"

"After my wife, take the mattress across the river"

"ตามเมียผมไปเอาที่นอนข้ามแม่น้ำไป"

"And then you can take me across the river"

"แล้วคุณก็สามารถพาฉันข้ามแม่น้ำได้"

But the ferryman would not hear of it.

แต่คนข้ามฟากไม่ยอมฟังเรื่องนี้

"Only one at a time," he repeated.

"ครั้งละหนึ่งคนเท่านั้น" เขากล่าวซ้ำ

"First let me take across the mattress"

"ก่อนอื่นให้ฉันพาข้ามที่นอนไปก่อน"

Sribatsa saw no reason to object to the proposal.

ศรีบาตสาไม่เห็นเหตุผลที่จะคัดค้านข้อเสนอนี้

The ferryman started taking the mattress across the river.

คนข้ามฟากเริ่มขนที่นอนข้ามแม่น้ำไป

He had reached halfway across the river.

เขามาถึงครึ่งทางข้ามแม่น้ำแล้ว

But then, from nowhere, a fierce gale arose.

แต่ทันใดนั้นก็มีพายุรุนแรงเกิดขึ้นจากที่ไหนก็ไม่รู้

The ferryman lost control of his canoe.

คนพายเรือสูญเสียการควบคุมเรือแคนูของเขา

The mattress was blown into the river.

ที่นอนถูกพัดลงไปในแม่น้ำ

The river carried everything away with it.

แม่น้ำก็พัดพาทุกสิ่งทุกอย่างไปด้วย

And the ferrymen, canoe, and mattress were never seen again.

และคนพายเรือ เรือแคนู และที่นอนก็ไม่เคยปรากฏตัวอีกเลย

But that was not even the strangest events.

แต่นั่นยังไม่ใช่เหตุการณ์ที่แปลกประหลาดที่สุด

Because the river also disappeared into thin air.

เพราะแม่น้ำก็หายไปในอากาศบางๆ

Where there was water there was now dry ground.

ตรงที่เคยมีน้ำ ตอนนี้กลับกลายเป็นดินแห้งไป

Sribatsa knew the evil eye of Sani had been watching.

ศรีบาตซารู้ว่าซานีกำลังจับตาดูดวงตาอันชั่วร้ายอยู่

Sribatsa and his wife had not a pice in their pockets.

ศรีบาตสาและภรรยาไม่มีเงินติดกระเป๋าแม้แต่บาทเดียว

Together, impoverished, they went to a nearby village.

พวกเขาทั้งสองยากจนจึงเดินทางไปหมู่บ้านใกล้เคียง

The village was dwelt in mostly by wood-cutters.

หมู่บ้านนี้มีคนอาศัยอยู่ส่วนใหญ่เป็นพวกตัดไม้

At sunrise the woodcutters went to cut wood.

เมื่อพระอาทิตย์ขึ้น คนตัดไม้ก็ออกไปตัดไม้

And the wood they cut they sold in a faraway town.

และไม้ที่ตัดไปขายในเมืองที่อยู่ห่างไกล

Sribatsa asked to work with the wood-cutters.

ศรีบาสาขอร่วมงานกับคนตัดไม้

And the wood-cutters agreed to let him cut wood.

และคนตัดไม้ก็ตกลงให้เขาตัดไม้
He could fell trees as well as the best of them.
เขาสามารถตัดต้นไม้ได้ดีไม่แพ้ต้นไม้ที่ดีที่สุด
But Sribatsa was different from the wood-cutters.
แต่ศรีบาสาแตกต่างจากคนตัดไม้
The wood-cutters cut any and every sort of wood.
คนตัดไม้จะตัดไม้ทุกชนิด
But Sribatsa cut only the precious types of wood.
แต่ศรีบาตสาจะตัดเฉพาะไม้ที่มีค่าเท่านั้น
His efforts were focused on cutting down sandal-wood.
ความพยายามของเขาเน้นไปที่การตัดไม้จันทน์
The wood-cutters brought to market large loads of common
wood.
คนตัดไม้จะนำไม้ธรรมดาจำนวนมากมาขายในตลาด
Sribatsa brought only a few pieces of sandal-wood to the
market.
ศรีบาตสาได้นำไม้จันทน์มาสู่ตลาดเพียงไม่กี่ชิ้น
He was paid a great deal more money than the others.
เขาได้รับเงินมากกว่าคนอื่นมาก
Things went on this way for some days.
สิ่งต่างๆ ดำเนินไปในลักษณะนี้เป็นเวลาหลายวัน
And the wood-cutters became jealous of Sribatsa.
และพวกคนตัดไม้ก็อิจฉาศรีบาสา
In their jealousy they plotted against Sribatsa.
ด้วยความอิจฉาพวกเขาจึงวางแผนต่อต้านศรีบาตสา
And finally they drove Sribatsa and his wife from the
village.
และในที่สุดพวกเขาก็ขับไล่ศรีบาตสาและภรรยาออกจากหมู่บ้าน

Sribatsa and his wife made their way to another village.
ศรีบาสาและภรรยาเดินทางไปยังหมู่บ้านอีกแห่งหนึ่ง
In this village there were many women that weaved.
ในหมู่บ้านนี้มีสตรีทอผ้าเป็นจำนวนมาก
Here Chintamani made herself useful by spinning cotton.
ที่นี่ จินตามณีได้ทำให้ตัวเองมีประโยชน์โดยการปั่นฝ้าย

Chintamani was an intelligent and skillful woman.
จินตามณีเป็นผู้หญิงที่ฉลาดและมีทักษะ
So she spun finer thread than the other women.
ดังนั้นเธอจึงปั่นด้ายได้ละเอียดกว่าผู้หญิงคนอื่นๆ
And she got paid more money than the other women.
และเธอยังได้รับเงินมากกว่าผู้หญิงคนอื่นๆ
This roused the envy of the native women of the village.
เรื่องนี้ทำให้พวกผู้หญิงในหมู่บ้านเกิดความอิจฉา
But the envy of the other women was not all.
แต่ความอิจฉาของผู้หญิงคนอื่นก็ไม่ใช่ทั้งหมด
Sribatsa wanted to gain the good grace of the weavers.
ศรีบาตสาต้องการได้รับความกรุณาจากช่างทอผ้า
So he invited the women that spun cotton to a feast.
เขาจึงเชิญสตรีผู้ปั่นฝ้ายมางานเลี้ยง
The dishes of the feat were all cooked by his wife.
อาหารในงานนั้นภรรยาของเขาเป็นคนทำให้ทั้งหมด
Chintamani was a good weaver, and an excellent in cook.
จินตามณีเป็นช่างทอผ้าที่ดีและทำอาหารได้ดีเยี่ยม
She placed the delicacies before the women.
เธอนำอาหารอันโอชะมาวางไว้ต่อหน้าผู้หญิง
And the barbarous weavers were quite charmed.
และพวกคนทอผ้าป่าเถื่อนก็หลงใหลมาก
The men went to their homes with their bellies full.
พวกผู้ชายก็กลับบ้านด้วยท้องอิ่ม
But when they got home, they reproached their wives.
แต่พอถึงบ้านก็ตำหนิภรรยา
"Why do you not cook like the wife of Sribatsa"
"ทำไมคุณไม่ทำอาหารเหมือนภรรยาของศรีบาซา"
And the men called their wives good-for-nothing women.
ส่วนพวกผู้ชายก็เรียกภรรยาของตนว่าผู้หญิงไร้ค่า
This made the women hate Chintamani the more.
สิ่งนี้ทำให้ผู้หญิงเกลียดจินตามณีมากขึ้น

One day Chintamani went to the river-side.
วันหนึ่งจินตามณีเดินทางไปที่ริมแม่น้ำ

She wanted to bathe along with the other women of the village.

เธอต้องการอาบน้ำร่วมกับผู้หญิงคนอื่นๆ ในหมู่บ้าน

A boat had been lying on the bank, stranded on the sand.

มีเรือลำหนึ่งจอดอยู่ริมฝั่งและเกยตื้นอยู่บนพื้นทราย

The boat had been stranded there for many days.

เรือลำดังกล่าวติดอยู่ที่นั่นหลายวันแล้ว

They had tried to move the boat, but in vain.

พวกเขาพยายามเคลื่อนย้ายเรือแต่ไม่สำเร็จ

It so happened that Chintamani touched the boat.

บังเอิญว่าชินตามณีได้สัมผัสเรือ

It was an accident, for she did not mean to touch the boat.

มันเป็นอุบัติเหตุเพราะเธอไม่ได้ตั้งใจจะแตะเรือ

But whether she meant to or not, the boat moved.

แต่ไม่ว่าเธอจะตั้งใจหรือไม่ก็ตาม เรือก็ยังคงเคลื่อนที่

And soon the boat was heading off to the river.

และในไม่ช้าเรือก็มุ่งหน้าไปสู่แม่น้ำ

The boatmen were astonished by what they had seen.

คนเรือต่างประหลาดใจกับสิ่งที่พวกเขาเห็น

They thought that the woman had uncommon power.

พวกเขาคิดว่าผู้หญิงคนนี้มีพลังที่ไม่ธรรมดา

And so they thought she might be useful in future.

และพวกเขาก็คิดว่าเธออาจจะเป็นประโยชน์ในอนาคต

They therefore caught hold of her, against her will.

พวกเขาจึงจับตัวเธอไปโดยที่เธอไม่เต็มใจ

And they put her in the boat, and rowed off.

แล้วพวกเขาก็เอาเธอลงเรือแล้วพายออกไป

The women of the village were present for this kidnapping.

ผู้หญิงในหมู่บ้านก็อยู่ร่วมในการลักพาตัวครั้งนี้ด้วย

But they did not offer Chintamani any assistance.

แต่พวกเขาไม่ได้ให้ความช่วยเหลือชินตามณีแต่อย่างใด

Because Chintamani had put them in a bad light.

เพราะจินตามณีทำให้พวกเขาดูไม่ดี

Sribatsa heard how his wife had been carried away by boatmen.

ศรีบาตสาได้ยินว่าภรรยาของเขาถูกคนเรือพาตัวไป

I will let you imagine how he became mad with grief.

ฉันจะให้คุณจินตนาการว่าเขาโศกเศร้าเสียใจขนาดไหน

He left the village and went to the river-side.

เขาออกจากหมู่บ้านไปยังริมแม่น้ำ

And he resolved to follow the course of the stream.

และทรงตั้งพระทัยจะดำเนินตามกระแสน้ำไป

Along the stream he was sure to meet the kidnappers' boat.

เมื่อตามลำธารไปเขาแน่ใจว่าจะพบกับเรือของคนลักพาตัว

He travelled on and on, along the side of the river.

เขาเดินทางต่อไปเรื่อยๆ ริมฝั่งแม่น้ำ

And he travelled till it eventually became dark.

และเขาเดินทางต่อจนกระทั่งในที่สุดก็มืดค่ำ

Where he was there were no huts to be seen.

ที่เขาอยู่ไม่มีกระท่อมให้เห็นเลย

So he climbed into a tree to sleep for the night.

เขาจึงปีนขึ้นไปบนต้นไม้เพื่อจะนอนพักตลอดคืน

In the next morning he got down from the tree.

เช้าวันรุ่งขึ้นเขาก็ลงมาจากต้นไม้

At the foot of the tree he saw a Kapila-cow.

ที่โคนต้นไม้นั้นเขามองเห็นแม่วัวกปิลตัวหนึ่ง

A Kapila-cow never has any calves of her own.

แม่วัวกปิลไม่เคยมีลูกเป็นของตัวเอง

But she can be milked at all hours of the day.

แต่เธอสามารถถูกรีดนมได้ตลอดทั้งวัน

Sribatsa milked the cow without her objecting.

ศรีบาสาได้รีดนมวัวโดยที่เธอไม่ได้คัดค้าน

And he drank the milk to his heart's content.

และเขาก็ดื่มนมจนอิ่มใจ

And then he noticed something else about the cow.

แล้วเขาก็สังเกตเห็นบางอย่างอื่นเกี่ยวกับวัว

The dung of the cow was of a bright yellow color.

มูลวัวมีสีเหลืองสดใส

In fact, the dung of the cow was made of pure gold.
ความจริงมูลวัวนั้นทำมาจากทองคำบริสุทธิ์
The golden cow dung was still in a soft state.
มูลโคสีทองยังอยู่ในสภาพอ่อนตัวอยู่
So he was able to write his name in the golden dung.
เขาจึงสามารถเขียนชื่อของเขาลงในมูลสัตว์สีทองได้
During the course of the day the dung hardened.
ระหว่างวันมูลก็แข็งตัว
And finally the dung looked like a brick of gold.
และในที่สุดมูลสัตว์ก็มีลักษณะเหมือนก้อนอิฐทองคำ
The tree he had slept in grew on the river-side.
ต้นไม้ที่เขาเคยหลับนอนเติบโตอยู่ริมแม่น้ำ
And the Kapila-cow supplied him with milk all day.
และแม่วัวกปิลก็ส่งนมให้เขาตลอดทั้งวัน
So Sribatsa decided to wait there for the boat.
ศรีบาตสาจึงตัดสินใจรอเรืออยู่ที่นั่น
In the morning the cow deposited the precious article.
เมื่อเช้าแม่วัวก็เอาของมีค่ามาฝาก
And at night the cow deposited the precious article.
และในเวลากลางคืนแม่วัวก็เอาของมีค่ามาฝาก
So the gold bricks increased every day.
ดังนั้นอิฐทองจึงเพิ่มขึ้นทุกวัน
And on each golden brick he had engraved his name.
และบนอิฐทองแต่ละก้อนเขาก็ได้สลักชื่อของเขาไว้
He stacked the bricks on top of each other.
เขาเอาอิฐมาวางทับกัน
From a distance it looked like a hillock of gold.
แต่มองดูไกลๆ ดูเหมือนเนินเขาที่เป็นสีทอง

But now we must leave Sribatsa to stack his gold.
แต่ตอนนี้เราต้องปล่อยให้ศรีบาตซาเก็บทองของเขาไว้
And we must turn our attention to Chintamani.
และเราจะต้องหันความสนใจของเราไปที่ Chintamani
Chintamani was a graceful woman of great beauty.
จินตามณีเป็นหญิงที่สง่างามและมีความงามอย่างยิ่ง

She had worried her beauty might be her ruin.
เธอกังวลว่าความงามของเธออาจจะทำให้เธอพังทลาย
So she offered a prayer as she was being kidnapped.
เธอจึงอธิษฐานขณะที่เธอกำลังโดนลักพาตัว
"Lakshmi, O Mother Lakshmi! have pity upon me"
"พระลักษมี โอ้ พระแม่ลักษมี
ขอพระองค์ทรงเมตตาข้าพระองค์ด้วยเถิด"
"Thou hast made me beautiful, you have"
"ท่านทำให้ฉันสวยงาม ท่านก็มี"
"But now my beauty will undoubtedly be my ruin"
"แต่บัดนี้ความงามของฉันคงจะต้องพังพินาศไปอย่างแน่นอน"
"I am bound to loss my honor and my chastity"
"ฉันจะต้องสูญเสียเกียรติยศและความบริสุทธิ์ของฉันไป"
"I therefore beseech thee, gracious Mother;"
"ข้าพเจ้าจึงขอวิงวอนต่อท่าน พระมารดาผู้ทรงกรุณา"
"Take my beauty from me, and make me ugly"
"จงพรากความงามไปจากฉัน และทำให้ฉันน่าเกลียด"
"Cover my body with some loathsome disease"
"ปกคลุมร่างกายของฉันด้วยโรคที่น่ารังเกียจบางอย่าง"
"That way the boatmen might not touch me"
"อย่างนั้นคนเรือก็จะได้ไม่แตะต้องตัวฉัน"
Chintamani was in the arms of the boatmen.
จินตามณีอยู่ในอ้อมแขนของคนเรือ
But the Goddess of good fortune heard her prayer.
แต่เทพีแห่งโชคลาภได้ยินคำอธิษฐานของเธอ
In the twinkling of an eye her form changed.
ในชั่วพริบตา ร่างของเธอก็เปลี่ยนไป
Her naturally beautiful form faded away.
รูปลักษณ์อันงดงามตามธรรมชาติของเธอค่อยๆ หายไป
And she was turned into a vile carcass.
และนางก็กลายเป็นซากศพอันน่ารังเกียจ
The boatmen were putting her down in the boat.
คนเรือกำลังเอาเธอลงเรือ
They found her body was covered with loathsome sores.

พวกเขาพบว่าร่างกายของเธอเต็มไปด้วยแผลที่น่ารังเกียจ
And the sores were giving out a disgusting stench.
และแผลก็ส่งกลิ่นเหม็นน่ารังเกียจ
They therefore threw her into the hold of the boat.
พวกเขาจึงโยนเธอเข้าไปในห้องเก็บสัมภาระของเรือ
And they left her amongst the cargo of the ship.
แล้วพวกเขาก็ทิ้งเธอไว้ท่ามกลางสินค้าของเรือ
Morning and evening they sent her some food.
เช้าและเย็นเขาก็ส่งอาหารให้เธอ
A little boiled rice, and some water to drink.
ข้าวสวยนิดหน่อย และน้ำดื่มเล็กน้อย
Chintamani was miserable in the hull of the ship.
จินตามณีมีความทุกข์ทรมานอยู่ในตัวเรือ
But she greatly preferred misery to the alternative.
แต่เธอกลับชอบความทุกข์มากกว่าทางเลือกอื่น
She would rather be miserable than loss her chastity.
เธอยอมที่จะทุกข์ทรมานดีกว่าที่จะสูญเสียความบริสุทธิ์ของเธอ

The boatmen had gone to some port to sell cargo.
พวกคนเรือได้ไปที่ท่าเรือแห่งหนึ่งเพื่อขายสินค้า
While sailing back they caught sight something.
ขณะที่กำลังล่องเรือกลับ พวกเขาก็สังเกตเห็นบางสิ่งบางอย่าง
By the river-side there seemed to be a hillock of gold.
ริมฝั่งแม่น้ำดูเหมือนจะมีเนินเขาสีทองอยู่
Sribatsa had been keeping watch by the river.
ศรีบาตสาได้เฝ้ายามอยู่ริมแม่น้ำ
So he was delighted to see a boat approach him.
เขาจึงดีใจมากเมื่อเห็นเรือเข้ามาหาเขา
Because he fondly imagined his wife might be on board.
เพราะเขาคิดไปเองว่าภรรยาของเขาอาจจะอยู่บนเรือด้วย
The boatmen went greedily to the hillock of gold.
พวกคนเรือก็ไปยังเนินทองคำด้วยความโลภ
Of course Sribatsa told them the gold was his.
แน่นอนว่าศรีบาสาบอกพวกเขาว่าทองนั้นเป็นของเขา
But that didn't help Sribatsa very much.

แต่สิ่งนั้นไม่ได้ช่วยศรีบาตซามากนัก
The sailors took him prisoner on the boat.
พวกลูกเรือก็จับเขาเป็นเชลยบนเรือ
And they loaded the gold onto their vessel.
แล้วพวกเขาก็บรรทุกทองคำไว้บนเรือของพวกเขา
They happened to imprison him close to the ugly woman.
พวกเขาบังเอิญจับเขาขังไว้ใกล้กับผู้หญิงที่น่าเกลียดคนนั้น
Of course the husband and wife recognized each other.
แน่นอนว่าสามีและภรรยาต่างก็จำกันได้
In spite of the change Chintamani had undergone.
แม้ว่าชินตามณีจะประสบความเปลี่ยนแปลงมากมาย
And despite their excitement they kept their composure.
และถึงแม้พวกเขาจะตื่นเต้น แต่พวกเขาก็ยังคงสงบสติอารมณ์ได้
And they thought it prudent not to speak to each other.
และพวกเขาก็คิดว่าควรจะไม่พูดคุยกัน
Instead they communicated their ideas through gestures.
แต่พวกเขาสื่อสารความคิดของพวกเขาผ่านท่าทางแทน
There is something you should know about the boatmen.
มีบางสิ่งที่คุณควรทราบเกี่ยวกับคนเรือ
These boatmen were very fond of playing at dice.
คนเรือเหล่านี้ชอบเล่นลูกเต๋าเป็นอย่างมาก
Sribatsa appeared to them to be a respectable man.
พระศรีบาตรปรากฏแก่พวกเขาว่าเป็นบุคคลที่น่านับถือ
So they always asked him to join in the game.
พวกเขาจึงขอให้เขาร่วมเล่นเกมอยู่เสมอ
Sribatsa happened to be an expert dice player.
ศรีบัตซาเป็นผู้เล่นลูกเต๋าผู้เชี่ยวชาญ
Despite their efforts he won almost every game.
แม้พวกเขาจะพยายาม แต่เขาก็สามารถชนะได้เกือบทุกเกม
You can imagine how the sailors felt about losing.
คุณคงจินตนาการได้ว่าลูกเรือรู้สึกอย่างไรเมื่อพ่ายแพ้
And in jealousy the boatmen threw him overboard.
และด้วยความอิจฉาพวกคนเรือจึงโยนเขาลงน้ำไป
Chintamani saw the men throw her husband overboard.
จินตามณีเห็นชายกลุ่มนั้นโยนสามีของเธอลงน้ำ

Fortunately for Sribatsa, his wife had great presence of mind.
โชคดีที่ศรีบาตสา ภรรยาของเขาเป็นคนมีจิตใจดี
The boatmen had allowed her a pillow to rest her head.
คนเรือได้อนุญาตให้เธอมีหมอนไว้พักศีรษะ
And she simultaneously threw this pillow into the water.
และเธอก็โยนหมอนใบนี้ลงน้ำพร้อมกัน
Sribatsa was able to grab hold of the pillow.
ศรีบาตรสาสามารถคว้าหมอนไว้ได้
And the pillow helped him float down the stream.
และหมอนก็ช่วยให้เขาลอยไปตามลำธารได้
Up until nightfall the river carried him downstream.
จนกระทั่งพลบค่ำแม่น้ำก็พัดพาเขาไปตามน้ำ
At nightfall he arrived at what seemed to be a garden.
เมื่อพลบค่ำเขาก็มาถึงที่แห่งหนึ่งซึ่งดูเหมือนจะเป็นสวน
Because it was dark there was nothing he could do.
เพราะมันมืดเขาจึงทำอะไรไม่ได้
So all night he stayed in the garden, cold and wet.
เขาจึงอยู่ในสวนทั้งคืน ทั้งหนาวและเปียก
I should tell you who this garden belonged to.
ฉันควรจะบอกคุณว่าสวนแห่งนี้เป็นของใคร
This was the garden of an old widowed woman.
ที่นี่เป็นสวนของหญิงม่ายชราคนหนึ่ง
This woman used to supply flowers for the king.
ผู้หญิงคนนี้เคยนำดอกไม้ไปถวายพระราชา
But one day some blight had come over her garden.
แต่แล้ววันหนึ่งโรคพืชก็มาเยือนสวนของเธอ
Almost all the trees and plants ceased flowering.
ต้นไม้และพืชแทบทั้งหมดหยุดออกดอก
She had therefore given up the business she had.
เธอจึงละทิ้งธุรกิจที่เธอทำอยู่
And she was no longer the royal flower supplier.
และเธอไม่ใช่ผู้ส่งดอกไม้ให้ราชวงศ์อีกต่อไป
However, Sribatsa's arrival had rejuvenated her garden.
อย่างไรก็ตาม การมาถึงของศรีบัตซาทำให้สวนของเธอสดชื่นขึ้น

She could scarcely believe her eyes in the morning.
เธอแทบไม่อยากจะเชื่อสายตาตัวเองในตอนเช้า
The whole garden was ablaze with flowers again.
ทั้งสวนก็เต็มไปด้วยดอกไม้อีกครั้ง
There was no plant that was not in bloom.
ไม่มีต้นไม้ต้นใดที่ไม่ออกดอก
And every tree she had was begemmed with flowers.
และต้นไม้ทุกต้นที่เธอมีก็ประดับไปด้วยดอกไม้
She had no way of knowing the cause of the miracle.
เธอไม่มีทางรู้สาเหตุของปาฏิหาริย์นี้ได้
And so she took a walk through the garden.
แล้วเธอก็เดินเล่นไปรอบสวน
But she soon found the cause of all the flowers.
แต่ไม่นานเธอก็พบสาเหตุของดอกไม้ทั้งหมด
At the edge of her garden was a cold, wet man.
ตรงขอบสวนของเธอมีชายคนหนึ่งเปียกและเย็น
He was shivering and almost dead from hypothermia.
เขาหนาวสั่นจนเกือบตายจากภาวะอุณหภูมิร่างกายต่ำกว่าปกติ
She immediately brought the man into to her cottage.
เธอรีบพาชายคนนั้นเข้าไปในกระท่อมของเธอ
And she lighted a fire to give him some warmth.
และเธอก็จุดไฟเพื่อให้ความอบอุ่นแก่เขา
She nursed him and showed him every attention.
เธอดูแลเขาและเอาใจใส่เขาเป็นอย่างดี
And she ascribed the miracle to his presence.
และนางก็แสดงความเคารพต่อปาฏิหาริย์ที่เกิดขึ้นกับพระองค์
She made him as comfortable as she could.
เธอทำให้เขาสบายใจที่สุดเท่าที่จะทำได้
And then she ran to the king's palace.
แล้วนางก็วิ่งไปยังพระราชวัง
She asked to speak to the king's chief servant.
นางขอคุยกับข้าราชบริพารของกษัตริย์
And she told him the good fortune she had had.
และเธอได้เล่าถึงโชคดีที่เธอมีให้เขาฟัง
"I can again supply the palace with flowers"

"ฉันจะนำดอกไม้มาส่งให้พระราชวังอีกครั้ง"
Her flowers had been very much missed at the palace.
ดอกไม้ของเธอไม่มีใครอยู่ในวังเลย
So she was immediately restored to her former position.
เธอจึงได้รับการคืนตำแหน่งเดิมทันที
She was again the flower-woman of the royal household.
เธอได้กลายเป็นแม่ค้าดอกไม้ประจำราชสำนักอีกครั้ง

Sribatsa spent a few more days recovering his health.
ศรีบาตสาต้องใช้เวลาอีกหลายวันในการฟื้นฟูสุขภาพของเขา
And eventually he had all his vitality back.
และในที่สุดเขาก็กลับมามีชีวิตชีวาอีกครั้ง
He asked the woman if he could speak with a minister.
เขาถามผู้หญิงคนนั้นว่าเขาสามารถพูดคุยกับรัฐมนตรีได้หรือไม่
So the woman took him to the palace with her.
แล้วหญิงนั้นก็พาเขาไปที่วังด้วย
One of the king's ministers gave him an appointment.
มีเสนาบดีของกษัตริย์มาแต่งตั้งให้เขา
And he was at once found to be a man of intelligence.
และเขาก็พบว่าเขาเป็นคนที่มีสติปัญญาทันที
So was offered a position in the king's service.
จึงได้รับการเสนอตำแหน่งให้รับใช้พระองค์
In fact, he was allowed to choose what job he wanted.
ในความเป็นจริงเขาได้รับอนุญาตให้เลือกงานที่เขาต้องการ
He asked to be collector of tolls on the river.
เขาขอเป็นผู้เก็บค่าผ่านทางแม่น้ำ
The minister was happy to give Sribatsa the job.
รัฐมนตรีมีความยินดีที่จะมอบงานให้กับศรีบาตซา
The kingdom needed someone to collect river-tolls.
ราชอาณาจักรจำเป็นต้องมีคนเก็บค่าธรรมเนียมแม่น้ำ
And Sribatsa immediately started his new job.
และศรีบาตสาเริ่มงานใหม่ของเขาทันที
It wasn't long before his plan came to fruition.
ไม่นานนักแผนของเขาก็ประสบผลสำเร็จ
The boat his wife was on was coming down the river.

เรือที่ภรรยาของเขาโดยสารมากำลังล่องมาตามแม่น้ำ
Under the king's authority he detained the boat.
ภายใต้พระราชอำนาจของพระองค์ พระองค์ทรงกักเรือไว้
And he charged the boatmen with the theft of gold-bricks.
และเขาฟ้องคนเรือว่าขโมยทองคำแท่ง
The king liked the sound of a boat full of gold.
กษัตริย์ทรงโปรดเสียงเรือที่เต็มไปด้วยทองคำ
So the king himself came to the river-side.
แล้วพระราชาก็เสด็จมาถึงริมแม่น้ำด้วยพระองค์เอง
Even he was amazed by the quantity of gold they had.
แม้แต่ตัวเขาเองยังประหลาดใจกับจำนวนทองที่พวกเขามี
And every gold brick had Sribatsa's inscription.
และอิฐทองคำทุกก้อนจะมีจารึกของศรีบาตรสาอยู่
At the same time he rescued his wife from the boatmen.
พร้อมกันนั้นยังช่วยภรรยาของตนจากคนเรือด้วย
Back on dry land she returned to her previous beauty.
เมื่อกลับมาบนบกเธอก็กลับคืนสู่ความงามดังเดิม
He told the king the story of their misfortune.
เขาเล่าเรื่องความโชคร้ายของพวกเขาให้กษัตริย์ฟัง
And the king had them as a guest in his palace.
และกษัตริย์ทรงให้พวกเขามาเป็นแขกในพระราชวังของพระองค์
The king gave them presents of horses and elephants.
กษัตริย์ทรงพระราชทานม้าและช้างเป็นของกำนัลแก่พวกเขา
And on the horses and elephants they rode to their country.
และพวกเขาก็ขี่หลังม้าและช้างกลับถิ่นของตน
The evil eye of Sani was now turned away from Sribatsa.
สายตาอันชั่วร้ายของซานีหันหนีจากศรีบาตซาแล้ว
And he again became what he formerly was.
และเขาก็กลับมาเป็นเหมือนแต่ก่อนอีกครั้ง
He was again Sribatsa; the Child of Fortune.
พระองค์กลับเป็นพระศรีบาตรอีกรูปหนึ่ง คือ พระบุตรแห่งโชคลาภ

The Boy whom Seven Mothers Suckled
เด็กชายที่ถูกแม่ทั้งเจ็ดดูดนม

Once on a time there reigned a king who had seven queens.
กาลครั้งหนึ่งนานมาแล้ว มีกษัตริย์พระองค์หนึ่งครองราชย์อยู่
มีพระราชินีเจ็ดพระองค์
He was very sad, for the seven queens were all barren.
พระองค์ทรงเศร้าโศกยิ่งนัก
เพราะราชินีทั้งเจ็ดพระองค์ล้วนเป็นหมันทั้งสิ้น
One day, however, he met a holy mendicant.
วันหนึ่งเขาได้พบกับภิกษุสามเณรรูปหนึ่ง
The holy mendicant told the king about a certain forest.
พระภิกษุรูปหนึ่งได้เล่าเรื่องป่าแห่งหนึ่งให้พระราชาฟัง
In this forest there grew a special kind of tree.
ในป่าแห่งนี้มีต้นไม้ชนิดพิเศษขึ้นอยู่
On a branch of this tree hung seven mangoes.
บนกิ่งของต้นไม้ต้นนี้มีมะม่วงแขวนอยู่เจ็ดลูก
These mangos could restore the fertilities of his queens.
มะม่วงเหล่านี้อาจช่วยฟื้นคืนความอุดมสมบูรณ์ให้กับราชินีของเขาได้
But the king had to pluck the mangoes himself.
แต่กษัตริย์จะต้องเด็ดมะม่วงด้วยพระองค์เอง
The king followed the advice of the mendicant.
พระราชาทรงปฏิบัติตามคำแนะนำของขอทาน
And he set off to go to the forest with the mango tree.
แล้วเขาก็ออกเดินทางสู่ป่าที่มีต้นมะม่วง
Soon he had found the tree the mendicant spoke of.
ในไม่ช้าเขาก็พบต้นไม้ที่ขอทานพูดถึง
And he plucked the seven mangoes that grew upon one branch.
และท่านก็เด็ดมะม่วงที่ขึ้นอยู่บนกิ่งเดียวกันเจ็ดผล
He gave a mango to each of the queens to eat.
เขาแบ่งมะม่วงให้ราชินีคนละผลกิน
In a short time the king's heart was filled with joy.
ในเวลาสั้นๆ พระทัยของพระราชาก็เต็มไปด้วยความยินดี
He was told that the seven queens were all with child.

พระองค์ตรัสว่าพระราชินีทั้ง ๗ พระองค์ต่างก็มีพระครรภ์

One day the king was out hunting.
วันหนึ่งกษัตริย์ทรงออกไปล่าสัตว์
On his path he saw a young lady of peerless beauty.
ระหว่างทางเขาได้พบเห็นหญิงสาวคนหนึ่งมีความงามที่ไม่มีใครทัดเทียม
He instantly fell in love with the beautiful woman.
เขาตกหลุมรักผู้หญิงสวยคนนี้ทันที
And he brought her to his palace, and married her.
และเขานำนางมายังพระราชวังของเขา และแต่งงานกับนาง
This lady was, however, not a human being.
อย่างไรก็ตามหญิงสาวผู้นี้ไม่ใช่มนุษย์
But what this woman was was a Rakshasi.
แต่ผู้หญิงคนนี้เป็นพวกอสูร
But the king of course did not know this.
แต่กษัตริย์ก็ไม่รู้เรื่องนี้แน่นอน
The king became dotingly fond of her.
กษัตริย์ทรงโปรดปรานนางมาก
And he did whatever she told him to do.
และเขาก็ทำตามที่เธอสั่งให้เขาทำ
One day she made a very particular request of the king.
วันหนึ่งนางได้ขอร้องกษัตริย์เป็นพิเศษ
"You say that you love me more than anyone else"
"คุณบอกว่าคุณรักฉันมากกว่าใครอื่น"
"Let me see whether you really love me as much as you say"
"ให้ฉันดูหน่อยว่าคุณรักฉันจริง ๆ มากเท่าที่คุณพูดหรือเปล่า"
"If you love me, make your seven other queens blind"
"ถ้าเธอรักฉัน ก็ทำให้ราชินีอีกเจ็ดคนของเธอตาบอดซะสิ"
"And once they are blind, let them be killed"
"และเมื่อพวกเขาตาบอดแล้ว ก็ปล่อยให้พวกเขาถูกฆ่า"
The king became very sad at the terrible request.
พระราชาทรงเศร้าโศกยิ่งนักเมื่อทรงได้รับคำขอร้องอันน่ากลัวนี้
He was especially sad because the queens were all pregnant.
เขาเสียใจเป็นพิเศษเพราะราชินีทุกพระองค์ต่างก็กำลังตั้งครรภ์

But he had no choice but to comply with her request.
แต่เขาไม่มีทางเลือกอื่นนอกจากต้องปฏิบัติตามคำขอของเธอ

The eyes of the queens were plucked out of their sockets.
ดวงตาของราชินีถูกควักออกจากเบ้า
And the queens were delivered up to the chief minister.
และราชินีเหล่านั้นก็ถูกส่งมอบให้แก่หัวหน้าคณะรัฐมนตรี
It was up to the chief minister to destroy the queens.
เป็นหน้าที่ของหัวหน้าคณะรัฐมนตรีที่จะทำลายราชินี
But the chief minister was a merciful man.
แต่หัวหน้ารัฐมนตรีเป็นคนมีเมตตา
In the side of the hill there was secret a cave.
ข้างเนินเขามีถ้ำลับอยู่แห่งหนึ่ง
Instead of killing the queens, the minister hid them.
แทนที่จะฆ่าราชินี รัฐมนตรีกลับซ่อนพวกเธอ
In course of time the eldest of the seven queens gave birth.
เมื่อถึงเวลา ราชินีองค์โตจากทั้งหมดเจ็ดพระองค์ก็ให้กำเนิดพระโอรส
"What shall I do with the child," said she.
"ฉันจะทำอย่างไรกับเด็กคนนี้ดี" เธอกล่าว

"We are blind and are dying for want of food."
"เราตาบอดและกำลังจะตายเพราะขาดอาหาร"

"Let me kill the child," she proposed.
"ให้ฉันฆ่าเด็กคนนั้นเถอะ" เธอเสนอ

"Let us all eat of the child's flesh," she added.
"เราทุกคนจงกินเนื้อเด็กเถิด" เธอกล่าวเสริม

Just as she said she would, she killed the infant.
เธอก็ฆ่าเด็กทารกตามที่เธอพูดไว้

She gave to each of her sister-queens a part of the child.
เธอได้มอบส่วนหนึ่งของเด็กให้แก่พระราชินีน้องสาวของเธอแต่ละคน
And the sister queens ate their part of the child.
และราชินีพี่สาวก็กินส่วนของเด็กไปด้วย
But the youngest queen did not eat her share.
แต่ราชินีที่อายุน้อยที่สุดกลับไม่กินส่วนแบ่งของตน
Instead, she laid her part of the child beside her.
แต่เธอกลับวางส่วนของเด็กไว้ข้างๆ เธอแทน

In a few days the second queen also was delivered of a child.
ในอีกไม่กี่วัน ราชินีองค์ที่สองก็ให้กำเนิดบุตรเช่นกัน
She did with her child as her eldest sister had done with hers.
เธอทำกับลูกของเธอเหมือนกับที่พี่สาวคนโตของเธอทำกับลูกของเธอ
So did the third, the fourth, the fifth, and the sixth queen.
ราชินีองค์ที่สาม องค์ที่สี่ องค์ที่ห้า และองค์ที่หกก็เช่นกัน
Eventually the seventh queen gave birth to a son.
ในที่สุดราชินีองค์ที่เจ็ดก็ให้กำเนิดโอรส
But she did not follow the example of her sister-queens.
แต่เธอไม่ได้ทำตามแบบอย่างของราชินีพี่สาวของเธอ
Instead, she resolved to raise the child.
แต่เธอกลับตัดสินใจที่จะเลี้ยงดูเด็กคนนี้แทน
The other queens demanded their portions of the newly-born.
ราชินีองค์อื่นๆ ก็เรียกร้องส่วนแบ่งของทารกที่เพิ่งเกิดใหม่
But she still had the portions she had not eaten.
แต่เธอยังคงมีส่วนที่เธอไม่ได้กินอยู่
And she gave her sister-queens back their children's parts.
และนางก็คืนชิ้นส่วนของลูกๆ ให้กับราชินีน้องสาวของนาง
The other queens at once perceived that their portions were dry.
ราชินีองค์อื่นๆ รับรู้ทันทีว่าส่วนที่ตนกินนั้นแห้ง
Therefore the parts could not be of the newly born child.
ดังนั้นชิ้นส่วนเหล่านั้นจึงไม่สามารถเป็นของเด็กที่เพิ่งเกิดได้
"I have decided not to kill me child," she explained.
"ฉันตัดสินใจแล้วว่าจะไม่ฆ่าลูกของฉัน" เธอกล่าวอธิบาย
"I will not eat him, but try to raise him instead"
"ฉันจะไม่กินเขา แต่จะพยายามเลี้ยงเขาแทน"
The others were glad to hear this news.
คนอื่นๆ ดีใจที่ได้ยินข่าวนี้
They all said that they would help her in nursing the child.
ทุกคนบอกว่าจะช่วยเธอเลี้ยงลูก
And so the child was suckled by seven mothers.
แล้วเด็กก็ได้รับการเลี้ยงดูโดยแม่ทั้งเจ็ดคน

And the child became the hardiest and strongest boy that ever lived.

และเด็กคนนั้นก็กลายเป็นเด็กชายที่เข้มแข็งและแข็งแกร่งที่สุดที่เคยมีมา

In the meantime the Rakshasi-queen was doing infinite mischief.

ในระหว่างนั้น
พระราชินีแห่งอาณาจักรรากษสทรงทำความชั่วอย่างไม่มีที่สิ้นสุด

And she got the royal household into all sorts of trouble.

และเธอทำให้ราชวงศ์ต้องเจอกับปัญหาสารพัด

What she ate at the royal table did not fill her capacious stomach.

อาหารที่เธอรับประทานที่โต๊ะของราชวงศ์ไม่ได้ทำให้ท้องของเธออิ่มเลย

She therefore, in the darkness of night, went hunting.

เธอจึงออกไปล่าสัตว์ในความมืดของคืนนั้น

Gradually she ate up all the members of the royal family.

เธอค่อยๆ กินสมาชิกราชวงศ์จนหมดไป

She ate all the king's servants, and his attendants.

นางก็กินข้าราชบริพารและบริวารของกษัตริย์จนหมด

She ate all his horses, elephants, and cattle.

นางกินม้า ช้าง และวัวของเขาจนหมด

And eventually only her royal consort and the king were left.

และในที่สุดก็เหลือเพียงพระสวามีและกษัตริย์เท่านั้น

After that she used to go out in the evenings into the city.

หลังจากนั้นเธอมักจะออกไปเที่ยวในเมืองตอนเย็นๆ

And she ate up stray human beings wherever she found any.

และนางก็กินมนุษย์เร่ร่อนไปทั่วทุกที่ที่นางพบ

The king was left without any servants.

กษัตริย์ถูกทิ้งไว้โดยไม่มีข้ารับใช้สักคน

There was no person left to cook for him.

ไม่มีใครเหลือที่จะทำอาหารให้เขาอีกแล้ว

Because no one would accept this job.

เพราะไม่มีใครรับงานนี้หรอก
But at last someone volunteered their services.
แต่ในที่สุดก็มีคนอาสาเข้ามาให้บริการ
The boy who had been suckled by seven mothers.
เด็กชายที่ถูกแม่ทั้งเจ็ดคนเลี้ยงดู
He had now grown up to be a stalwart youth.
ตอนนี้เขาเติบโตเป็นเยาวชนที่แข็งแกร่ง
He attended on the king and prepared his food.
เขาเข้าเฝ้าพระราชาและจัดเตรียมอาหารให้พระองค์
But he took every care while with the queen.
แต่เขาก็ดูแลเอาใจใส่เป็นอย่างดีในขณะที่อยู่กับราชินี
And he made sure that she did not swallow him up.
และเขาทำให้แน่ใจว่าเธอจะไม่กลืนเขาลงไป
The Rakshasi-queen seized her victims only at night.
พระราชินีรัชชาสีจะจับเหยื่อของเธอเฉพาะในเวลากลางคืนเท่านั้น
So the boy he went home long before nightfall.
เด็กชายจึงกลับบ้านก่อนค่ำเป็นเวลานาน
So she had to find another way to get rid of the boy.
เธอจึงต้องหาวิธีอื่นเพื่อกำจัดเด็กชายคนนั้น

The boy always boasted that he could do any work.
เด็กชายมักจะคุยโวเสมอว่าเขาสามารถทำอะไรก็ได้
So the queen invented a disease for herself.
พระราชินีจึงทรงประดิษฐ์โรคขึ้นเพื่อตนเอง
She said that there was a cure for her disease.
เธอบอกว่ามีวิธีรักษาโรคของเธอได้
But she said the cure was not easy to get.
แต่เธอบอกว่าการรักษาไม่ใช่เรื่องง่ายเลย
This made the boy even more interested in the task.
สิ่งนี้ทำให้เด็กสนใจกับงานนี้มากยิ่งขึ้น
She said there was a melon which cured her disease.
เธอเล่าว่ามีแตงโมซึ่งรักษาโรคของเธอได้
The melon was twelve cubits in length.
แตงโมมีความยาวสิบสองศอก
But the stone of the lemon was thirteen cubits long.

แต่หินมะนาวนั้นยาวสิบสามศอก
The fruit could only be gotten from her mother.
ผลไม้นั้นสามารถหาได้จากแม่ของเธอเท่านั้น
And her mother lived on the other side of the ocean.
และแม่ของเธออาศัยอยู่คนละฝั่งมหาสมุทร
She gave him a letter of introduction to her mother.
เธอมอบจดหมายแนะนำตัวให้เขาได้รู้จักกับแม่ของเธอ
But actually the note told her to eat the boy.
แต่จริงๆ แล้วในโน้ตบอกให้เธอกินเด็กชาย
The boy had suspected there was some foul play.
เด็กชายสงสัยว่ามีเรื่องไม่สมควรเกิดขึ้น
So he tore up the letter and proceeded on his journey.
เขาจึงฉีกจดหมายฉบับนั้นแล้วเดินทางต่อไป
The dauntless youth passed through many lands.
ชายหนุ่มผู้กล้าหาญเดินทางฝ่านดินแดนมากมาย
After much travel he stood on the shore of the ocean.
หลังจากเดินทางไกลมาเป็นเวลานาน เขาก็มายืนอยู่บนชายฝั่งทะเล
On the other side of the ocean was the country of the
Rakshasis.
อีกด้านหนึ่งของมหาสมุทรเป็นดินแดนของอาณาจักรอสูร
He then bawled as loud as he could, and said;
จากนั้นเขาก็ร้องตะโกนสุดเสียงเท่าที่จะทำได้และกล่าวว่า
"Granny! granny! come and save your daughter"
"คุณยาย! คุณยาย! มาช่วยลูกสาวของคุณเถอะ"
"Your daughter, my mother, is dangerously ill"
"ลูกสาวของคุณแม่ฉันป่วยหนักมาก"
On the other side of the ocean an old Rakshasi heard him.
ที่อีกฟากหนึ่งของมหาสมุทร มียักษ์ชราได้ยินเสียงเขา
The old Rakshasi crossed the ocean to the boy.
ยักษ์พันธุ์อสูรชราข้ามมหาสมุทรไปหาเด็กชาย
The boy told her the message of the queen.
เด็กชายบอกข้อความของราชินีให้เธอฟัง
And the Rakshasi took the boy on her back.
และยักษ์ก็ทรงอุ้มเด็กชายไว้บนหลัง
She re-crossed the ocean to the land of the Rakshasi.

นางได้ข้ามมหาสมุทรกลับมายังดินแดนแห่งราชวงศ์อสูรอีกครั้ง
And the boy was at once given the medicinal melon.
และเด็กชายก็ได้รับแตงโมสมุนไพรทันที
The Rakshasi told him to hurry back to her daughter.
ยักษ์บอกให้เขารีบกลับไปหาลูกสาวของเธอ
But the boy said he was too tired to keep travelling.
แต่เด็กชายบอกว่าเขาเหนื่อยเกินกว่าจะเดินทางต่อไป
And he begged to be allowed to rest one day.
และเขาขอร้องให้ได้รับอนุญาตให้พักผ่อนสักวันหนึ่ง
The old Rakshasi consented to her grandson's wishes.
หลานสาวของนางยอมตามความปรารถนาของราชาสีชรา

The boy noticed interesting things in the Rakshasi's room.
เด็กชายสังเกตเห็นสิ่งที่น่าสนใจในห้องของราชวงศ์รากษส
There was a stout club and a rope hanging in the room.
มีไม้กอล์ฟแข็งแรงและมีเชือกแขวนอยู่ในห้อง
The boy inquired what the stout club and rope were for.
เด็กชายถามว่าไม้กระบองและเชือกนั้นใช้ทำอะไร
"Child, with that club and rope I cross the ocean"
"ลูกเอ๋ย ด้วยไม้กระบองและเชือกนั้น ข้าจะข้ามมหาสมุทรไปได้"
"One just has to take the club and the rope in his hands"
"แค่ต้องหยิบไม้กอล์ฟและเชือกมาไว้ในมือ"
"And then you have to say the following magical words:"
"แล้วคุณต้องพูดคำวิเศษต่อไปนี้:
"O stout club! O strong rope!"
"โอ้ กระบองอันแข็งแกร่ง! โอ้ เชือกอันแข็งแกร่ง!"
"Take me at once to the other side"
"พาฉันไปอีกฝั่งหนึ่งทันที"
"Then they will take him to the other side of the ocean"
"แล้วพวกเขาจะพาเขาไปยังอีกฝั่งหนึ่งของมหาสมุทร"
The boy noticed another interesting thing in the room.
เด็กชายสังเกตเห็นสิ่งที่น่าสนใจอีกอย่างในห้อง
There was a bird in a cage in the corner of the room.
มีนกอยู่ในกรงที่มุมห้อง
The boy also wanted to know what this bird was for.

เด็กชายยังอยากรู้ว่านกนี้มีไว้ทำอะไร
"The bird contains a secret, my child"
"นกมีสิ่งลี้ลับอยู่นะลูก"
"But that secret must not be disclosed to mortals"
"แต่ความลับนั้นจะต้องไม่เปิดเผยให้มนุษย์รู้"
"But how can I hide this secret from my own grandchild?"
"แต่ฉันจะซ่อนความลับนี้จากหลานของฉันเองได้อย่างไร"
"That bird, child, contains the life of your mother.
"นกตัวนั้น ลูกเอ๋ย มันบรรจุชีวิตของแม่เจ้าไว้"
"If the bird is killed, your mother will at once die"
"ถ้านกตาย แม่ของคุณก็จะตายทันที"
Armed with these secrets, the boy went to bed that night.
เมื่อมีความลับเหล่านี้ เด็กชายก็เข้านอนในคืนนั้น

Next morning the old Rakshasi went to distant countries.
เช้าวันรุ่งขึ้น ยักษ์ชราก็เสด็จไปยังเมืองไกล
Together with all the other Rakshasis, she went to forage.
นางออกไปหาอาหารพร้อมกับพวกยักษ์อื่นๆ
The boy took down the bird-cage from the ceiling.
เด็กชายถอดกรงนกลงจากเพดาน
And the boy took the club and the rope.
และเด็กชายก็หยิบไม้กระบองและเชือก
And then he spoke the magic words to the club and rope.
จากนั้นเขาก็พูดคำวิเศษให้กับไม้กระบองและเชือก
"O stout club! O strong rope!"
"โอ้ กระบองอันแข็งแกร่ง! โอ้ เชือกอันแข็งแกร่ง!"
"Take me at once to the other side"
"พาฉันไปอีกฝั่งหนึ่งทันที"
In the twinkling of an eye the boy was put on this side of the
ocean.
ในช่วงพริบตา เด็กชายก็ถูกพามาอยู่ฝั่งนี้ของมหาสมุทร
He then retraced his steps, back to the queen.
จากนั้นเขาก็ย้อนรอยกลับไปหาราชินี
To her astonishment he really had the medicinal lemon.

เธอรู้สึกประหลาดใจที่พบว่าเขามีสรรพคุณทางยาเลิศล้ำอย่างจริงๆ
But the bird in the cage he kept carefully concealed.
แต่เจ้านกในกรงนั้นเขาเก็บซ่อนไว้อย่างดี

In the course of time the people of the city came to the king.
ครั้นเมื่อชาวเมืองมาเฝ้าพระราชาแล้ว
And they told the king of their troubles.
และพวกเขาก็เล่าเรื่องความเดือดร้อนของตนให้กษัตริย์ฟัง
"A monstrous bird comes from the palace every evening"
"นกประหลาดบินมาจากพระราชวังทุกเย็น"
"The bird seizes the people in the streets"
"นกจับผู้คนบนท้องถนน"
"And the bird swallows the people up whole"
"และนกก็กลืนคนทั้งตัว"
"This has been going on for a long time"
"เรื่องนี้เกิดขึ้นมานานแล้ว"
"And now the city has become almost desolate"
"และตอนนี้เมืองก็แทบจะกลายเป็นเมืองร้างไปแล้ว"
The king did not know what this monstrous bird was.
กษัตริย์ไม่ทราบว่านกประหลาดนี้คือนกอะไร
But the king's servant, the boy, said he knew.
แต่คนรับใช้ของกษัตริย์ซึ่งเป็นเด็กชายกล่าวว่าเขารู้
"I will kill the monstrous bird," he offered.
"ฉันจะฆ่าเจ้านกตัวประหลาดนั่น" เขาเสนอ
"But the queen has to stand beside us," he added.
"แต่ราชินีจะต้องยืนอยู่เคียงข้างเรา" เขากล่าวเสริม
The king saw no reason to object to the proposal.
กษัตริย์ไม่เห็นเหตุผลที่จะคัดค้านข้อเสนอนี้
And so the queen was made to stand beside the king.
และพระราชินีก็ทรงถูกให้มายืนเคียงข้างพระราชา
The boy then took the bird out from its cage.
จากนั้นเด็กชายก็เอาตัวนกออกจากกรง
On seeing the bird she fell into a fainting fit.
เมื่อเห็นนกเธอก็เกิดอาการเป็นลม

Then the boy turned to the king, and spoke.

จากนั้นเด็กชายก็หันไปหาพระราชาแล้วพูดว่า

"King, you will soon perceive who the monstrous bird is"

"พระราชา พระองค์จะทรงทราบในไม่ช้าว่านกยักษ์ตัวนั้นคือใคร"

"You will see what devours your people every evening"

"เจ้าจะเห็นว่าอะไรกัดกินคนของเจ้าทุกเย็น"

"I tear off each limb of this bird"

"ฉันฉีกขาของนกตัวนี้ออกทีละข้าง"

"The corresponding limb of the man-eater will fall off"

"แขนขาที่สอดคล้องกันของคนกินคนจะหลุดออกไป"

The boy then tore off one leg of the bird in his hand.

จากนั้นเด็กชายก็ฉีกขาข้างหนึ่งของนกออกจากมือ

All assembled were astonished at what happened next.

ทุกคนที่มารวมตัวกันต่างประหลาดใจกับสิ่งที่เกิดขึ้นต่อไป

One of the legs of the queen fell off.

ขาข้างหนึ่งของราชินีหลุดออกไป

Then the boy squeezed the throat of the bird.

จากนั้นเด็กชายก็บีบคอนก

And as he squeezed the bird, the queen gave up the ghost.

และเมื่อเขาบีบนก ราชินีก็สิ้นพระชนม์

The boy then retold his history to the king.

เด็กชายจึงเล่าเรื่องราวของตนให้กษัตริย์ฟัง

"You used to have seven barren wives"

"คุณเคยมีภรรยาที่เป็นหมันเจ็ดคน"

"To treat their barrenness, you gave them each a mango"

"เพื่อรักษาความเป็นหมันของพวกมัน

คุณจึงให้มะม่วงแก่พวกมันคนละผล"

"And each of your wives fell pregnant with a child"

"และภรรยาของคุณแต่ละคนก็ตั้งครรภ์ลูก"

"However, you then married an eighth wife"

"อย่างไรก็ตาม คุณก็แต่งงานกับภรรยาคนที่แปด"

"This wife ordered you to blind your other wives"

"เมียคนนี้สั่งคุณให้ไปทำให้เมียคนอื่นตาบอด"

"And she ordered you to have your other wives killed"

"แล้วนางก็สั่งท่านให้ฆ่าภรรยาคนอื่นของท่านเสีย"
"Your minister blinded your seven wives"
"รัฐมนตรีของคุณทำให้ภรรยาทั้งเจ็ดของคุณตาบอด"
"But he was too good hearted to kill your wives"
"แต่เขาใจดีเกินกว่าจะฆ่าภรรยาของคุณ"
"Your seven wives were taken to a hiding place"
"ภรรยาทั้งเจ็ดของคุณถูกพาไปซ่อน"
"And in this hiding place they each gave birth"
"และในสถานที่ซ่อนแห่งนี้พวกเขาแต่ละคนก็ให้กำเนิดลูก"
"But they were forced to eat their newly born children"
"แต่พวกเขากลับถูกบังคับให้กินลูกที่เพิ่งเกิดของพวกเขา"
"Only my mother did not let me be eaten"
"มีแต่แม่ของฉันเท่านั้นที่ไม่ยอมให้ฉันถูกกิน"
"Instead, I was suckled by seven mothers"
"แต่ฉันกลับถูกแม่ถึงเจ็ดคนเลี้ยงดู"
"And I grew up strong and capable"
"และฉันเติบโตขึ้นมาอย่างแข็งแกร่งและมีความสามารถ"
"Eventually I came to work in your palace"
"ในที่สุดฉันก็ได้มาทำงานในวังของคุณ"
"Your wife, my stepmother, sent me on a mission"
"ภรรยาของคุณ แม่เลี้ยงของฉัน ส่งฉันไปทำภารกิจ"
"She sent me to her mother for a medicine"
"เธอส่งฉันไปหาแม่ของเธอเพื่อซื้อยา"
"However, her mother was a Rakshasi"
"แต่แม่ของเธอเป็นพวกอสูร"
"From her I found the secret of your wife's life"
"ฉันพบความลับในชีวิตภรรยาของคุณจากเธอ"
"And so I brought the bird that held your wife's life"
"แล้วฉันก็นำนกที่ยึดชีวิตภรรยาของคุณมาด้วย"
The king had listened to the story his son told him.
กษัตริย์ทรงฟังเรื่องราวที่พระโอรสเล่าให้ฟัง
The seven queens were brought back to the palace.
ราชินีทั้งเจ็ดพระองค์ถูกนำตัวกลับเข้าพระราชวัง
And their eyes were miraculously restored.

และดวงตาของพวกเขาก็กลับคืนมาอย่างอัศจรรย์
The boy that was suckled by seven mothers was crowned.
เด็กชายที่ได้รับการเลี้ยงดูโดยแม่ทั้งเจ็ดคนได้รับการสวมมงกุฎ
And he was recognized by the king as his rightful heir.
และเขาได้รับการยอมรับจากกษัตริย์ให้เป็นทายาทโดยชอบธรรมของเ
ขา
And they lived together happily.
และพวกเขาก็อยู่ร่วมกันอย่างมีความสุข

The Story of Prince Sobur
เรื่องราวของเจ้าชายโซบูร์

Once upon a time there lived a merchant.
กาลครั้งหนึ่งนานมาแล้วมีพ่อค้าคนหนึ่งอาศัยอยู่
This merchant had seven daughters.
พ่อค้ารายนี้มีลูกสาวเจ็ดคน
One day the merchant asked them a question.
วันหนึ่งพ่อค้าได้ถามคำถามพวกเขาว่า
"From whose fortune do you live?"
"ท่านดำรงชีพด้วยทรัพย์สมบัติของผู้ใด?"
The eldest daughter answered first.
ลูกสาวคนโตตอบก่อน
"Papa, I live from your fortune"
"พ่อครับ ผมอาศัยโชคลาภของคุณพ่อ"
The second daughter gave the same answer.
ลูกสาวคนที่สองก็ตอบเช่นเดียวกัน
The same answer was given by the third daughter.
ลูกสาวคนที่สามก็ตอบเช่นเดียวกัน
His fourth daughter also lived from his fortune.
ลูกสาวคนที่สี่ของเขาก็ยังคงอาศัยทรัพย์สมบัติของเขาอยู่
His fifth daughter was no different.
ลูกสาวคนที่ห้าของเขาก็ไม่ต่างกัน
And his sixth daughter was like the rest.
และลูกสาวคนที่หกของเขาก็เหมือนคนอื่นๆ
But his youngest daughter surprised him.
แต่ลูกสาวคนเล็กของเขาทำให้เขาประหลาดใจ
She had a very different answer.
เธอมีคำตอบที่แตกต่างมาก
"I live from my own fortune"
"ฉันใช้ชีวิตด้วยโชคของตัวเอง"
He did not like this answer.
เขาไม่ชอบคำตอบนี้
Her answer made the merchant very angry.
คำตอบของเธอทำให้พ่อค้าโกรธมาก

"You are very ungrateful," he told her.
"คุณช่างเนรคุณจริงๆ" เขากล่าวกับเธอ
"See how well you do on your own"
"ดูว่าคุณทำได้ดีแค่ไหนด้วยตัวเอง"
"I am kicking you out of my house"
"ฉันจะไล่คุณออกจากบ้านของฉัน"
"You will not have a rupee in your pocket"
"คุณจะไม่มีเงินสักบาทติดกระเป๋า"
He called his palanquins to come.
เขาเรียกให้เปลของเขามา
And he ordered them to take the girl away.
แล้วทรงรับสั่งให้พาหญิงสาวนั้นไป
"Leave her in the midst of a forest"
"ทิ้งเธอไว้กลางป่า"
The girl begged to be allowed one thing.
เด็กสาวขอร้องให้ได้รับอนุญาตสิ่งหนึ่ง
"Please let me take my work-box"
"ขอผมเอากล่องทำงานของผมไปด้วยนะครับ"
"In the box are my needles and threads"
"ในกล่องมีเข็มและด้ายของฉัน"
Her father allowed her to take her box.
พ่อของเธออนุญาตให้เธอเอากล่องของเธอไปได้
She got into the seat of the palanquins.
เธอขึ้นไปนั่งบนที่นั่งบนเปล
And the bearers lifted her up.
และคนหามก็ยกนางขึ้น
And they put her onto their shoulders.
แล้วพวกเขาก็วางเธอไว้บนไหล่ของพวกเขา
As the bearers ran they chanted.
เมื่อคนแบกวิ่งไปก็สวดมนต์ไปด้วย
"Hoon! Hoon! Hoon! Hoon! Hoon!"
"ฮุน! ฮุน! ฮุน! ฮุน! ฮุน!"
But they didn't get very far.
แต่พวกเขาไม่ได้ไปได้ไกลนัก

An old woman stood in their way.

หญิงชราคนหนึ่งยืนขวางทางพวกเขา

She came up to the carriage.

เธอเดินมาถึงรถม้า

"Where are you taking my daughter?"

"คุณจะพาลูกสาวของฉันไปไหน?"

She was the maid of the child.

เธอเป็นสาวใช้ของเด็ก

"We have been given orders by the merchant"

"เราได้รับคำสั่งจากพ่อค้าแล้ว"

"He told us to take her away"

"เขาบอกให้เราพาเธอไป"

"We will leave her in a forest"

"เราจะทิ้งเธอไว้ในป่า"

"We are going to do his bidding"

"เราจะทำตามคำสั่งของเขา"

"I must go with her," said the old woman.

"ฉันต้องไปกับเธอด้วย" หญิงชรากล่าว

But the bearers were not sure.

แต่คนหามไม่แน่ใจ

Bearers run when they carry a sedan chair.

คนหามจะวิ่งเมื่อแบกเกวียน

"How will you be able to keep pace with us?"

"คุณจะตามทันพวกเราได้ยังไง?"

The old woman was not deterred.

หญิงชรานั้นไม่หวั่นไหว

"It does not matter how I do it"

"ไม่สำคัญว่าฉันจะทำอย่างไร"

"I must go where my daughter goes"

"ฉันต้องไปที่ที่ลูกสาวของฉันไป"

The youngest daughter begged the bearers.

ลูกสาวคนเล็กได้ขอร้องคนหาม

"Please carry my mother with me"

"พาแม่ของฉันไปด้วยเถอะ"

And the bearers gracefully agreed.
และบรรดาผู้หามก็ตกลงด้วยความเต็มใจ
They carried mother and child to the forest.
พวกเขาพาแม่และลูกเข้าไปในป่า
"Hoon! Hoon! Hoon! Hoon! Hoon!"
"ฮูน! ฮูน! ฮูน! ฮูน! ฮูน!"
In the afternoon they reached a dense forest.
ในช่วงบ่ายพวกเขามาถึงป่าทึบแห่งหนึ่ง
They went deeper and deeper into the forest.
พวกเขาเดินลึกเข้าไปในป่ามากขึ้นเรื่อยๆ
Towards sunset they reached their goal.
เมื่อใกล้พระอาทิตย์ตกดินพวกเขาก็ถึงจุดหมาย
They stopped at the foot of an old tree.
พวกเขาหยุดอยู่ที่โคนต้นไม้เก่าต้นหนึ่ง
They lowered the girl and the old woman.
พวกเขาปล่อยหญิงสาวและหญิงชราลง
And they left them in the forest.
แล้วพวกเขาก็ทิ้งพวกเขาไว้ในป่า
Then they retraced their steps home.
จากนั้นพวกเขาก็เดินย้อนกลับกลับบ้าน

The merchant's youngest daughter looked around.
ลูกสาวคนเล็กของพ่อค้ามองไปรอบๆ
You would not have wanted to be in her shoes.
คุณคงไม่อยากอยู่ในสถานการณ์เดียวกับเธอ
Her situation was truly pitiable.
สถานการณ์ของเธอน่าสงสารจริงๆ
She was hardly fourteen years old.
เธออายุยังไม่ถึงสิบสี่ปีเลย
She had grown up in luxury.
เธอเติบโตมาในความหรูหรา
But now there was no luxury for her.
แต่ตอนนี้ไม่มีความหรูหราสำหรับเธออีกต่อไป
She was in the heart of a dark forest.
เธออยู่ในใจกลางของป่าอันมืดมิด

She had not a rupee in her pocket.
เธอไม่มีเงินสักบาทในกระเป๋าของเธอ
And she had nothing for protection.
และเธอก็ไม่มีอะไรไว้ปกป้อง
Nothing except an old, decrepit, woman.
ไม่มีอะไรนอกจากผู้หญิงแก่ชราคนหนึ่ง
Even the trees of the forest pitied her.
แม้แต่ต้นไม้ในป่ายังสงสารเธอ
The young girl and old woman sat together.
หญิงสาวและหญิงชรานั่งอยู่ด้วยกัน
They were at the foot of an old tree.
พวกเขาอยู่ที่โคนต้นไม้เก่าต้นหนึ่ง
And together they cried over their situation.
และพวกเขาก็ร้องไห้ร่วมกันถึงสถานการณ์ที่เกิดขึ้น
I should say this all happened long ago.
ฉันควรจะบอกว่าทั้งหมดนี้เกิดขึ้นมานานแล้ว
In these times the trees could talk.
ในยุคนี้ต้นไม้สามารถพูดคุยได้
And the old tree spoke to the girl.
และต้นไม้แก่ก็พูดกับเด็กสาว
"Unhappy women, I much pity you"
"ผู้หญิงที่ไม่มีความสุข ฉันสงสารคุณมาก"
"There are wild beasts in this forest"
"ในป่านี้มีสัตว์ป่า"
"Soon they will come out of their lairs"
"อีกไม่นานพวกมันก็จะออกมาจากถ้ำของมัน"
"They will roam about for prey"
"พวกมันจะเร่ร่อนเพื่อหาเหยื่อ"
"And they are sure to devour you two"
"และพวกมันจะกลืนกินคุณทั้งสองอย่างแน่นอน"
"But I can help you, if you want"
"แต่ฉันช่วยคุณได้ถ้าคุณต้องการ"
"I will make an opening for you"
"ฉันจะเปิดช่องให้คุณ"
"When you see the opening, go into it"

"เมื่อเห็นช่องเปิดก็เข้าไปเลย"
"And then I will close the opening up"
"แล้วฉันจะปิดช่องเปิดนั้น"
"As long as you are in me you'll be safe"
"ตราบใดที่คุณอยู่ในตัวฉัน คุณจะปลอดภัย"
"This way the wild beasts can't touch you"
"แบบนี้สัตว์ป่าก็แตะไม่ได้หรอก"
And then the tree split itself in two.
แล้วต้นไม้ก็แยกออกเป็นสองส่วน
The two women went inside the tree.
ผู้หญิงสองคนเดินเข้าไปในต้นไม้
And the old tree resumed its natural shape.
และต้นไม้เก่าก็กลับคืนสู่สภาพเดิมอีกครั้ง

The shade of night darkened the forest.
เงาของกลางคืนทำให้ป่ามืดลง
Everything the tree had said was true.
ทุกสิ่งที่ต้นไม้พูดนั้นเป็นความจริง
The wild beasts came out of their lairs.
สัตว์ป่าก็ออกมาจากถ้ำของพวกมัน
The fierce tiger came out at night.
เสือดุร้ายออกมาในเวลากลางคืน
The wild bear left his lair.
หมีป่าออกจากถ้ำของมันแล้ว
The rhinoceros roamed the forest.
แรดเดินเฟ่นฟานไปทั่วป่า
The bushy bear was there that night.
คืนนั้นหมีพุ่มพวงก็อยู่ที่นั่น
The great elephant could be heard.
ได้ยินเสียงช้างใหญ่ร้อง
And there was the horned buffalo.
และยังมีควายเขาอยู่ด้วย
They all growled as they circled the tree.
พวกมันทั้งหมดคำรามขณะที่พวกมันวนรอบต้นไม้
They had gotten the scent of human blood.

พวกเขาได้กลิ่นเลือดมนุษย์
They could hear the growls of the beasts.
พวกเขาได้ยินเสียงคำรามของสัตว์ร้าย
The beasts came dashing against the tree.
เหล่าสัตว์ร้ายวิ่งเข้ามาหาต้นไม้
They broke the old tree's branches.
พวกเขาหักกิ่งก้านของต้นไม้เก่าออกไป
Their horns pierced the tree's trunk.
เขาของพวกมันแทงทะลุลำต้นของต้นไม้
They scratched its bark with their claws.
พวกเขาขูดเปลือกไม้ด้วยกรงเล็บ
But all their efforts were in vain.
แต่ความพยายามของพวกเขาทั้งหมดก็ไร้ผล
The girl and woman were safe in the tree.
เด็กหญิงและผู้หญิงปลอดภัยอยู่บนต้นไม้
Towards dawn the wild beasts went away.
เมื่อรุ่งสางสัตว์ป่าก็ออกไป
After sunrise the good tree spoke again.
หลังจากพระอาทิตย์ขึ้น ต้นไม้ที่ดีก็พูดอีกครั้ง
"The wild beasts have gone back"
"พวกสัตว์ป่าได้กลับไปแล้ว"
"They are in their lairs again"
"พวกมันอยู่ในถ้ำของพวกมันอีกแล้ว"
"But they did their best to torment me"
"แต่พวกเขาพยายามอย่างเต็มที่ที่จะทรมานฉัน"
"The sun has risen up again"
"พระอาทิตย์ขึ้นอีกแล้ว"
"So you can come out now"
"งั้นคุณออกมาได้แล้ว"
The tree split itself into two again.
ต้นไม้ก็แยกตัวออกเป็นสองส่วนอีกครั้ง
The girl and the old woman came out.
เด็กสาวและหญิงชราก็ออกมา
They saw the extent of the damage.
พวกเขาเห็นขอบเขตของความเสียหาย

The tree's branches had been broken off.
กิ่งก้านของต้นไม้หักออกไป
The tree's trunk had been pierced.
ลำต้นของต้นไม้ถูกเจาะทะลุ
The bark had been stripped off.
เปลือกไม้ถูกลอกออกไปแล้ว
"Good mother, we thank you"
"แม่ที่ดี เราขอบคุณนะ"
"You have been very kind to us"
"คุณใจดีกับเรามาก"
"You gave us shelter from the beasts"
"ท่านให้ที่พักพิงแก่เราจากสัตว์ร้าย"
"But it was at a great cost to yourself"
"แต่คุณต้องเสียเงินจำนวนมาก"
"You have many wounds from the wilds beasts"
"คุณมีบาดแผลมากมายจากสัตว์ป่า"
"You must be in great pain?"
"คุณคงจะเจ็บปวดมากใช่ไหม?"
Close by there was a flowing river.
ใกล้ๆ กันนั้นมีแม่น้ำไหลผ่าน
The young girl went to the river bank.
เด็กสาวเดินไปที่ริมฝั่งแม่น้ำ
At the bank of the river she found mud.
ที่ริมฝั่งแม่น้ำเธอพบโคลน
She covered the tree with the mud.
เธอเอาโคลนปิดต้นไม้ไว้
She especially covered the damaged parts.
เธอปกปิดส่วนที่เสียหายโดยเฉพาะ
The tree thanked her for the treatment.
ต้นไม้ขอบคุณเธอสำหรับการรักษา
"My good girl, I thank you"
"เด็กดีของฉัน ขอบคุณนะ"
"I am greatly relieved of my pain"
"ผมรู้สึกโล่งใจจากความเจ็บปวดมาก"

"I am, however, more concerned for you"
"แต่ฉันเป็นห่วงคุณมากกว่า"
"You must be hungry"
"คุณคงจะหิว"
"You have not eaten since yesterday"
"คุณไม่ได้กินข้าวมาตั้งแต่เมื่อวานแล้ว"
"But what can I give you?"
"แต่ฉันจะให้อะไรคุณได้ล่ะ?"
"I have no fruit of my own"
"ฉันไม่มีผลของตัวเอง"
"But I do have some advice"
"แต่ฉันมีคำแนะนำบางอย่าง"
"Give the old woman whatever money you have"
"ให้เงินคุณเท่าไรก็ได้ที่คุณมีแก่หญิงชรา"
"Let her go into the city"
"ปล่อยให้เธอเข้าไปในเมือง"
"In the city she can buy some food"
"ในเมืองเธอสามารถซื้ออาหารได้บ้าง"
They explained their situation to the tree.
พวกเขาอธิบายสถานการณ์ของตนให้ต้นไม้ฟัง
"We have been sent out with no money"
"เราถูกส่งออกไปโดยไม่ได้เงิน "
But she searched through her work-box anyway.
แต่เธอยังคงค้นหาในกล่องงานของเธออยู่ดี
And in the box she found five cowries.
และในกล่องนั้นเธอพบเบี้ยห้าตัว
The tree continued to give its advice.
ต้นไม้ยังคงให้คำแนะนำต่อไป
"Go with your cowries to the city"
"พาเบี้ยของคุณไปเมือง"
"Use the cowries to buy some fried rice"
"เอาเบี้ยไปซื้อข้าวผัด"
So the old woman went to the city.
แล้วหญิงชราก็เดินทางไปในเมือง

Fortunately the city was not far away.

โชคดีที่เมืองนั้นไม่ได้อยู่ไกล

She went to the first shopkeeper she found.

เธอไปหาเจ้าของร้านคนแรกที่เธอพบ

"Please give me five cowries worth of rice"

"ขอข้าวสารสักเบี้ยสักห้าเหรียญหน่อยเถอะ"

The shopkeeper laughed at her.

เจ้าของร้านหัวเราะเยาะเธอ

"Where can rice be had for five cowries?"

ข้าวเบี้ยห้าตัวจะหาได้จากที่ไหน?

"Be off, you old hag," he told her.

"ไปซะ แม่มดแก่" เขาบอกกับเธอ

So she tried to barter at another shop.

เธอจึงลองไปต่อรองที่ร้านอื่น

This shopkeeper could see her distress.

เจ้าของร้านนี้มองเห็นความทุกข์ของเธอ

And the shopkeeper took pity on her.

และเจ้าของร้านก็สงสารเธอ

She gave her a large quantity of rice.

เธอให้ข้าวสารจำนวนมากแก่เธอ

The old woman returned with the rice.

หญิงชรากลับมาพร้อมกับข้าว

And the tree gave further instructions.

และต้นไม้ก็ให้คำแนะนำต่อไป

"Eat less than half of the rice"

"กินข้าวน้อยกว่าครึ่ง"

"Go to the embankments of the river bank"

"ไปที่ริมฝั่งแม่น้ำ"

"Cast the remaining rice on the river bank"

"เอาข้าวที่เหลือไปโปรยลงริมฝั่งแม่น้ำ"

They did not understand the sense of it.

พวกเขาไม่เข้าใจความหมายของมัน

"Why sow the riverbank with rice?"

"ทำไมจึงปลูกข้าวริมฝั่งแม่น้ำ?"

But they did as they were advised.

แต่พวกเขาก็ทำตามที่ได้รับคำแนะนำ
And they threw their rice onto the ground.
แล้วพวกเขาก็โยนข้าวของพวกเขาลงบนพื้น

They spent the day lamenting their fate.
พวกเขาใช้เวลาทั้งวันในการคร่ำครวญถึงชะตากรรมของพวกเขา
Just as before the beasts came out at night.
เช่นเดียวกับเมื่อก่อนที่สัตว์ร้ายจะออกมาในเวลากลางคืน
The tree housed them inside of its trunk again.
ต้นไม้เก็บพวกมันไว้ในลำต้นอีกครั้ง
Again they mutilated and tortured the tree.
พวกเขาทำลายและทรมานต้นไม้อีกครั้ง
But that night something else happened.
แต่คืนนั้นมีเรื่องอื่นเกิดขึ้น
The women only saw it the next day.
ส่วนฝ่ายหญิงเพิ่งมาเห็นในวันถัดไป
The rice had attracted hundreds of peacocks.
ข้าวได้ดึงดูดนกยูงนับร้อยตัว
The peacocks competed for the rice.
นกยูงกำลังแข่งขันกันเพื่อแย่งข้าว
And their feathers fell on the floor.
และขนของพวกมันก็ตกลงบนพื้น
The tree had known what would happen.
ต้นไม้รู้ว่าอะไรจะเกิดขึ้น
And the tree advised them what to do next.
และต้นไม้ก็แนะนำพวกเขาว่าจะต้องทำอย่างไรต่อไป
“Go back to the bank of the river”
“กลับไปฝั่งแม่น้ำ”
“Go to where you cast the rice”
“ไปโยนข้าวที่ไหนดี”
“There you will see many feathers”
“ที่นั่นคุณจะเห็นขนนกมากมาย”
“Collect all the feathers you can find”
“รวบรวมขนนกทั้งหมดที่คุณพบ”
“Use the feathers to make a beautiful fan”

"ใช้ขนนกมาทำพัดสวยๆ"
"And take the feather-fan to the city"
"และนำพัดขนนกไปในเมือง"
The two women did as they were advised.
สตรีทั้งสองก็ทำตามที่ได้รับคำแนะนำ
It was good the girl had taken her work-box.
ดีที่สาวน้อยเอากล่องงานของเธอมาด้วย
In her work-box was some string.
ในกล่องทำงานของเธอมีเชือกอยู่บ้าง
The tied the feathers together.
ผูกขนนกเข้าด้วยกัน
And she had made a fan from the feathers.
และเธอก็ได้ทำพัดจากขนนก
She took the feather fan to the city.
เธอนำพัดขนนกเข้าไปในเมือง
The son of the king happened to be there.
บังเอิญมีพระราชโอรสของพระราชาอยู่ที่นั่นด้วย
He admired the feathers greatly.
เขาชื่นชมขนนกเป็นอย่างมาก
He paid a large sum of money for the feathers.
เขาจ่ายเงินจำนวนมากเพื่อซื้อขนนกเหล่านั้น
Each morning a quantity of feathers was collected.
ในแต่ละเช้าจะมีการรวบรวมขนนกจำนวนหนึ่ง
And each day a feather fan was made and sold.
และพัดขนนกก็จะถูกผลิตและขายในแต่ละวัน
Within a short time the two women got rich.
ในเวลาอันสั้นผู้หญิงทั้งสองก็ร่ำรวย
The tree then advised them to build a house.
ต้นไม้จึงแนะนำให้พวกเขาสร้างบ้าน
"Employ men to burn bricks for you"
"จ้างคนมาเผาอิฐให้"
"Get them to cut beams and rafters"
"ให้ไปตัดคานและขื่อ"
"Make them plaster the walls with lime"
"ให้เขาฉาบผนังด้วยปูนขาว"

In a few months a stately house was built.
ภายในเวลาไม่กี่เดือนบ้านหลังใหญ่ก็ได้รับการสร้างขึ้น
The tree was pleased for the women.
ต้นไม้ทำให้บรรดาสตรีพอใจ
"You should add a garden to your house"
"คุณควรเพิ่มสวนให้บ้านของคุณ"
"And you want to be able to store water"
"แล้วคุณต้องการที่จะสามารถเก็บน้ำได้"
"Dig a water tank in your garden"
"ขุดถังเก็บน้ำในสวนของคุณ"

The girl had not had much time.
เด็กสาวไม่มีเวลามากนัก
So she didn't think of her family.
เธอจึงไม่คิดถึงครอบครัวของเธอ
The merchant's luck had taken a turn.
โชคของพ่อค้าก็เริ่มพลิกผัน
The goddess of wealth frowned upon him.
เทพีแห่งความมั่งคั่งขมวดคิ้วมองเขา
He was struck by a sudden misfortune.
เขาประสบเหตุร้ายอย่างกะทันหัน
All at once he lost all of his money.
ทันใดนั้นเขาก็สูญเสียเงินทั้งหมดของเขาไป
He was forced to sell his house.
เขาถูกบังคับให้ขายบ้านของเขา
But he made a great loss on the property.
แต่เขาสูญเสียทรัพย์สินไปมาก
He and his family were left penniless.
เขาและครอบครัวของเขาเหลือเพียงแต่เงินติดตัว
So they were forced to live elsewhere.
พวกเขาจึงถูกบังคับให้ไปใช้ชีวิตอยู่ที่อื่น
They happened to move to a nearby village.
พวกเขาบังเอิญย้ายมาอยู่หมู่บ้านใกล้ๆ
The palace was not far from their new house.
พระราชวังนั้นไม่ไกลจากบ้านใหม่ของพวกเขา

But the merchant was not rich anymore.
แต่พ่อค้าไม่ร่ำรวยอีกต่อไปแล้ว
And he still had to support his family.
และเขายังต้องเลี้ยงดูครอบครัวของเขา
He had been reduced to doing manual labor.
เขาถูกลดตำแหน่งให้ทำงานใช้แรงงาน
He applied for the job at the palace.
เขาได้สมัครงานในพระราชวัง
He was going to dig the hole for the water.
เขาจะขุดหลุมเพื่อใส่น้ำ
His wife also offered to work with him.
ภรรยาของเขายังเสนอตัวที่จะทำงานร่วมกับเขาด้วย
But they got there too late to work.
แต่พวกเขามาถึงที่นั่นสายเกินไปที่จะทำงาน
The water tank had already been finished.
ถังเก็บน้ำก็เสร็จเรียบร้อยแล้ว
And they did not know whose house it was.
และพวกเขาก็ไม่ทราบว่าเป็นบ้านของใคร
The merchant's daughter was looking out the window.
ลูกสาวพ่อค้ากำลังมองออกไปนอกหน้าต่าง
She happened to see her parents in the garden.
เธอบังเอิญเห็นพ่อแม่ของเธออยู่ในสวน
She could see the rags they were wearing.
เธอสามารถมองเห็นเสื้อผ้าขาดวิ่นที่พวกเขาสวมใส่อยู่
Her eyes filled with tears at the sight.
ดวงตาของเธอเต็มไปด้วยน้ำตาเมื่อเห็นสิ่งนั้น
She could not believe what she saw.
เธอไม่สามารถเชื่อสิ่งที่เธอเห็น
Her parents had come to her for work.
พ่อแม่ของเธอมาหาเธอเพื่อทำงาน
She immediately called her servants.
เธอรีบเรียกคนรับใช้ของเธอทันที
"Outside in the garden are my parents"
"ข้างนอกในสวนมีพ่อแม่ของฉัน"
"Please offer them these fine clothes"

"โปรดมอบเสื้อผ้าดีๆ เหล่านี้ให้พวกเขาด้วย"
"And ask them to come into the palace"
"แล้วขอให้พวกเขาเข้าไปในพระราชวัง"
Her servants did as they were told.
คนรับใช้ของเธอก็ทำตามที่ได้รับคำสั่ง
But her parents were frightened beyond measure.
แต่พ่อแม่ของเธอกลับกลัวจนเกินเหตุ
They had seen that the tank was finished.
พวกเขาเห็นว่ารถถังเสร็จสิ้นแล้ว
There used to be a strange tradition.
เคยมีประเพณีแปลกๆ อยู่อย่างหนึ่ง
In those days human sacrifices were offered.
ในสมัยนั้นมีการบูชายัญมนุษย์
One of those occasions was after digging a pool.
หนึ่งในเหตุการณ์เหล่านั้นคือหลังจากขุดสระน้ำ
You can imagine her parents' fear.
คุณสามารถจินตนาการถึงความกลัวของพ่อแม่ของเธอได้
They had come to dig the water tank.
พวกเขามาเพื่อขุดถังเก็บน้ำ
But now servants were calling them.
แต่บัดนี้มีคนรับใช้มาเรียกพวกเขา
They thought they going to be sacrificed.
พวกเขาคิดว่าพวกเขาจะต้องถูกเสียสละ
"Throw away your rags" they said.
"ทิ้งผ้าขี้ริ้วของคุณไป" พวกเขาพูด
"Here, wear these fine clothes"
"นี่ ใส่เสื้อผ้าสวยๆ เหล่านี้สิ"
And their fears increased even more.
และความหวาดกลัวของพวกเขาก็เพิ่มมากขึ้นไปอีก
But they did not have to fear for long.
แต่พวกเขาก็ไม่ต้องกลัวนาน
Their rich daughter came out to meet them.
ลูกสาวผู้ร่ำรวยของพวกเขาออกมาต้อนรับพวกเขา
She hugged and kissed her parents.
เธอโอบกอดและจูบพ่อแม่ของเธอ

And she told them everything that had happened.
และเธอได้เล่าให้พวกเขาฟังถึงทุกสิ่งที่เกิดขึ้น
The father felt that she had been right.
พ่อของเธอรู้สึกว่าเธอพูดถูก
"You do live from your own fortune"
"คุณใช้ชีวิตด้วยโชคลาภของคุณเอง"
The daughter did not blame her father.
ลูกสาวไม่ตำหนิพ่อของเธอ
And she gave him a large fortune.
และเธอก็มอบทรัพย์สมบัติมากมายให้แก่เขา
With the money he moved back to the city.
เขาจึงย้ายกลับเมืองด้วยเงินจำนวนนั้น
Soon he became a merchant again.
ในไม่ช้าเขาก็กลับมาเป็นพ่อค้าอีกครั้ง
And he went to distant countries for trade.
และเขาเดินทางไปค้าขายยังเมืองไกล

One day he got ready for another business venture.
วันหนึ่งเขาเตรียมพร้อมสำหรับการร่วมทุนทางธุรกิจใหม่
But that day something strange happened.
แต่ในวันนั้นก็มีเรื่องแปลกๆ เกิดขึ้น
The ship was ready to leave the port.
เรือพร้อมที่จะออกจากท่าเรือแล้ว
But for some reason the ship did not move.
แต่ด้วยเหตุผลบางประการเรือก็ไม่สามารถเคลื่อนที่ได้
No one could explain what was happening.
ไม่มีใครสามารถอธิบายสิ่งที่เกิดขึ้นได้
But the merchant had an idea.
แต่พ่อค้าก็มีความคิดหนึ่ง
"Perhaps my daughters would like presents"
"บางทีลูกสาวของฉันอาจจะอยากได้ของขวัญ"
"I need to ask them what they would like"
"ฉันต้องถามพวกเขาว่าพวกเขาต้องการอะไร"
He went to see his daughters.
เขาไปเยี่ยมลูกสาวของเขา

He asked them what they would like.
เขาถามพวกเขาว่าพวกเขาต้องการอะไร
And he promised to bring them presents.
และเขาสัญญาว่าจะนำของขวัญมาให้พวกเขา
But the ship would still not move.
แต่เรือยังคงไม่เคลื่อนไหว
He had not asked all his daughters.
เขาไม่ได้ถามลูกสาวทุกคนของเขา
His youngest daughter was not there.
ลูกสาวคนเล็กของเขาไม่ได้อยู่ที่นั่น
She was living in a different city.
เธออาศัยอยู่ในเมืองอื่น
So he ordered his servants go to her palace.
แล้วพระองค์ก็รับสั่งให้คนรับใช้ไปยังพระราชวังของนาง
The messenger came at the wrong time.
ผู้ส่งสารมาผิดเวลา
The young girl was engaged in devotions.
เด็กสาวกำลังทำวัตรสวดมนต์
But the messenger asked her anyway.
แต่ผู้ส่งสารก็ยังคงถามเธออยู่ดี
She just told him "sobur"
เธอแค่บอกเขาว่า “ไม่เป็นไร”
The meaning of this was "wait"
ความหมายของข้อนี้คือ “รอ”
But the messenger didn't know this.
แต่ผู้ส่งสารไม่ทราบเรื่องนี้
He thought she wanted something called "sobur"
เขาคิดว่าเธอต้องการอะไรบางอย่างที่เรียกว่า “โซบูร์”
So he went back to the city of the merchant.
แล้วเขาก็กลับไปยังเมืองของพ่อค้าอีกครั้ง
And he delivered the message he received.
และเขาได้นำข้อความที่ได้รับไปส่ง
"Your daughter wants something called 'sobur'"
“ลูกสาวของคุณอยากได้อะไรสักอย่างที่เรียกว่า ·โซบูร์”
This time the ship could move again.

คราวนี้เรือก็สามารถเคลื่อนที่ได้อีกครั้ง
So the merchant started on his travels.
พ่อค้าจึงเริ่มออกเดินทาง
He visited many ports on his journey.
เขาได้แวะเยี่ยมชมท่าเรือหลายแห่งในระหว่างการเดินทางของเขา
And he made good profits from his trades.
และเขาก็ได้กำไรดีจากการค้าขายของเขา
Finding the presents was not difficult.
การหาของขวัญไม่ใช่เรื่องยาก
He found everything his oldest daughters wanted.
เขาพบทุกสิ่งที่ลูกสาวคนโตของเขาต้องการ
But his youngest daughter's wish was difficult.
แต่ความปรารถนาของลูกสาวคนเล็กของเขาเป็นเรื่องยาก
He could not find the thing called "sobur"
เขาหาสิ่งที่เรียกว่า "โซบูร์" ไม่พบ
He asked at every port he came to.
เขาถามทุกครั้งที่ไปถึงท่าเรือ
"Do you have something called 'sobur'?"
"คุณมีอะไรที่เรียกว่า 'โซบูร์' บ้างไหม?"
But the merchants all shook their heads.
แต่บรรดาพ่อค้าแม่ค้าต่างก็ส่ายหัว
"We've never heard of 'sobur'"
"เราไม่เคยได้ยินคำว่า 'โซบูร์' มาก่อน"
His voyage had almost come to its end.
การเดินทางของเขากำลังจะถึงจุดสิ้นสุด
He was soon going to head back home.
เขากำลังจะเดินทางกลับบ้านเร็วๆ นี้
But he wanted "sobur" for his daughter.
แต่เขาอยากให้ลูกสาวของเขามี "สติ"
So he went calling through the streets.
แล้วเขาก็ตะโกนไปทั่วถนน
"Sobur, does anyone have sobur?!"
"โซบูร์ มีใครมีโซบูร์บ้างมั้ย?!"
The son of the King was in his castle.
พระราชโอรสของพระราชาอยู่ในปราสาทของพระองค์

He happened to be looking out the window.
เขาบังเอิญมองออกไปนอกหน้าต่าง
And the calls attracted his attention.
และการโทรดังกล่าวก็ดึงดูดความสนใจของเขา
Because his name happened to be Sobur.
เพราะชื่อของเขาคือ โซบูร์
He came to the merchant to speak with him.
เขามาหาพ่อค้าเพื่อพูดคุยกับเขา
"I have the Sobur that you want"
"ฉันมีโซบูร์ที่คุณต้องการ"
"Take this box, but be careful with it"
"รับกล่องนี้ไปเถอะ แต่ระวังด้วยล่ะ"
"In the box is a magical feather fan and mirror"
"ในกล่องมีพัดขนนกวิเศษและกระจก"
"This is the Sobur your daughter wishes for"
"นี่คือโซบูร์ที่ลูกสาวของคุณปรารถนา"
The merchant thanked the prince for the box.
พ่อค้าขอบคุณเจ้าชายสำหรับกล่องนั้น
And he returned back to his country.
และเขาก็เดินทางกลับประเทศของตน

He gave the box to his daughter.
เขาส่งกล่องนั้นให้กับลูกสาวของเขา
But the daughter didn't think about it.
แต่ลูกสาวกลับไม่ได้คิดถึงเรื่องนี้
She thought it was just a common box.
เธอคิดว่ามันเป็นเพียงกล่องธรรมดา
She had forgotten about the messenger.
เธอได้ลืมเรื่องผู้ส่งสารไปแล้ว
But one day she decided to open the box.
แต่แล้ววันหนึ่งเธอก็ตัดสินใจเปิดกล่องนั้น
Inside the box she found a beautiful fan.
ภายในกล่องเธอพบพัดที่สวยงามอันหนึ่ง
In the feather fan there was a beautiful mirror.
ในพัดขนนกมีกระจกสวยงามอยู่

She waved the feather fan to cool herself.
เธอโบกพัดขนนกเพื่อทำให้ตัวเองเย็นลง
And Prince Sobur appeared before her.
และเจ้าชายโซบูร์ก็ปรากฏตัวต่อหน้าเธอ
"You called me, so here I am," he said.
"คุณเรียกฉัน ดังนั้นฉันก็เลยอยู่ที่นี่" เขากล่าว
"What is it you wish for?" he asked.
"คุณปรารถนาสิ่งใด" เขาถาม
She was astonished at what she saw.
เธอรู้สึกประหลาดใจกับสิ่งที่เธอเห็น
A handsome prince had suddenly appeared!
จู่ๆ ก็มีเจ้าชายรูปงามปรากฏตัวขึ้น!
"Who are you?" she asked the prince.
"คุณเป็นใคร" เธอถามเจ้าชาย
"And how did you suddenly appear?"
"แล้วคุณมาปรากฏตัวอยู่กะทันหันได้อย่างไร?"
The prince explained what had happened.
เจ้าชายทรงอธิบายสิ่งที่เกิดขึ้น
"Your father was looking for 'sobur'"
"พ่อของคุณกำลังตามหา ·โซบูร์· อยู่"
"I am prince Sobur," he explained.
"ฉันคือเจ้าชายโซบูร์" เขาอธิบาย
"I gave your father a box"
"ฉันให้กล่องกับพ่อของคุณแล้ว"
"In this box there is a feather fan and mirror"
"ในกล่องนี้มีพัดขนนกและกระจก"
"When you shake the feather fan I will appear"
"เมื่อเจ้าเขย่าพัดขนนก ข้าจะปรากฏตัว"
She asked the prince to stay as a guest.
เธอขอให้เจ้าชายอยู่เป็นแขก
And for two days the prince stayed with her.
และเจ้าชายก็อยู่กับเธอสองวัน
And she entertained him in her palace.
และนางก็ได้ต้อนรับเขาไว้ในวังของนาง

During that time the two fell in love.
ระหว่างนั้นทั้งสองก็ตกหลุมรักกัน
They made their vows to each.
พวกเขาให้คำมั่นสัญญาต่อกัน
And they became husband and wife.
และพวกเขาก็กลายเป็นสามีภรรยากัน
After this the prince returned to his father.
หลังจากนั้นเจ้าชายก็กลับไปหาพ่อของเขา
He told him that he had selected a wife.
เขาบอกเขาว่าเขาได้เลือกภรรยาแล้ว
The day for the wedding was decided.
วันแต่งงานก็ถูกกำหนดแล้ว
All the family was invited.
ครอบครัวทั้งหมดได้รับเชิญ
And they had a beautiful wedding.
และพวกเขาก็มีงานแต่งงานที่สวยงาม

But there was a death in the marriage bed.
แต่ก็มีความตายบนเตียงแต่งงาน
The six daughters of the merchant were envious.
ลูกสาวทั้งหกของพ่อค้ามีความอิจฉา
They were jealous of their sister's success.
พวกเขาอิจฉาความสำเร็จของน้องสาวของพวกเขา
So they decided to destroy her happiness.
พวกเขาจึงตัดสินใจทำลายความสุขของเธอ
They broke several glass bottles.
พวกเขาทำขวดแก้วแตกไปหลายขวด
And they ground the glass into fine powder.
แล้วบดแก้วให้เป็นผงละเอียด
Then they scattered the powder on the bed.
จากนั้นพวกเขาก็โรยผงลงบนเตียง
The prince suspected no danger.
เจ้าชายทรงไม่สงสัยถึงอันตรายใดๆ
He laid himself down in the bed.
เขานอนลงบนเตียง

Soon he felt an acute pain.

ไม่นานเขาก็รู้สึกเจ็บปวดอย่างรุนแรง

All of his whole body ached.

ร่างกายของเขาปวดร้าวไปทั้งตัว

The powder had gone through his skin.

ผงได้ทะลุผ่านผิวหนังของเขาไปแล้ว

The prince became restless through pain.

เจ้าชายเกิดความกระสับกระส่ายเพราะความเจ็บปวด

And he started to kick and scream.

และเขาก็เริ่มเตะและกรีดร้อง

He was taken away to his own country.

เขาถูกนำตัวไปยังประเทศของเขาเอง

The king and queen were very worried.

กษัตริย์และราชินีทรงวิตกกังวลมาก

They consulted all the kingdom's physicians.

พวกเขาได้ไปปรึกษาหารือกับแพทย์ทั่วราชอาณาจักร

But their efforts were in vain.

แต่ความพยายามของพวกเขาก็ไร้ผล

Day and night the young prince was screaming.

เจ้าชายหนุ่มกรีดร้องทั้งกลางวันและกลางคืน

No one could ascertain the disease.

ไม่มีใครสามารถระบุโรคนี้ได้

So they had no way of knowing the remedy.

พวกเขาจึงไม่มีทางรู้วิธีแก้ไขได้

You can imagine the grief of his wife.

คุณสามารถจินตนาการถึงความเศร้าโศกของภรรยาของเขาได้

The marriage knot had only just been tied.

ปมการแต่งงานเพิ่งจะผูกเสร็จ

She thought a terrible disease had attacked him.

เธอคิดว่าเขากำลังถูกโรคร้ายเข้าจู่โจม

Then he was carried hundreds of miles away.

จากนั้นเขาถูกพาไปไกลหลายร้อยไมล์

She had never been to his country.

เธอไม่เคยไปประเทศของเขาเลย

But she was determined to go there.

แต่เธอตั้งใจที่จะไปที่นั่น
And she was determined to nurse him better.
และเธอตั้งใจที่จะดูแลเขาให้ดีขึ้น
She put on the garb of a Sannyasi.
นางสวมชุดนักบวช
And she carried a dagger in her hand.
และเธอก็ถือมีดสั้นอยู่ในมือ
And then she set out on her journey.
แล้วเธอก็เริ่มออกเดินทาง

The princess was still relatively young.
เจ้าหญิงยังค่อนข้างอายุน้อยอยู่
She was unaccustomed to long journeys.
เธอไม่คุ้นเคยกับการเดินทางไกล
And she wasn't used to walking so far.
และเธอไม่คุ้นเคยกับการเดินไกลขนาดนี้
She soon got weary of walking.
เธอเริ่มเหนื่อยจากการเดินในไม่ช้า
So she sat under a tree to rest.
เธอจึงนั่งพักผ่อนใต้ต้นไม้
On the top of the tree there was a nest.
บนยอดไม้มีรังอยู่
It was the nest of two divine birds.
มันเป็นรังของนกศักดิ์สิทธิ์สองตัว
Bihangami and Bihangama lived here.
พิหังมีและพิหังคามาอาศัยอยู่ที่นี่
They were not in their nest at the time.
ขณะนั้นพวกมันไม่ได้อยู่ในรัง
But two of their chicks were in the nest.
แต่ลูกนกสองตัวของพวกเขาอยู่ในรัง
Suddenly the chicks gave a scream.
จู่ๆ ลูกไก่ก็ส่งเสียงร้อง
This roused the half-drowsy princess.
สิ่งนี้ทำให้เจ้าหญิงที่กำลังง่วงนอนครึ่งหนึ่งตื่นขึ้นมา
The little birds had seen huge serpent.

นกตัวเล็กๆ มองเห็นงูตัวใหญ่
The snake was about to climb the tree.
งูกำลังจะปีนต้นไม้
This would have been the end of the birds.
นี่คงจะเป็นจุดสิ้นสุดของนก
But the Sannyasi took out her dagger.
แต่สันยาสีก็ชักมีดสั้นของเธอออกมา
And she cut the serpent in two.
แล้วนางก็ตัดงูออกเป็นสองท่อน
Of course even this frightened the young birds.
แน่นอนว่าสิ่งนี้ทำให้ลูกนกตกใจกลัวด้วย
And they flew from the nest screaming.
และพวกมันก็บินออกจากรังพร้อมร้องกรี๊ด
Bihangama and Bihangami were on their way back.
บิฮังกามะและบิฮังกามะกำลังเดินทางกลับ
They came sailing through the air.
พวกเขามาโดยแล่นเรือมากลางอากาศ
They thought they already knew what had happened.
พวกเขาคิดว่าพวกเขารู้แล้วว่าเกิดอะไรขึ้น
"I don't expect to see our children"
"ฉันไม่คาดหวังว่าจะได้พบลูกๆ ของเรา"
"The nest will be empty again"
"รังจะว่างเปล่าอีกแล้ว"
"All our previous children were eaten"
"ลูกๆ ของเราคนก่อนๆ โดนกินหมดแล้ว"
"They were eaten by our great enemy the serpent"
"พวกเขาถูกศัตรูตัวฉกาจของเรา คือ งูกิน"
"They will have met the same fate"
"พวกเขาจะต้องประสบชะตากรรมเดียวกัน"
"I do not hear the cries of my young ones"
"ฉันไม่ได้ยินเสียงร้องไห้ของลูกๆ ของฉัน"
The two birds got to their nest.
นกทั้งสองตัวไปถึงรังของมันแล้ว
And as predicted, the nest was empty.
และตามที่คาดไว้ รังก็ว่างเปล่า

This seemed to confirm their suspicions.

สิ่งนี้ดูเหมือนจะยืนยันความสงสัยของพวกเขา

But soon the young birds returned.

แต่ไม่นานพวกนกตัวน้อยก็กลับมาอีกครั้ง

The divine birds were pleasantly surprised.

นกศักดิ์สิทธิ์รู้สึกประหลาดใจอย่างน่ายินดี

The young birds told them what had happened.

ลูกนกเล่าให้พวกเขาฟังถึงสิ่งที่เกิดขึ้น

"There was a young Sannyasi under the tree"

"มีซันยาสีหนุ่มอยู่ใต้ต้นไม้"

"He destroyed the serpent"

"พระองค์ทรงทำลายงู"

"He cut the snake in two with his dagger"

"เขาตัดงูออกเป็นสองท่อนด้วยมีดสั้นของเขา"

The parents went to foot of the tree.

พ่อแม่เดินไปที่โคนต้นไม้

Two halves of the snake were still there.

งูเหลือมสองซีกยังอยู่ที่เดิม

"The young Sannyasi has saved our offspring"

"พระสันยาสีหนุ่มได้ช่วยชีวิตลูกหลานของเราไว้"

"I wish we could do him some service in return"

"ฉันหวังว่าเราจะสามารถช่วยเหลือเขาบ้างเป็นการตอบแทน"

The divine bird Bihangama replied.

นกศักดิ์สิทธิ์ บิหังคามะ ตอบว่า

"We shall do our service to HER"

"เราจะทำหน้าที่ของเราเพื่อเธอ"

"The Sannyasi under the tree is not a man"

"สันยาสีที่อยู่ใต้ต้นไม้ไม่ใช่มนุษย์"

"The Sannyasi under the tree is a woman"

"สันยาสีที่อยู่ใต้ต้นไม้นั้นเป็นผู้หญิง"

"Last night she got married to Prince Sobur"

"เมื่อคืนเธอได้แต่งงานกับเจ้าชายโซบูร์"

"Shortly after their marriage he was poisoned"

"หลังจากแต่งงานได้ไม่นาน เขาก็ถูกวางยาพิษ"

"His skin was pierced with small shards of glass"
"ผิวหนังของเขาถูกแทงด้วยเศษแก้วเล็กๆ"
"His sisters-in-law envied his wife"
"พี่สะใภ้อิจฉาภรรยาของเขา"
"Her sisters spread the powder over the bed"
"พี่สาวของเธอโรยแป้งลงบนเตียง"
"He is still suffering from his pain"
"เขายังคงทุกข์ทรมานจากความเจ็บปวด"
"But he is in his native land"
"แต่เขาอยู่ในบ้านเกิดเมืองนอนของเขา"
"And now he is at the point of death"
"และตอนนี้เขากำลังถึงจุดตายแล้ว"
"Beneath the tree is his heroic bride"
"ใต้ต้นไม้นั้นคือเจ้าสาวผู้กล้าหาญของเขา"
"She is wearing the garb of a Sannyasi"
"นางสวมชุดสันยาสี"
"And she is going to nurse him"
"แล้วเธอก็จะดูแลเขา"
The Bihangami asked the Bihangama.
พระพิหังกามิถามพระพิหังคาม
"Is there no cure for the prince?"
"เจ้าชายไม่มีทางรักษาได้หรือ?"
"Yes, there is a cure" replied the Bihangama.
"ใช่ มีวิธีรักษา" บิหังคามะตอบ
"There is hardened dung lying on the ground"
"มีมูลสัตว์แข็งๆ นอนอยู่บนพื้น"
"She must take this hardened dung"
"นางต้องรับมูลแข็งๆ นี้ไป"
"Then she must reduce the dung to powder"
"แล้วนางก็ต้องทำให้มูลสัตว์นั้นกลายเป็นผง"
"And then she must bathe the prince"
"แล้วเธอก็ต้องอาบน้ำให้เจ้าชาย"
"She must bathe him in seven jars of water"

“เธอต้องอาบน้ำให้เขาด้วยน้ำเจ็ดโถ”
“Then she must bathe him in seven jars of milk”
“แล้วเธอต้องอาบน้ำให้เขาด้วยนมเจ็ดขวด ”
“Then she must apply the powder to his body”
“แล้วเธอก็ต้องทาแป้งลงบนตัวเขา”
“After this Prince Sobur will get well”
“หลังจากนี้เจ้าชายโซบูร์จะหายดี”
“I have no doubts about this remedy”
“ฉันไม่มีข้อสงสัยใดๆ เกี่ยวกับวิธีการรักษานี้”
The Bihangami saw a problem though.
อย่างไรก็ตาม Bihangami มองเห็นปัญหาอยู่
“The princess is but a young girl”
“เจ้าหญิงยังเป็นเพียงเด็กสาว”
“She cannot walk such a distance”
“เธอไม่สามารถเดินได้ไกลขนาดนั้น”
“The journey would take her many days”
“การเดินทางจะกินเวลาหลายวัน”
“By that time the poor prince will have died”
“ถึงเวลานั้น เจ้าชายผู้น่าสงสารก็คงจะตายไปแล้ว”
“I can,” replied the Bihangama.
“ฉันทำได้” บิหังคามะตอบ
“I will take the young lady on my back”
“ฉันจะแบกคุณหนูไว้บนหลัง”
“I will fly her to Prince Sobur's city”
“ฉันจะพาเธอบินไปที่เมืองของเจ้าชายโซบูร์”
“If she takes no presents, I will fly her back”
“ถ้าเธอไม่รับของขวัญ ฉันจะบินกลับ”
The merchant's daughter heard this conversation.
ลูกสาวพ่อค้าได้ยินการสนทนานี้
She begged the Bihangama to take her on his back.
นางได้ขอร้องให้พระพิหังคามรับนางไว้บนหลัง
And of course the bird willingly consented.
และแน่นอนว่านกก็ยินยอมด้วยความเต็มใจ
First she gathered some of the bird's dung.

ก่อนอื่นเธอเก็บมูลนกบางส่วนมา
And then she reduced the dung to fine powder.
จากนั้นนางก็ทำให้มูลสัตว์กลายเป็นผงละเอียด
She was armed with this potent medicine.
เธอมีอาวุธเป็นยาอันทรงพลังนี้
And she got on the back of the kind bird.
และนางก็ขึ้นไปอยู่บนหลังนกผู้ใจดีนั้น

The Bihangama flew as fast as lightning.
บิหังกามะบินเร็วราวกับสายฟ้า
They soon reached Prince Sobur's city.
ไม่นานพวกเขาก็มาถึงเมืองของเจ้าชายโซบูร์
The young Sannyasi went up to the palace.
พระสันยาสีหนุ่มเสด็จขึ้นไปยังพระราชวัง
And she spoke to the guards at the gate.
และนางก็พูดกับทหารยามที่ประตู
"Send word to the king that I have a medicine"
"ส่งข่าวไปบอกพระราชาว่า ข้าพเจ้ามียา"
"This medicine will save the prince's life"
"ยานี้จะช่วยชีวิตเจ้าชายได้"
"Within hours I will have cured the prince"
"ภายในไม่กี่ชั่วโมง ฉันจะรักษาเจ้าชายได้"
The king had tried all the best doctors.
กษัตริย์ทรงพยายามรักษาโดยแพทย์ที่เก่งที่สุดทุกคน
But no doctor had been able to cure his son.
แต่ยังไม่มีหมอคนใดสามารถรักษาลูกชายของเขาได้
So he didn't believe the Sannyasi's words.
เขาจึงไม่เชื่อคำพูดของสันยาสี
But his councilors advised him otherwise.
แต่ที่ปรึกษาของเขากลับแนะนำเขาเป็นอย่างอื่น
The Sannyasi ordered for seven jars of water.
พระสันยาสีทรงสั่งให้เอาน้ำเจ็ดไห
And seven jars of milk were ordered.
และสั่งนมมา 7 ขวด
He poured a jar of water on the prince.

เขาเทน้ำหนึ่งโถลงบนเจ้าชาย
And he poured a jar of milk on the prince.
และเขาก็เทนมจากขวดใส่เจ้าชาย
He had a feather from the divine bird.
เขาได้รับขนนกจากนกศักดิ์สิทธิ์
And he used the feather to apply the powder.
และเขาใช้ขนนกมาทาแป้ง
All of the prince's body was covered.
ร่างของเจ้าชายถูกปกคลุมไปทั้งร่าง
This was repeated another six times.
เกิดขึ้นซ้ำอีกหกครั้ง
The last treatment did the magic.
การรักษาครั้งสุดท้ายก็ได้ผลมหัศจรรย์
The prince started to feel well again.
เจ้าชายก็เริ่มรู้สึกดีขึ้นอีกครั้ง
The king was happier than words can describe.
พระราชาทรงมีความสุขมากเกินกว่าที่คำพูดจะบรรยายได้
"Give the Sannyasi the finest treasures"
"จงมอบสมบัติล้ำค่าที่สุดให้แก่สันยาสี"
But the Sannyasi refused to take presents.
แต่สันยาสีปฏิเสธที่จะรับของขวัญ
"Let me have the ring on the prince's finger"
"ให้ฉันสวมแหวนให้เจ้าชาย"
The king and the prince were happy.
กษัตริย์และเจ้าชายก็มีความสุข
And they gave him what he wanted.
และพวกเขาก็ให้สิ่งที่เขาต้องการ
The merchant's daughter hastened back.
ลูกสาวพ่อค้ารีบกลับมา
The Bihangama was waiting at the sea-shore.
เรือพิหังคามะกำลังรออยู่ที่ชายฝั่งทะเล
They reached the tree of the divine birds.
พวกเขาก็มาถึงต้นไม้แห่งนกศักดิ์สิทธิ์แล้ว
The young bride walked back to her palace.
เจ้าสาวสาวเดินกลับไปยังพระราชวังของเธอ

The following day she shook the magical feather fan.
วันรุ่งขึ้นนางก็เขย่าพัดขนนกวิเศษ
Just as before, her husband appeared.
สามีของเธอก็ปรากฏตัวขึ้นเช่นเคย
Of course he was happy to see his wife.
แน่นอนว่าเขาดีใจที่ได้พบภรรยาของเขา
But he was infinitely surprised.
แต่เขาประหลาดใจเป็นอย่างมาก
She had his ring on her finger.
เธอสวมแหวนของเขาไว้ที่นิ้วของเธอ
His own wife was his doctor.
ภรรยาของเขาเองก็เป็นหมอของเขา
It was his wife that had cured him!
ภรรยาของเขาเองนั่นแหละที่รักษาเขา!
The prince took his bride to his palace.
เจ้าชายพาเจ้าสาวไปยังพระราชวังของเขา
He forgave his sisters-in-law.
เขาให้อภัยน้องสะใภ้ของเขา
They lived happily for many years.
พวกเขาใช้ชีวิตอย่างมีความสุขเป็นเวลาหลายปี
And they were blessed with children.
และพวกเขาได้รับพรให้มีลูกหลาน

The Origins of Opium
ต้นกำเนิดของฝิ่น

Once upon on a time there lived a Rishi.
กาลครั้งหนึ่งนานมาแล้ว มีฤๅษีรูปหนึ่งอาศัยอยู่
He lived on the banks of the holy Ganges.
เขาอาศัยอยู่ริมฝั่งแม่น้ำคงคาอันศักดิ์สิทธิ์
This Rishi was a very religious man.
ฤๅษีคนนี้เป็นคนเคร่งศาสนามาก
He spent his days performing religious rites.
เขาใช้เวลาทั้งวันทำพิธีกรรมทางศาสนา
From sunrise to sunset he sat on the river bank.
ตั้งแต่พระอาทิตย์ขึ้นจนพระอาทิตย์ตกเขานั่งอยู่ริมฝั่งแม่น้ำ
For the whole time he sat engaged in devotion.
พระองค์ทรงนั่งปฏิบัติธรรมอยู่ตลอดเวลา
At night he took shelter in his hut.
ในเวลากลางคืนเขาพักอยู่ในกระท่อมของเขา
His hut was made from palm-leaves.
กระท่อมของเขาสร้างด้วยใบปาล์ม
The palms he had grown from saplings.
ต้นปาล์มที่เขาปลูกจากต้นอ่อน
There was no one around for miles.
ไม่มีใครอยู่รอบๆ ในระยะหลายไมล์
However, in the hut there was a mouse.
อย่างไรก็ตาม ในกระท่อมนั้นมีหนูอยู่ตัวหนึ่ง
She lived from what the Rishi left for her.
เธอดำรงชีวิตอยู่ด้วยสิ่งที่ฤๅษีทิ้งไว้ให้
The Rishi was a kind-hearted man.
ฤๅษีเป็นคนใจดี
He would not hurt any living thing.
เขาจะไม่ทำร้ายสิ่งมีชีวิตใด ๆ
So our mouse never ran away from him.
หนูของเราไม่เคยหนีจากเขาเลย
In fact, our mouse went to him.
จริงๆแล้วหนูของเราก็ไปหาเขาแล้ว

She touched his feet when he was sitting.
เธอสัมผัสเท้าของเขาขณะที่เขานั่งอยู่
And she enjoyed playing with him.
และเธอก็สนุกกับการเล่นกับเขา
The Rishi also liked the little mouse.
ฤๅษีก็ชอบหนูตัวน้อยเช่นกัน
So he wanted to be kind to her.
เขาจึงอยากจะทำดีกับเธอ
And he wanted someone to talk to.
และเขาต้องการใครสักคนที่จะพูดคุยด้วย
So he gave her the power of speech.
แล้วพระองค์ก็ทรงประทานอำนาจในการพูดแก่เธอ

One night the mouse stood up.
คืนหนึ่งหนูก็ยืนขึ้น
She got onto her hind legs.
เธอก้าวขึ้นยืนด้วยขาหลัง
And she stood in front of the Rishi.
และนางก็ไปยืนอยู่เบื้องหน้าฤๅษี
And she put her front paws together.
และเธอก็เอาอุ้งเท้าหน้าของเธอประกบเข้าด้วยกัน
"Holy Sage, you have been kind to me"
"ท่านผู้ศักดิ์สิทธิ์ ท่านได้เมตตาต่อฉันมาก"
"And you have given me human language"
"และคุณได้มอบภาษามนุษย์ให้กับฉัน"
"I hope it doesn't displease your reverence"
"ฉันหวังว่าคงไม่ทำให้คุณไม่พอใจในความเคารพของคุณ"
"But I have one more boon to ask"
"แต่ฉันมีอีกเรื่องหนึ่งที่จะขอ"
The Rishi listened to his mouse.
ฤๅษีฟังเสียงหนูของเขา
"What is it?" asked the Rishi.
"มีอะไรหรือ" ฤๅษีถาม
"Say what you want, little mouse"
"พูดอะไรก็ได้ที่นายต้องการนะหนูน้อย"

The mouse answered the Rishi.
หนูตอบฤๅษี
"By day your reverence goes to the river"
"ในเวลากลางวันความเคารพของคุณก็จะลงสู่แม่น้ำ"
"And there you practice your devotions"
"แล้วท่านก็ปฏิบัติธรรมที่นั่น"
"During this time a cat comes to the hut"
"ช่วงนี้มีแมวมาที่กระท่อม"
"This cat has been trying to catch me"
"แมวตัวนี้พยายามจะจับฉัน"
"She still has some fear of your reverence"
"นางยังคงเกรงกลัวต่อความเคารพนับถือของท่านอยู่บ้าง"
"Otherwise she would have eaten me long ago"
"ไม่อย่างนั้นเธอคงกินฉันไปแล้ว"
"But I fear the cat will eat me someday"
"แต่ฉันกลัวว่าแมวจะกินฉันสักวันหนึ่ง"
"So I have one prayer to ask of you"
"ฉันมีคำอธิษฐานหนึ่งข้อที่จะขอจากคุณ"
"Please may I be changed into a cat!"
"ได้โปรดให้ฉันแปลงร่างเป็นแมวทีเถอะ!"
"Then I would be a match for my foe"
"แล้วฉันจะเป็นคู่ต่อสู้ของศัตรูของฉัน"
The Rishi understood the mouse's plight.
ฤๅษีเข้าใจถึงความทุกข์ยากของหนู
He threw some holy water on the mouse.
เขาสาดน้ำศักดิ์สิทธิ์ลงบนหนู
And the mouse instantly turned into a cat.
และหนูก็กลายเป็นแมวทันที

She had lived as a cat for some days.
เธอใช้ชีวิตเป็นแมวมาหลายวันแล้ว
One night she went to the Rishi again.
คืนหนึ่งนางได้ไปหาฤๅษีอีกครั้ง
And the Rishi spoke to his pet.

และฤๅษีก็พูดกับสัตว์เลี้ยงของเขา
"Well, little kitty, how are you!"
"สบายดีไหมเจ้าแมวน้อย!"
"How do you like your present life!"
"คุณชอบชีวิตปัจจุบันของคุณอย่างไรบ้าง!"
The cat thought about what to say.
เจ้าแมวกำลังคิดว่าจะพูดอะไรดี
But she didn't have to say anything.
แต่เธอไม่จำเป็นต้องพูดอะไร
The Rishi could tell by her expression.
ฤๅษีสามารถบอกได้จากการแสดงออกของเธอ
"Why don't you like it?" asked the sage.
"ทำไมคุณไม่ชอบมัน" ฤๅษีถาม
"Are you not as strong as the other cats!"
"เจ้าไม่แข็งแกร่งเท่าแมวตัวอื่นรึไง!"
"Yes, I am strong enough," answered the cat.
"ใช่ ฉันแข็งแกร่งพอ" แมวตอบ
"Your reverence has made me a strong cat"
"ความเคารพของคุณทำให้ฉันเป็นแมวที่เข้มแข็ง"
"As strong as any cat in the world"
"แข็งแกร่งเท่ากับแมวตัวไหนในโลก"
"Now I do not fear cats anymore"
"ตอนนี้ฉันไม่กลัวแมวอีกแล้ว"
"But now I have got a new foe"
"แต่ตอนนี้ฉันมีศัตรูใหม่แล้ว"
"By day your reverence goes to the river"
"ในเวลากลางวันความเคารพของคุณก็จะลงสู่แม่น้ำ"
"During this time dogs come to the hut"
"ช่วงนี้หมาจะเข้ามาที่กระท่อม"
"These dogs have been barking at me"
"หมาพวกนี้เห่าใส่ฉัน"
"And I have been frightened for my life"
"และฉันก็กลัวจนตัวสั่นเลย"
"So I have one more prayer to ask of you"

"ฉันมีคำอธิษฐานอีกข้อหนึ่งที่จะขอจากคุณ"
"Please may I be changed into a dog!"
"ได้โปรดให้ฉันแปลงร่างเป็นหมาทีเถอะ!"
The Rishi understood the cat's plight.
ฤๅษีเข้าใจถึงความทุกข์ยากของแมว
He threw some holy water on the cat.
เขาสาดน้ำศักดิ์สิทธิ์ลงบนแมว
And the cat instantly became a dog.
และแมวก็กลายเป็นสุนัขทันที

She lived as a dog for some days.
เธอใช้ชีวิตเป็นหมาอยู่หลายวัน
But one night she spoke to the Rishi.
แต่คืนหนึ่งนางได้พูดคุยกับฤๅษี
"I cannot thank your reverence enough"
"ผมไม่อาจขอบคุณความเคารพของคุณมากพอได้"
"You have been most kind to me"
"คุณใจดีกับฉันมาก"
"I was but a poor mouse"
"ฉันเป็นเพียงหนูที่น่าสงสารตัวหนึ่ง"
"You not only gave me speech"
"คุณไม่เพียงแต่ให้ฉันพูดเท่านั้น"
"But you also turned me into a cat"
"แต่คุณก็ทำให้ฉันกลายเป็นแมวด้วย"
"And your kindness didn't end there"
"และความกรุณาของคุณไม่ได้สิ้นสุดเพียงแค่นั้น"
"Then you changed me into a dog"
"แล้วคุณก็เปลี่ยนฉันให้กลายเป็นหมา"
"As a dog, however, I suffer greatly"
"อย่างไรก็ตาม ในฐานะสุนัข ฉันต้องทนทุกข์ทรมานมาก"
"I do not get enough to eat"
"ฉันกินไม่พอ"
"My only food is what you leave me"
"อาหารของฉันมีเพียงสิ่งที่คุณทิ้งไว้ให้ฉัน"

"That was fine when I was a mouse"
"นั่นก็ดีตอนที่ฉันเป็นหนู"
"But you have made me much larger"
"แต่คุณทำให้ฉันยิ่งใหญ่มากขึ้นมาก"
"And it is not enough to fill my mouth"
"และมันไม่พอให้เติมปากฉัน"
"OH your reverence, how I envy those monkeys"
"โอ้ ท่านผู้เคารพ ฉันอิจฉาลิงพวกนั้นจริงๆ"
"They jump about from tree to tree"
"พวกมันกระโดดไปมาระหว่างต้นไม้"
"They eat all sorts of delicious fruits!"
"พวกมันกินผลไม้อร่อยๆ ทุกชนิด!"
"Please may reverence not get angry"
"ขอท่านอย่าได้โกรธเคืองเลย"
"I pray to be changed into a monkey"
"ฉันอธิษฐานให้ตัวเองกลายเป็นลิง"
The sage was a very understanding man.
ฤาษีเป็นคนมีความเข้าใจมาก
His heart was filled with patience.
หัวใจของเขาเต็มไปด้วยความอดทน
He was happy to grant his pet's wish.
เขาดีใจที่ได้ทำให้สิ่งที่สัตว์เลี้ยงของเขาปรารถนาเป็นจริง
He threw some holy water on the dog.
เขาสาดน้ำศักดิ์สิทธิ์ลงบนตัวสุนัข
And the dog instantly became a monkey.
และสุนัขก็กลายเป็นลิงทันที

Our monkey was at first wild with joy.
ลิงของเราตอนแรกก็ตื่นเต้นดีใจมาก
She leaped from one tree to another.
เธอกระโดดจากต้นไม้ต้นหนึ่งไปอีกต้นหนึ่ง
She sucked every luscious fruit.
เธอได้ดูดผลไม้แสนอร่อยทุกชิ้น
But her joy was short-lived again.

แต่ความสุขของเธอก็อยู่ได้ไม่นานอีกแล้ว
Summer had brought with it its drought.
ฤดูร้อนได้นำความแห้งแล้งมาด้วย
Monkeys find it hard to climb down.
ลิงพบว่ามันยากที่จะปีนลงมา
So she couldn't drink from the river.
เธอจึงไม่สามารถดื่มน้ำจากแม่น้ำได้
She saw how the wild boars lived.
เธอเห็นว่าหมูป่าใช้ชีวิตกันอย่างไร
All day they splashed in the water.
พวกเขาเล่นน้ำกันทั้งวัน
She envied their life now.
เธออิจฉาชีวิตของพวกเขาตอนนี้
"Oh how happy those wild boars are!"
"โอ้ หมูป่าพวกนั้นช่างมีความสุขจริงๆ!"
"All day their bodies are cooled"
"ร่างกายเย็นสบายตลอดวัน"
"All day they are refreshed by water"
"สดชื่นตลอดวันด้วยน้ำ"
"How I wish I were a wild boar"
"ฉันอยากเป็นหมูป่าจังเลย"
That night she went to the Rishi.
คืนนั้นนางไปหาฤาษี
She recounted her troubles to him.
เธอเล่าถึงความทุกข์ยากของเธอให้เขาฟัง
She told him all about the wild boars.
เธอเล่าเรื่องหมูป่าให้เขาฟังทั้งหมด
"Oh how pleasant their lives must be"
"โอ้ ชีวิตของพวกเขาคงจะน่ารื่นรมย์มากทีเดียว"
And she begged to be changed again.
และเธอก็ขอร้องให้มีการเปลี่ยนแปลงอีกครั้ง
"I pray to be changed into a wild boar"
"ฉันขอพรให้ตัวเองกลายเป็นหมูป่า"
The sage's kindness knew no bounds.
ความเมตตาของฤาษีนั้นไม่มีขอบเขต

and he complied with his pet's request.
และเขาก็ทำตามคำขอของสัตว์เลี้ยงของเขา
He threw some holy water on the monkey.
เขาสาดน้ำศักดิ์สิทธิ์ลงบนลิง
And the monkey instantly became a wild boar.
และลิงก็กลายเป็นหมูป่าทันที

Our boar was now very content.
หมูป่าของเราตอนนี้ดูมีความสุขมาก
She kept her body soaking wet.
เธอทำให้ร่างกายของเธอเปียกโชก
Every day she went to the river.
เธอไปที่แม่น้ำทุกวัน
She splashed about in her favorite element.
เธอเล่นน้ำในองค์ประกอบที่เธอชื่นชอบ
But life is not safe for wild boars.
แต่ชีวิตก็ไม่ปลอดภัยสำหรับหมูป่า
One day the king was out hunting.
วันหนึ่งกษัตริย์ทรงออกไปล่าสัตว์
He was riding on an adorned elephant.
พระองค์ทรงขี่ช้างที่ประดับตกแต่งไว้
Only by luck did our wild boar escape.
หมูป่าของเรารอดมาได้ก็เพราะโชคช่วยเท่านั้น
She thought a lot about her experience.
เธอคิดมากเกี่ยวกับประสบการณ์ของเธอ
She dwelt on the dangers of her life.
เธอครุ่นคิดถึงอันตรายในชีวิตของเธอ
And she envied the stately elephant.
และนางก็อิจฉาช้างที่สง่างามตัวนั้น
The elephant was more fortunate than her.
ช้างยังโชคดีกว่าเธอ
He got to carry the king on his back.
เขาต้องแบกพระราชาไว้บนหลัง
Now she longed to be an elephant.
ตอนนี้เธออยากเป็นช้าง

And at night she besought the Rishi.
และนางก็วิงวอนขอฤาษีในเวลากลางคืน

Our elephant was roaming the wilderness.
ช้างของเราเดินเฟ่นฟานไปทั่วป่า
On her adventures she saw the king.
ในระหว่างการผจญภัยของเธอเธอได้พบกับกษัตริย์
Our elephant went towards the king's suite.
ช้างของเราเดินไปยังห้องชุดของพระราชา
She had every intention of being caught.
เธอมีความตั้งใจอย่างยิ่งที่จะถูกจับ
The king saw the elephant from a distance.
พระราชาทรงทอดพระเนตรเห็นช้างแต่ไกล
He couldn't help but admire her beauty.
เขาอดไม่ได้ที่จะชื่นชมความงามของเธอ
He gave his orders to his servants.
พระองค์ทรงบัญชาแก่คนรับใช้ของพระองค์
"Catch and tame this elephant"
"จับช้างตัวนี้มาฝึก"
Our elephant was easily caught.
ช้างของเราถูกจับได้อย่างง่ายดาย
She was taken into the royal stables.
เธอถูกนำตัวไปที่คอกม้าของราชวงศ์
And she was tamed without any trouble.
และนางก็ถูกฝึกให้เชื่องโดยไม่มีปัญหาใดๆ

One day the queen had a wish.
วันหนึ่งราชินีทรงมีพระประสงค์ประการหนึ่ง
She wished to go to the holy Ganges.
นางปรารถนาจะไปที่แม่น้ำคงคาอันศักดิ์สิทธิ์
She wished to bathe in the holy waters.
นางปรารถนาจะอาบน้ำในน้ำศักดิ์สิทธิ์
The king wanted to accompany his wife.
กษัตริย์ทรงปรารถนาจะไปกับภรรยาของเขาด้วย
So he made his orders to his servants.

แล้วท่านก็ทรงบัญชาแก่คนรับใช้ของท่านว่า
"Bring us the newly caught elephant"
"นำช้างที่เพิ่งจับมาให้เรา"
The king and queen mounted on her back.
กษัตริย์และราชินีทรงประทับบนหลังของเธอ
Our elephant had gotten her wish.
ช้างของเราได้ดั่งใจปรารถนาแล้ว
Well... she seemed to have gotten her wish.
ดูเหมือนว่าเธอจะสมหวังแล้ว...
The king had mounted on her back.
กษัตริย์ทรงเสด็จขึ้นบนหลังของเธอ
But no, the elephant didn't get her wish.
แต่ช้างก็ไม่ได้ดั่งใจเธอ
She looked upon herself as a lordly beast.
นางมองตนเองเป็นสัตว์ผู้สูงศักดิ์
She could not a woman riding on her back.
เธอไม่สามารถให้ผู้หญิงขี่หลังเธอได้
It wasn't enough that she was a queen.
การที่เธอเป็นราชินีนั้นไม่เพียงพอ
She could not bear the idea of it.
เธอไม่อาจทนต่อความคิดนั้นได้
She felt she had been degraded.
เธอรู้สึกว่าตัวเองถูกเหยียดหยาม
She jumped up as violently as elephants can.
เธอกระโดดขึ้นอย่างรุนแรงเท่าที่ช้างจะทำได้
Both the king and queen fell to the ground.
ทั้งกษัตริย์และราชินีต่างก็ล้มลงกับพื้น
The king carefully picked up the queen.
กษัตริย์ทรงหยิบราชินีขึ้นมาด้วยความระมัดระวัง
He took the queen in his arms.
เขาอุ้มราชินีไว้ในอ้อมแขน
He asked her whether she had been hurt.
เขาถามเธอว่าเธอได้รับบาดเจ็บหรือไม่
He wiped off the dust from her clothes.
เขาปัดฝุ่นออกจากเสื้อผ้าของเธอ

And he tenderly kissed her a hundred times.
และเขาก็จูบเธออย่างอ่อนโยนร้อยครั้ง
Our elephant witnessed the king's caresses.
ช้างของเราได้เห็นการโอบอุ้มของพระราชา
And she scampered off to the woods.
แล้วเธอก็วิ่งหนีเข้าไปในป่า
She ran as fast as her legs could carry her.
เธอวิ่งเร็วที่สุดเท่าที่ขาของเธอจะพาไปได้
As she ran, she thought within herself;
ขณะที่เธอวิ่งไปเธอก็คิดอยู่ในใจว่า
"I have experienced many different lives"
"ฉันได้สัมผัสชีวิตที่แตกต่างกันมากมาย"
"And I have experienced different happiness"
"และฉันก็ได้ประสบความสุขที่แตกต่างกัน"
"But those lives cannot be compared"
"แต่ชีวิตเหล่านั้นไม่อาจเปรียบเทียบได้"
"A queen is the happiest creature of all"
"ราชินีคือสิ่งมีชีวิตที่มีความสุขที่สุด"
"Of what infinite regard is she the object of!"
"นางเป็นเป้าหมายของความนับถืออันไม่มีที่สิ้นสุด!"
"The king lifted her off the ground"
"กษัตริย์ทรงยกนางขึ้นจากพื้นดิน"
"And he carefully took her in his arms"
"แล้วเขาก็อุ้มเธอไว้ในอ้อมแขนอย่างระมัดระวัง"
"He made many tender inquiries to her"
"เขาได้สอบถามเธออย่างอ่อนโยนหลายครั้ง"
"And he wiped off the dust from her clothes"
"แล้วเขาก็เช็ดฝุ่นออกจากเสื้อผ้าของเธอ"
"And he kissed her a hundred times!"
"และเขาก็จูบเธอเป็นร้อยครั้ง!"
"Oh, the happiness of being a queen!"
"โอ้ความสุขของการเป็นราชินี!"
"I must ask the Rishi to make me a queen!"
"ข้าจะต้องขอให้ฤาษีสถาปนาข้าเป็นราชินี!"

The sun was just about to set.
พระอาทิตย์กำลังจะตกดินแล้ว
Our elephant made it back to the hut.
ช้างของเรากลับมาถึงกระท่อมแล้ว
The Rishi had just finished his devotions.
ฤาษีเพิ่งเสร็จสิ้นการอธิษฐานของพระองค์
She fell on the ground at his feet.
เธอล้มลงบนพื้นแทบเท้าของเขา
She was still the little mouse.
เธอยังคงเป็นหนูตัวน้อย
And he was still the holy sage.
และพระองค์ยังคงเป็นพระฤาษีผู้ศักดิ์สิทธิ์
"What's the news?" inquired the Rishi.
"ข่าวอะไรบ้าง" ฤาษีถาม
"Why have you left the king's palace!"
"เหตุใดท่านจึงออกจากพระราชวัง!"
Our elephant thought about her words.
ช้างของเราคิดถึงคำพูดของเธอ
"What shall I say to your reverence!"
"ข้าพเจ้าจะกล่าวอะไรให้ท่านผู้เคารพได้ฟังดี!"
"You have been very kind to me"
"คุณใจดีกับฉันมาก"
"You have granted every wish of mine"
"ท่านได้ให้พรทุกประการแก่ข้าพเจ้าแล้ว"
"I was a mouse and you gave me speech"
"ฉันเป็นหนูและคุณให้ฉันพูด"
"But as a mouse my life was in danger"
"แต่ชีวิตของฉันตกอยู่ในอันตราย ในฐานะหนู"
"You saved me by turning me into a cat"
"คุณช่วยฉันไว้โดยเปลี่ยนฉันให้กลายเป็นแมว"
"But as a cat my life was no safer"
"แต่ในฐานะแมว ชีวิตของฉันก็ไม่ได้ปลอดภัยขึ้นเลย"
"And you helped me become a dog"

“และคุณช่วยให้ฉันกลายเป็นสุนัข”

“But as a dog I had not enough to eat”

“แต่ในฐานะหมา ฉันกินอะไรไม่อิ่มเลย”

“You provided for me again”

“คุณทำให้ฉันอีกแล้ว”

“And you turned my into a monkey”

“แล้วคุณก็เปลี่ยนฉันให้กลายเป็นลิง”

“I had all I could wish to eat”

“ฉันมีทุกอย่างที่อยากกิน”

“But I had no way of cooling my body”

“แต่ฉันไม่มีทางที่จะทำให้ร่างกายเย็นลงได้”

“You helped me with this too”

“คุณก็ช่วยฉันเรื่องนี้ด้วย”

“And you turned me into a wild boar”

“แล้วคุณก็เปลี่ยนฉันให้กลายเป็นหมูป่า”

“Wild boars have a comfortable life”

“หมูป่ามีชีวิตสุขสบาย”

“But they don't live without danger”

“แต่พวกเขาไม่สามารถอยู่ได้โดยปราศจากอันตราย”

“And again you protected me”

“และคุณก็ปกป้องฉันอีกแล้ว”

“And you turned me into an elephant”

“แล้วคุณก็เปลี่ยนฉันให้กลายเป็นช้าง”

“Being an elephant has increased my bulk”

“การเป็นช้างทำให้ฉันตัวใหญ่ขึ้น”

“But being an elephant has not increased my happiness”

“แต่การเป็นช้างไม่ได้ทำให้ฉันมีความสุขมากขึ้น”

“I have one more boon to ask of you”

“ฉันมีเรื่องดีอีกเรื่องหนึ่งที่จะขอจากคุณ”

“It will be the last boon I ask for”

“นั่นจะเป็นพรสุดท้ายที่ฉันขอ”

“I see now who the happiest creature is”

“ตอนนี้ฉันรู้แล้วว่าใครคือสิ่งมีชีวิตที่มีความสุขที่สุด”

"A queen is the happiest in the world"
"ราชินีคือผู้ที่มีความสุขที่สุดในโลก"
"Holy father, please make me a queen"
"พ่อผู้ศักดิ์สิทธิ์โปรดทำให้ฉันเป็นราชินี"
"Silly child," answered the Rishi.
"เด็กโง่" ฤๅษีตอบ
"How can I make you a queen!"
"ฉันจะทำให้คุณเป็นราชินีได้อย่างไร!"
"Where can I get a kingdom for you!"
"ข้าจะหาอาณาจักรให้ท่านได้ที่ไหน!"
"Where would I find a royal husband!"
"ฉันจะหาสามีที่เป็นราชวงศ์ได้จากที่ไหน!"
But the Rishi was still patient.
แต่ฤๅษีก็ยังคงอดทน
"There is one thing I can do for you"
"มีสิ่งหนึ่งที่ฉันสามารถทำเพื่อคุณได้"
"I can change you into a beautiful girl"
"ฉันสามารถเปลี่ยนคุณให้กลายเป็นสาวสวยได้"
"You will be as beautiful as a queen"
"คุณจะสวยราวกับราชินี"
"You will possess all the charms you need"
"คุณจะมีเสน่ห์ทุกอย่างที่คุณต้องการ"
"Your charms can captivate a prince's heart"
"เสน่ห์ของคุณสามารถสะกดใจเจ้าชายได้"
"But you must wait for what the gods decide"
"แต่คุณต้องรอว่าเทพเจ้าจะตัดสินอย่างไร"
"They will grant you an interview"
"เขาจะให้คุณสัมภาษณ์"
"Tou will have your chance with a prince!"
"เจ้าจะมีโอกาสได้อยู่กับเจ้าชายแล้ว!"
Our elephant agreed to the change.
ช้างของเราตกลงที่จะเปลี่ยนแปลง
The beast was transformed by the Rishi.
สัตว์ร้ายนั้นถูกฤๅษีแปลงร่าง

And now she was a beautiful young lady.
และตอนนี้เธอก็เป็นหญิงสาวที่สวยงามแล้ว
The holy sage named her Postomani.
พระฤาษีทรงตั้งชื่อนางว่า โพสโตมานี
Her name meant 'the poppy-seed lady'.
ชื่อของเธอหมายถึง 'หญิงสาวเมล็ดฝิ่น'

Postomani lived in the Rishi's hut.
โพสโตมานีอาศัยอยู่ในกระท่อมของฤาษี
She spent her time tending the flowers.
เธอใช้เวลาไปกับการดูแลดอกไม้
And she watered the plants in the garden.
และเธอก็รดน้ำต้นไม้ในสวน
One day she was sitting at the hut.
วันหนึ่งเธอได้นั่งอยู่ที่กระท่อม
The Rishi was at the holy Ganges.
ฤาษีประทับอยู่ที่แม่น้ำคงคาอันศักดิ์สิทธิ์
A richly dressed man came towards the cottage.
ชายแต่งตัวหรูหราคนหนึ่งเดินมาที่กระท่อม
She stood up to welcome the man.
เธอจึงลุกขึ้นต้อนรับชายคนนั้น
And she asked the stranger who he was.
และเธอถามคนแปลกหน้าว่าเขาเป็นใคร
"What have you come for?" she asked.
"คุณมาที่นี่เพื่ออะไร" เธอถาม
"I have been on a hunt"
"ฉันได้ออกล่า"
"But we chased the deer in vain"
"แต่เราไล่ตามกวางไปอย่างไร้ผล"
"Now I am thirsty from the heat"
"ตอนนี้ฉันกระหายน้ำเพราะความร้อน"
"I thought that a Rishi lives here"
"ฉันคิดว่าที่นี่มีฤาษีอาศัยอยู่"
"I had come to ask him for water"

"ฉันมาขอน้ำจากเขา"
"But now I see you live here"
"แต่ตอนนี้ฉันเห็นคุณอยู่ที่นี่"
Postomani answered the stranger.
โพสโตมานีตอบคนแปลกหน้า
"Look upon this hut as your own"
"มองกระท่อมหลังนี้ว่าเป็นของคุณ"
"I am sorry, but we are poor"
"ฉันขอโทษนะ แต่เราจน"
"We cannot offer you any entertainment"
"เราไม่สามารถให้ความบันเทิงใดๆ แก่คุณได้"
"But let me make your visit comfortable"
"แต่ให้ฉันทำให้คุณมาเยี่ยมได้อย่างสบายใจ"
"Because, I believe you are a king"
"เพราะว่าฉันเชื่อว่าคุณเป็นกษัตริย์"
"If I am not mistaken," she added.
"ถ้าฉันไม่เข้าใจผิด" เธอกล่าวเสริม
The stranger smiled in recognition.
คนแปลกหน้ายิ้มอย่างจำได้

Postomani then brought a pot of water.
จากนั้น โพสโตมานีก็นำหม้อน้ำมา
She went to wash her royal guest's feet.
นางไปล้างเท้าแขกของพระองค์
But the visitor did not let her do this.
แต่ผู้มาเยี่ยมไม่ยอมให้เธอทำเช่นนี้
"Holy maid, do not touch my feet"
"แม่พระอย่าแตะเท้าของฉัน"
"I am only a Kshatriya," he confessed.
"ผมเป็นเพียงกษัตริย์" เขายอมรับ
"And you are the daughter of a holy sage"
"และคุณเป็นลูกสาวของฤๅษีศักดิ์สิทธิ์"
"Noble sir;" Postomani begun to confess.
"ท่านผู้สูงศักดิ์" โพสโตมานีเริ่มสารภาพ

"I am not the daughter of the Rishi"

"ฉันไม่ใช่ลูกสาวของฤาษี"

"And am I not a Brahmani girl either"

"แล้วฉันก็ไม่ใช่สาวพราหมณ์เหมือนกันเหรอ"

"There is no harm in me touching your feet"

"การที่ฉันสัมผัสเท้าของคุณก็ไม่เป็นไร"

"Besides, you are my guest"

"นอกจากนี้คุณเป็นแขกของฉัน"

"And I am bound to wash your feet"

"และฉันจะล้างเท้าของคุณ"

"Forgive my impertinence," the king wished.

"โปรดยกโทษให้กับความหยาบคายของข้าพเจ้า"
กษัตริย์ทรงปรารถนา

"What caste do you belong to?" he asked.

"คุณเป็นคนวรรณะไหน?" เขาถาม

"I only know what the sage told me"

"ฉันรู้เพียงสิ่งที่ปราชญ์บอกฉัน"

"I heard my parents were Kshatriyas"

"ฉันได้ยินมาว่าพ่อแม่ของฉันเป็นกษัตริย์"

The stranger wanted to know more.

คนแปลกหน้าอยากรู้มากกว่านี้

"May I ask whether your father was a king!"

"ขอถามหน่อยว่าพ่อของคุณเป็นกษัตริย์หรือเปล่า?"

"You have an uncommon beauty," he said.

"คุณมีความงามที่ไม่ธรรมดา" เขากล่าว

"And you possess a stately demeanor"

"และท่านยัง มีกิริยาท่าทางสง่างามอีกด้วย"

"These qualities cannot be worked for"

"คุณสมบัติเหล่านี้ไม่สามารถนำมาใช้ได้"

"It shows that you were born a princess"

"มันแสดง ให้เห็นว่าคุณเกิดมาเป็นเจ้าหญิง"

Postomani avoided answering the question.

โพสโตมานีหลีกเลี่ยงการตอบคำถาม

Instead she went inside the hut.

แต่เธอกลับเข้าไปในกระท่อมแทน
She brought out a tray of delicious fruits.
เธอเอาถาดผลไม้แสนอร่อยออกมา
And she set the fruits before the king.
แล้วนางก็เอาผลไม้ไปถวายพระราชา
The king, however, did not touch the fruits.
แต่กษัตริย์ไม่แตะผลไม้เลย
He waited until his question was answered.
เขาคอยจนกว่าจะได้รับคำตอบคำถามของเขา
"I only know what the holy sage says"
"ฉันรู้เพียงสิ่งที่พระฤๅษีกล่าว"
"He says that my father was a king"
"เขาบอกว่าพ่อของฉันเป็นกษัตริย์"
"But he was overcome in a battle"
"แต่เขาก็พ่ายแพ้ในการต่อสู้"
"So he, with my mother, fled into the woods"
"แล้วเขาก็หนีเข้าไปในป่าพร้อมกับแม่ของฉัน"
"My poor father was eaten by a tiger"
"พ่อผู้น่าสงสารของฉันถูกเสือกิน"
"My mother closed her eyes as I opened mine"
"แม่ของฉันหลับตาลงในขณะที่ฉันลืมตาขึ้น"
"There was a bee-hive on the tree"
"มีรังผึ้งอยู่บนต้นไม้"
"I lay at the foot of that tree"
"ฉันนอนอยู่ที่โคนต้นไม้นั้น"
"Drops of honey fell into my mouth"
"หยดน้ำผึ้งหล่นเข้าปากฉัน"
"The honey maintained the spark inside me"
"น้ำผึ้งช่วยรักษาประกายไฟภายในตัวฉันไว้"
"And then the kind Rishi found me"
"แล้วฤๅษีผู้ใจดีก็พบฉัน"
"The holy sage brought me into his hut"
"พระฤๅษีพาข้าพเจ้าเข้าไปในกระท่อมของท่าน"
"This is the simple story of this wretched girl"

"นี่คือเรื่องราวเรียบง่ายของหญิงสาวผู้น่าสงสารคนนี้"
"The girl who now stands before the king"
"หญิงสาวที่ยืนอยู่ต่อหน้าพระราชาตอนนี้"
"Call not yourself wretched," replied the king.
"อย่าเรียกตัวเองว่าเป็นคนน่าสงสารเลย" กษัตริย์ตรัสตอบ
"You are the most beautiful of women"
"คุณเป็นผู้หญิงที่สวยที่สุด"
"And you are the loveliest of women"
"และคุณเป็นผู้หญิงที่น่ารักที่สุด"
"You would adorn the grandest palaces"
"เจ้าจะประดับพระราชวังที่ยิ่งใหญ่ที่สุด"

Postomani had gotten her interview.
โพสโตมานีได้รับการสัมภาษณ์ของเธอแล้ว
She fell in love with the king.
เธอตกหลุมรักกษัตริย์
And the king fell in love with her.
และกษัตริย์ก็ทรงตกหลุมรักเธอ
The Rishi joined them in marriage.
ฤาษีได้นำพวกเขาเข้าสู่การแต่งงาน
Postomani became the king's favourite queen.
โพสโตมานีกลายเป็นราชินีที่กษัตริย์โปรดปราน
And the former queen was in disgrace.
และอดีตราชินีก็ตกอยู่ในสภาพเสื่อมเสียชื่อเสียง
But Postomani's happiness was short-lived.
แต่ความสุขของโพสโตมานีก็อยู่ได้ไม่นาน
One day as she was standing by a well.
วันหนึ่งขณะที่เธอยืนอยู่ข้างบ่อน้ำแห่งหนึ่ง
She was overcome by a moment of giddiness.
เธอเกิดอาการวิงเวียนศีรษะชั่วขณะหนึ่ง
Fortune had her fall into the water.
โชคดีที่เธอตกลงไปในน้ำ
And she died in the water of the well.
และนางก็ตายอยู่ในน้ำบ่อนั้น
The Rishi then came to the king.

ฤๅษีจึงเข้ามาหาพระราชา

"O king, grieve not over the past"

"โอ้พระราชา ขออย่าทรงโศกเศร้าเสียใจกับอดีตเลย"

"What is fixed by fate must come to pass"

"สิ่งที่ถูกกำหนดไว้ด้วยโชคชะตา ย่อมเกิดขึ้น"

"The queen drowned in your well"

"ราชินีจมน้ำตายในบ่อน้ำของคุณ"

"But she was not of royal blood"

"แต่เธอไม่ได้มีสายเลือดราชวงศ์"

"She was born to a family of mice"

"เธอเกิดมาในครอบครัวหนู"

"Each evening she came to my hut"

"ทุกเย็นเธอจะมาที่กระท่อมของฉัน"

"And I gave her the power of speech"

"และฉันมอบอำนาจในการพูดให้กับเธอ"

"With speech she could express her wishes"

"เธอสามารถแสดงความปรารถนาของเธอออกมาได้ด้วยคำพูด"

"I changed her according to her wishes"

"ฉันเปลี่ยนเธอตามความปรารถนาของเธอ"

"As a mouse she feared the cat"

"เมื่อเป็นหนูเธอก็กลัวแมว"

"And so I changed her into a cat"

"แล้วฉันก็เปลี่ยนเธอให้เป็นแมว"

"As a cat she feared the dogs"

"เพราะเป็นแมวเธอจึงกลัวหมา"

"And so I changed her into a dog"

"แล้วฉันก็เปลี่ยนเธอให้เป็นหมา"

"As a dog she had not enough to eat"

"เพราะเป็นหมาจึงไม่มีอาหารกินเพียงพอ"

"And so I changed her into a monkey"

"แล้วฉันก็เปลี่ยนเธอให้เป็นลิง"

"As a monkey she couldn't bear the heat"

"เป็นลิงก็ทนร้อนไม่ได้"

"And so I changed her into a wild boar"
"แล้วฉันก็เปลี่ยนเธอให้เป็นหมูป่า"
"As a boar her life was not safe"
"ชีวิตของเธอในฐานะหมูป่าไม่ปลอดภัย"
"And so I changed her into an elephant"
"แล้วฉันก็เปลี่ยนเธอให้เป็นช้าง"
"That was the elephant you caught"
"นั่นคือช้างที่คุณจับได้"
"But as an elephant she was not loved"
"แต่ในฐานะช้างเธอไม่ได้รับความรัก"
"And so I changed her one last time"
"แล้วฉันก็เปลี่ยนเธอเป็นครั้งสุดท้าย"
"I changed her into a beautiful girl"
"ฉันเปลี่ยนเธอให้เป็นสาวสวยแล้ว"
"That is the girl that you married"
"นั่นคือผู้หญิงที่คุณแต่งงานด้วย"
"And that is the girl that drowned"
"แล้วนั่นก็คือหญิงสาวที่จมน้ำตาย"
"Take into favor your former queen"
"รับเอาอดีตราชินีของคุณมาไว้เป็นบุญคุณ"
"And don't worry for my daughter"
"และอย่ากังวลเรื่องลูกสาวของฉัน"
"I will make her name immortal"
"ฉันจะทำให้ชื่อของเธอเป็นอมตะ"
"Let her body remain in the well"
"ให้ร่างกายของเธอคงอยู่ในบ่อน้ำ"
"Fill the well up with earth"
"ถมบ่อน้ำให้เต็มด้วยดิน"
"In her flesh there is a seed"
"ในเนื้อของเธอมีเมล็ดพันธุ์"
"From her bones a tree will grow"
"จากกระดูกของเธอจะมีต้นไม้เติบโต"
"We will name this tree after her"

"เราจะตั้งชื่อต้นไม้ต้นนี้ตามชื่อของเธอ"

"The tree shall be called 'Posto'"

"ต้นไม้นั้นจะถูกเรียกว่า ·โพสโต·"

"This means 'the Poppy tree'"

"นี่แปลว่า ·ต้นฝิ่น·"

"From this tree there will come a drug"

"จากต้นไม้ต้นนี้จะเกิดยา"

"This drug will be called opium"

"ยาตัวนี้จะเรียกว่าฝิ่น"

"Opium will be a powerful drug"

"ฝิ่นจะเป็นยาที่มีฤทธิ์แรง"

"People will consume opium in every epoch"

"ผู้คนจะเสพฝิ่นในทุกยุคทุกสมัย"

"Opium will either be swallowed or smoked"

"ฝิ่นจะถูกกลืนหรือสูบ"

"And opium will be a wonderful narcotic"

"และฝิ่นจะเป็นยาเสพติดที่วิเศษ"

"Opium will be used till the end of time"

"ฝิ่นจะถูกใช้ไปจนชั่วกาล"

"You will recognize the opium smoker"

"คุณจะจำคนสูบฝิ่นได้"

"He will have many different qualities"

"เขาจะมีคุณสมบัติที่แตกต่างกันมากมาย"

"One quality for each of the animals"

"คุณสมบัติหนึ่งประการสำหรับสัตว์แต่ละตัว"

"The animals which Postomani had lived as"

"สัตว์ที่โพสโตมานีเคยอาศัยอยู่"

"He will be mischievous, like a mouse"

"เขาจะซุกซนเหมือนหนู"

"He will be fond of milk, like a cat"

"เขาจะชอบนมเหมือนแมว"

"He will be quarrelsome, like a dog"

"เขาจะทะเลาะกันเหมือนหมา"

"He will be filthy, like a monkey"
"เขาจะสกปรกเหมือนลิง"
"He will be savage, like a boar"
"เขาจะดุร้ายเหมือนหมูป่า"
"He will be confident, like an elephant"
"เขาจะมั่นใจเหมือนช้าง"
"And he will be high-tempered, like a queen"
"และเขาจะเป็นคนอารมณ์ร้อนเหมือนราชินี"

Strike, but Listen First
โจมตี แต่ฟังก่อน

There was once a king who had three sons.
กาลครั้งหนึ่งนานมาแล้ว มีกษัตริย์พระองค์หนึ่งมีโอรส 3 พระองค์
His royal subjects came to him one day and said;
วันหนึ่งมีข้าราชบริพารมาหาพระองค์แล้วทูลว่า
"Oh incarnation of justice! hear our plea"
"โอ้ องค์แห่งความยุติธรรม! โปรดฟังคำวิงวอนของเรา"
"The kingdom is infested with thieves and robbers"
"อาณาจักรเต็มไปด้วยโจรและโจร"
"Our property is not safe from their thievery"
"ทรัพย์สินของเราไม่ปลอดภัยจากการโจรกรรม"
"We pray your majesty to catch hold of these thieves"
"ขอพระองค์ทรงจับโจรพวกนี้ให้ได้"
"We beg you punish them to the full extent of the law"
"เราขอวิงวอนให้ท่านลงโทษพวกเขาให้ถึงที่สุด ตามกฎหมาย"
The king said to his sons, "Oh, my sons, I am old"
กษัตริย์ตรัสแก่บุตรทั้งหลายว่า "โอ้ บุตรทั้งหลายของเรา เราแก่แล้ว"
"But you are all in the prime of manhood"
"แต่พวกคุณทุกคนยังอยู่ในช่วงวัยหนุ่ม"
"How is it that my kingdom is full of thieves?"
"ทำไมอาณาจักรของฉันจึงเต็มไปด้วยโจร?"
"I look to you to catch hold of these thieves"
"ฉันหวังพึ่งคุณให้จับโจรพวกนี้ได้"
The three princes then made up their minds.
เจ้าชายทั้งสามจึงตัดสินใจกัน
They were going to patrol the city every night.
พวกเขาจะออกลาดตระเวนในเมืองทุกคืน
They set up a watch out in the outskirts of the city.
พวกเขาตั้งจุดเฝ้าระวังไว้บริเวณนอกเมือง
The early part of the night had arrived.
เมื่อเวลาใกล้ค่ำก็มาถึง
So the eldest prince took on his duties.

เจ้าชายองค์โตจึงรับหน้าที่ของตนไป
He rode upon his horse through the whole city.
พระองค์ได้ทรงม้าไปทั่วทั้งเมือง
But did not see a single thief anywhere he looked.
แต่มองไปทางไหนก็ไม่เห็นมีโจรสักคนเลย
He came back to the policing station.
เขากลับมาที่สถานีตำรวจอีกครั้ง
The middle part of the night had arrived.
เมื่อกลางดึกก็มาถึงแล้ว
So the second prince took on his duties.
เจ้าชายองค์ที่สองจึงรับหน้าที่ของตน
And he too rode through every part of the city.
และเขาก็ขี่ไปตามทุกส่วนของเมือง
But he did not see or hear of a single thief.
แต่เขาไม่ได้เห็นหรือได้ยินว่ามีโจรสักคนเดียว
He came also back to the policing station.
เขายังกลับมาที่สถานีตำรวจอีกครั้ง
The latter part of the night had arrived.
เมื่อช่วงหลังของคืนได้มาถึงแล้ว
So the youngest prince took on his duties.
เจ้าชายน้อยจึงรับหน้าที่ต่อไป
He went near the gate of his father's palace.
พระองค์เสด็จไปใกล้ประตูพระราชวังของบิดา
There he saw a beautiful woman leaving the palace.
ที่นั่นเขาได้เห็นหญิงสาวสวยคนหนึ่งกำลังออกจากพระราชวัง
The prince asked the woman, "who are you?"
เจ้าชายทรงถามหญิงนั้นว่า "ท่านเป็นใคร?"
"Where are you going at this hour of the night?"
"เวลานี้ท่านจะไปไหน?"
The woman answered the young prince.
หญิงคนนั้นตอบเจ้าชายหนุ่ม
"I am Rajlakshmi, the guardian deity of this palace"
"ฉันคือราชลักษมี เทพผู้พิทักษ์พระราชวังแห่งนี้"
"The king will be killed this night"
"คืนนี้พระราชาจะถูกสังหาร"

"I am therefore not needed here"
"ฉันจึงไม่จำเป็นที่นี่"
"And that is why I am going away"
"และนั่นคือเหตุผลว่าทำไมฉันถึงต้องไป"
The prince did not know what to make of this message.
เจ้าชายไม่ทราบว่าจะทำอย่างไรกับข้อความนี้
After a moment's reflection he said to the goddess;
หลังจากครุ่นคิดอยู่ครู่หนึ่ง เขาก็กล่าวแก่เทพธิดาว่า
"But, suppose the king is not killed tonight"
"แต่สมมุติว่าคืนนี้พระราชาไม่ถูกฆ่า"
"Have you any objection to return to the palace?"
"ท่านมีข้อคัดค้านใด ๆ ที่จะกลับวังหรือไม่?"
"I have no objection," replied the goddess.
"ฉันไม่มีข้อโต้แย้ง" เทพธิดาตอบ
The prince then begged the goddess to go back.
เจ้าชายจึงขอร้องเทพธิดาให้กลับไป
And he promised to do his best to protect the king.
และเขาสัญญาว่าจะทำดีที่สุดเพื่อปกป้องพระราชา
Then the goddess entered the palace again.
จากนั้นเทพธิดาก็กลับเข้าสู่พระราชวังอีกครั้ง
Within a moment she disappeared into the palace.
เพียงชั่วพริบตาเธอก็หายเข้าไปในพระราชวัง

The prince went straight into the palace too.
เจ้าชายก็ตรงเข้าไปในพระราชวังเช่นกัน
And he went into the bedroom of his royal father.
และเขาเดินเข้าไปในห้องนอนของพระราชบิดาของเขา
There his father lay immersed in deep sleep.
ที่นั่นบิดาของเขาได้นอนหลับสนิทอยู่
The king had a second, younger wife.
กษัตริย์มีภรรยาคนที่สองซึ่งอายุน้อยกว่า
This woman was the stepmother of our prince.
ผู้หญิงคนนี้เป็นแม่เลี้ยงของเจ้าชายของเรา
She was sleeping in another bed in the room.
เธอนอนอยู่บนเตียงอีกเตียงหนึ่งในห้อง

There was a light that was burning dimly.
มีแสงสว่างที่กำลังส่องสว่างอยู่ริบหรี่
But then the prince saw something that surprised him!
แต่แล้วเจ้าชายก็เห็นอะไรบางอย่างที่ทำให้เขาประหลาดใจ!
A huge cobra going round and round the golden bedstead.
งูเห่าตัวใหญ่กำลังวนเวียนอยู่รอบเตียงนอนสีทอง
The bedstead on which his father was sleeping.
เตียงนอนที่พ่อของเขาใช้นอนหลับอยู่
The prince with his sword cut the serpent in two.
เจ้าชายทรงฟันงูเป็นสองท่อนด้วยดาบ
But he was not satisfied with killing the cobra.
แต่เขาไม่พอใจกับการฆ่างูเห่า
So he cut the cobra up into a hundred pieces.
แล้วเขาก็ตัดงูเห่าออกเป็นชิ้นๆ ร้อยชิ้น
And he put the pieces of the cobra inside a pan.
แล้วเขาก็เอาชิ้นส่วนของงูเห่าใส่ลงไปในกระทะ
But while cutting the cobra a misfortune happened.
แต่ขณะที่กำลังแล่งูก็เกิดเหตุร้ายขึ้น
A drop of blood fell on the breast of his stepmother.
เลือดหยดหนึ่งตกลงบนหน้าอกของแม่เลี้ยงของเขา
The prince was in great distress by what had happened.
เจ้าชายทรงเป็นทุกข์ยิ่งนักกับเหตุการณ์ที่เกิดขึ้น
"I have saved my father, but killed my stepmother"
"ฉันช่วยพ่อของฉันไว้ แต่ฆ่าแม่เลี้ยงของฉัน"
How could he remove the drop of blood from her breast?
เขาจะเช็ดหยดเลือดจากหน้าอกของเธอได้อย่างไร?
He wrapped round his tongue a piece of cloth sevenfold.
เขาเอาผ้าชิ้นหนึ่งพันรอบลิ้นของเขาเจ็ดเท่า
And with the cloth he licked up the drop of blood.
และเขาก็ใช้ผ้าเลียหยดเลือดออกไป
But his stepmother's sleep was not so deep.
แต่แม่เลี้ยงของเขากลับนอนหลับไม่สนิทนัก
And in his attempt to save her he awoke her.
และในความพยายามของเขาที่จะช่วยเธอ เขาได้ปลุกเธอให้ตื่น
When opening her eyes she saw it was her stepson.

เมื่อลืมตาขึ้นก็พบว่าเป็นลูกเลี้ยงของเธอ
The young prince rushed out of the room.
เจ้าชายหนุ่มรีบวิ่งออกจากห้องไป
The queen, hated her stepson, the youngest prince.
พระราชินีทรงเกลียดชังพระบุตรเลี้ยงซึ่งเป็นเจ้าชายที่อายุน้อยที่สุด
And she had every intention to ruin his reputation.
และเธอมีความตั้งใจที่จะทำลายชื่อเสียงของเขา
She called out to her husband, "My lord, my lord"
นางร้องเรียกสามีว่า "ท่านเจ้าข้า ท่านเจ้าข้า"
"Are you awake? are you awake? Rouse yourself up"
"ตื่นแล้วเหรอ? ตื่นแล้วเหรอ? ปลุกตัวเองหน่อยสิ"
"Here is a nice piece of news for you"
"นี่เป็นข่าวดีสำหรับคุณ"
The king on awaking inquired what the matter was.
เมื่อกษัตริย์ตื่นขึ้นก็ทรงถามว่ามีเรื่องอะไร
"What the matter is, my lord, let me tell you"
"มีอะไรหรือครับท่าน ขอผมบอกท่านให้ทราบ"
"Your worthy son was just here in this room"
"ลูกชายที่น่ารักของคุณเพิ่งมาอยู่ที่นี่ในห้องนี้"
"The youngest prince, of whom you speak so highly"
"เจ้าชายหนุ่มผู้ซึ่งท่านกล่าวถึงอย่างสูงส่ง"
"I caught him in the act of touching my breast"
"ฉันจับได้ตอนเขากำลังจับหน้าอกฉัน"
"I don't doubt he came with wicked intents"
"ฉันไม่สงสัยเลยว่าเขามาด้วยเจตนาชั่วร้าย"
The king was horror-struck by what he heard.
กษัตริย์ทรงตกตะลึงกับสิ่งที่ได้ยิน
The prince went back to where his brothers kept watch.
เจ้าชายเสด็จกลับไปยังที่ซึ่งพี่น้องของพระองค์เฝ้าดูอยู่
But he told them nothing of what had happened.
แต่เขาไม่ได้บอกพวกเขาถึงสิ่งที่เกิดขึ้น

Early in the morning the king called his eldest son.
เช้าตรู่กษัตริย์ทรงเรียกพระราชโอรสองค์โตของพระองค์

"I entrust my life and my honor to men"
"ฉันฝากชีวิตและเกียรติยศของฉันไว้กับมนุษย์"
"But what if one of these men prove faithless?
"แต่จะเกิดอะไรขึ้นถ้าผู้ชายคนใดคนหนึ่งพิสูจน์ได้ว่าไม่มีความซื่อสัตย์
?
"How should such a man be punished?"
"คนเช่นนี้ควรได้รับการลงโทษอย่างไร?"
The eldest prince replied to his father, the king.
เจ้าชายองค์โตตอบพระราชบิดาของตนว่า
"Doubtless such a man's head should be cut off"
"ไม่ต้องสงสัยเลยว่าคนเช่นนี้ควรจะตัดหัวทิ้ง"
"But first you should establish the facts"
"แต่ก่อนอื่นคุณควรพิสูจน์ข้อเท็จจริงเสียก่อน"
"You must see whether the man is really faithless"
"ต้องดูก่อนว่าชายผู้นี้ไม่มีศรัทธาจริงหรือไม่"
"What do you mean?" inquired the king.
"ท่านหมายถึงอะไร" กษัตริย์ตรัสถาม
"Let your majesty be pleased to listen"
"ขอพระองค์ทรงพอพระทัยที่จะทรงฟัง"
Once upon on a time there lived a goldsmith.
กาลครั้งหนึ่งนานมาแล้ว มีช่างทองคนหนึ่งอาศัยอยู่
This goldsmith had a son who had a wife.
ช่างทองคนนี้มีลูกชายและมีภรรยาแล้ว
His wife had the rare faculty of understanding beasts.
ภรรยาของเขามีความสามารถในการเข้าใจสัตว์ได้อย่างหายาก
But she never told anyone about her uncommon gift.
แต่เธอไม่เคยบอกใครเกี่ยวกับของขวัญที่ไม่ธรรมดาของเธอเลย
Not even her husband knew she could understand animals.
แม้แต่สามีของเธอก็ไม่รู้ว่าเธอเข้าใจสัตว์ได้
One night she was lying in bed beside her husband.
คืนหนึ่งเธอได้นอนอยู่บนเตียงข้างๆ สามีของเธอ
From the river by their house she heard a jackal howl.
เธอได้ยินเสียงหมาจิ้งจอกหอนมาจากแม่น้ำใกล้บ้านของพวกเขา
"There goes a carcass floating on the river"

"มีซากศพลอยอยู่ในแม่น้ำ"
"There's a diamond ring on the dead man's finger"
"มีแหวนเพชรอยู่บนนิ้วของชายที่ตายไปแล้ว"
"Will anyone take the ring and give me the corpse?"
"จะมีใครเอาแหวนไปส่งศพให้ฉันไหม?"
The woman understood the jackal's language.
ผู้หญิงคนนั้นเข้าใจภาษาของหมาจิ้งจอก
She got up from bed and went to the river-side.
เธอลุกจากเตียงเดินไปที่ริมแม่น้ำ
The husband had not been in deep sleep.
สามีไม่ได้นอนหลับสนิท
So with his wife's movements he woke up too.
ดังนั้นด้วยความเคลื่อนไหวของภรรยาเขาก็ทำให้เขาตื่นขึ้นด้วย
And he followed his wife to see where she went.
แล้วเขาก็ตามภรรยาไปดูว่าเธอไปไหน
But he kept his distance, so that he could observe her.
แต่เขาก็ยังคงรักษาระยะห่างเอาไว้ เพื่อที่จะสามารถสังเกตเธอได้
The woman went into the water next to their house.
ผู้หญิงคนนั้นลงไปในน้ำข้างบ้านของพวกเขา
She tugged the floating corpse towards the shore.
เธอจึงลากศพที่ลอยน้ำเข้าหาฝั่ง
And she saw the diamond ring on the finger.
และเธอก็เห็นแหวนเพชรบนนิ้วของเธอ
She was unable to loosen the ring with her hand.
เธอไม่สามารถคลายแหวนด้วยมือได้
Because the fingers of the dead body had swelled.
เพราะนิ้วของศพบวมขึ้นมา
So she bit off the finger with her teeth.
นางจึงกัดนิ้วขาดด้วยฟัน
And she put the dead body upon land, for the jackal.
แล้วนางก็เอาศพไปวางบนบกเพื่อหมาจิ้งจอก
Then she returned to bed, where her husband already was.
จากนั้นเธอก็กลับไปที่เตียงซึ่งสามีของเธอนอนอยู่แล้ว
The young goldsmith lay almost petrified with fear.
ช่างทองหนุ่มนอนอยู่แทบจะกลัวจนตัวแข็ง

He was convinced he was lying next to a Rakshasi.
เขาเชื่อว่าตนกำลังนอนอยู่ข้างๆ ยักษ์
He spent the rest of the night tossing in his bed.
เขาใช้เวลาที่เหลือของคืนนั้นด้วยการพลิกตัวไปมาบนเตียง
And early in the morning spoke to his father.
และตอนเช้าก็พูดคุยกับพ่อของเขา
"The woman thou hast given me is not a real woman"
“ผู้หญิงที่ท่านประทานให้แก่ข้าพเจ้านั้นไม่ใช่ผู้หญิงที่แท้จริง”
"The woman thou hast given me to wife is a Rakshasi"
“หญิงที่ท่านประทานให้เป็นภรรยาแก่ข้าพเจ้าคือ รากษสี”
"Last night I was lying in bed with her"
“เมื่อคืนฉันนอนอยู่บนเตียงกับเธอ”
"By the river I heard the howl of a jackal"
“ริมแม่น้ำฉันได้ยินเสียงหมาจิ้งจอกร้องโหยหวน”
"My wife too, heard the howl of the jackal"
“เมียผมก็ได้ยินเสียงหมาจิ้งจอกร้องเหมือนกัน”
"Thinking I was asleep; she went towards the howl"
“คิดว่าฉันหลับแล้ว เธอจึงเดินไปหาเสียงหอน”
"I was surprised to see her go out of bed alone"
“ฉันแปลกใจที่เห็นเธอออกจากเตียงคนเดียว”
"Suspecting some sort of evil, I followed her outside"
“ด้วยความสงสัยว่ามีบางอย่างชั่วร้าย ฉันจึงตามเธอออกไปข้างนอก”
"But she could not see that I had followed her"
“แต่เธอไม่เห็นว่าฉันตามเธอมา”
"What did she do, do you think? O horror of horrors!"
“เธอทำอะไรลงไป เจ้าคิดว่าไง? โอ้ ความน่าสะพรึงกลัวยิ่งนัก!”
"From the stream she dragged a dead body out"
“นางลากศพขึ้นมาจากลำธาร”
"And what do you think she did with the dead body?"
“แล้วคุณคิดว่าเธอทำอะไรกับศพนั้น?”
"She wasted no time devouring the dead man!"
“เธอไม่เสียเวลาในการกลืนกินชายที่ตายแล้ว!”
"All this I had the misfortune to see with my own eyes"
“ทั้งหมดนี้ฉันโชคร้ายที่ได้เห็นกับตาตัวเอง”

"While she feasted on the carcass I went back to bed"
"ขณะที่เธอกำลังกินซากสัตว์ ฉันก็กลับไปนอน"
"In a few minutes she also returned to bed"
"อีกไม่กี่นาทีเธอก็กลับไปนอนบนเตียงอีกครั้ง"
"She bolted the door shut, and lay beside me"
"เธอปิดประตูล็อคแล้วนอนลงข้างๆ ฉัน"
"Oh my father, how can I live with a Rakshasi?"
"โอ้พ่อ ฉันจะอยู่ร่วมกับพวกอสูรได้อย่างไร"
"She will certainly kill me and eat me up one night"
"เธอจะฆ่าฉันและกินฉันจนหมดในคืนหนึ่งแน่นอน"
You can imagine the shock of the old goldsmith.
คุณคงนึกภาพความตกตะลึงของช่างทองชราคนนั้นออก
Both father and son agreed about what should be done.
ทั้งพ่อและลูกก็ตกลงกันว่าควรทำอย่างไร
The woman should be taken deep into the forest.
ผู้หญิงควรจะถูกพาเข้าไปในป่าลึก
And she should be left for wild beasts to devoured.
และเธอควรจะถูกทิ้งให้สัตว์ป่ากิน
Accordingly, the young goldsmith spoke to his wife.
ช่างทองหนุ่มจึงพูดกับภรรยาของเขาว่า
"My dear love," he said to his wife.
"ที่รักของฉัน" เขากล่าวกับภรรยาของเขา
"You had better not cook much this morning"
"เช้านี้คุณไม่ควรทำอาหารมากนัก"
"Boil a little rice and burn a brinjal"
"ต้มข้าวนิดหน่อยแล้วเผามะเขือยาว"
"Because today we are going to see your parents"
"เพราะวันนี้เราจะไปพบพ่อแม่ของคุณ"
"Your mother and father are dying to see you"
"แม่กับพ่อของคุณคงอยากเห็นคุณแทบตาย"
The woman was full of joy at the unexpected news.
หญิงคนนี้เต็มไปด้วยความสุขกับข่าวที่ไม่คาดฝันนี้
She loved returning to her father's house.
เธอรักการกลับบ้านของพ่อเธอ

And she finished the cooking in no time.
และเธอก็ทำอาหารเสร็จในเวลาไม่นาน
The husband and wife snatched a hasty breakfast.
สามีภรรยารีบรับประทานอาหารเช้า
And soon after breakfast they started their journey.
และหลังจากรับประทานอาหารเช้าไม่นานพวกเขาก็เริ่มต้นการเดินทาง
The way to her father's house was through dense jungle.
เส้นทางไปบ้านพ่อของเธอต้องผ่านป่าดงดิบ
It was the perfect place to abandon his wife.
มันเป็นสถานที่ที่สมบูรณ์แบบสำหรับการละทิ้งภรรยาของเขา
She was bound to be eaten up by wild beasts there.
เธอคงโดนสัตว์ป่ากินไปแล้ว
But while they were walking the woman heard a snake.
ขณะที่พวกเขากำลังเดินไป หญิงคนนั้นก็ได้ยินเสียงงู
"Oh passer-by, in yonder hole there is a frog"
“โอ้ ท่านผู้ผ่านไปมา ในหลุมนั้น มีกบอยู่”
"How thankful I would be if you caught the frog"
“ฉันจะขอบคุณมากหากคุณจับกบได้”
"And the hole is full of gold and precious stones"
“และหลุมนั้นเต็มไปด้วยทองคำและอัญมณีล้ำค่า”
"Give me the frog, and take the treasure for yourself"
“มอบกบให้ฉัน แล้วเอาสมบัติไปเป็นของคุณ”
The woman forthwith went to the frog's hole.
ทันทีที่หญิงนั้นตรงไปที่รูของกบ
And she began digging the hole with a stick.
แล้วเธอก็เริ่มขุดหลุมด้วยไม้
The young goldsmith was now quaking with fear.
ช่างทองหนุ่มตอนนี้ตัวสั่นด้วยความกลัว
He thought his Rakshasi-wife was about to kill him.
เขาคิดว่าภรรยาของราชวงศ์กำลังจะฆ่าเขา
And then his wife called for him to help her.
แล้วภรรยาของเขาก็เรียกให้เขามาช่วยเธอ
"Take all this gold and these precious stones"
“เอาทองคำและอัญมณีล้ำค่าเหล่านี้ไปทั้งหมด”
The goldsmith did not understand her request.

ช่างทองไม่เข้าใจคำขอของเธอ
Timidly he went to where she had dug the hole.
เขาเดินไปที่หลุมที่เธอขุดไว้ด้วยความขี้อาย
But he was infinitely surprised by what he saw.
แต่เขาประหลาดใจมากกับสิ่งที่เขาเห็น
The hole was full of gold and precious stones.
หลุมนั้นเต็มไปด้วยทองคำและอัญมณีล้ำค่า
"How did you know there was a treasure here?"
"คุณรู้ได้ยังไงว่ามีสมบัติอยู่ที่นี่?"
And finally his wife told him of her gift.
และในที่สุดภรรยาของเขาก็บอกเขาถึงของขวัญของเธอ
"I can understand all the beasts in the forest"
"ฉันเข้าใจสัตว์ร้ายทุกตัวในป่า"
"Just over there, there is a snake coiled up"
"ตรงนั้นมีงูขดตัวอยู่"
"She had told me there was a treasure here"
"เธอเล่าให้ฉันฟังว่ามีสมบัติอยู่ที่นี่"
The husband now felt very blessed with his wife.
ตอนนี้สามีก็รู้สึกโชคดีมากที่มีภรรยาของเขา
"My love, it has gotten very late today"
"ที่รัก วันนี้ดึกมากแล้ว"
"I don't think we will reach your father's house"
"ฉันไม่คิดว่าเราจะถึงบ้านพ่อของคุณหรอก"
"Nightfall will catch us before we get there"
"เราจะถึงค่ำเสียก่อนถึงที่นั่น"
"If we stay we might be devoured by wild beasts"
"ถ้าเราอยู่ต่อเราอาจจะถูกสัตว์ป่ากิน"
"I propose therefore that we both return home"
"ฉันขอเสนอให้เราทั้งสองกลับบ้าน"
You can imagine the wife's disappointment.
คุณคงจินตนาการถึงความผิดหวังของภรรยาได้
But she agreed with her husband's assessment.
แต่เธอก็เห็นด้วยกับการประเมินของสามีเธอ
It took them a long time to reach home.

พวกเขาใช้เวลาเดินทางนานมากจึงถึงบ้าน
They were laden with a large quantity of gold.
พวกเขาบรรทุกทองคำจำนวนมากมาย
And they were carrying many precious stones.
และพวกเขาก็ขนอัญมณีล้ำค่ามาเป็นจำนวนมาก
But eventually the got close to their home.
แต่ในที่สุดพวกเขาก็ใกล้ถึงบ้านของพวกเขาแล้ว
"My dear, go by the back door," said the goldsmith.
"ที่รัก ไปทางประตูหลังสิ" ช่างทองกล่าว
"I will go by the front door and see my father"
"ฉันจะไปที่ประตูหน้าแล้วไปหาฟอ"
"And I will show him all this treasure"
"และฉันจะแสดงสมบัติทั้งหมดนี้ให้เขาเห็น"
So she entered the house by the back door.
เธอจึงเข้าบ้านทางประตูหลัง
But the old goldsmith had reason to be there too.
แต่ช่างทองชราก็มีเหตุผลที่จะอยู่ที่นั่นเช่นกัน
He had gone there to collect a hammer.
เขาไปที่นั่นเพื่อเก็บค้อน
The old goldsmith saw his Rakshasi daughter-in-law.
ช่างทองชราเห็นลูกสะใภ้ของตนซึ่งเป็นราชวงศ์รากษส
He concluded she had swallowed up his son.
เขาสรุปว่าเธอกลืนลูกชายของเขาไปแล้ว
And he therefore struck her with the hammer.
แล้วเขาจึงตีเธอด้วยค้อน
The blow immediately killed his daughter-in-law.
การโจมตีดังกล่าวทำให้ลูกสะใภ้ของเขาเสียชีวิตทันที
At that moment the son came into the house.
ขณะนั้นลูกชายก็เข้ามาในบ้าน
But it was too late for him to explain.
แต่มันสายเกินไปสำหรับเขาที่จะอธิบาย
And so the eldest prince's story concluded.
และเรื่องราวของเจ้าชายองค์โตก็จบลงดังนี้
"You might have to cut a man's head off"
"คุณอาจต้องตัดหัวผู้ชายคนหนึ่งออก"

"But first you should establish the facts"
"แต่ก่อนอื่นคุณควรพิสูจน์ข้อเท็จจริงเสียก่อน"
"You must see whether the man is really faithless"
"คุณต้องดูก่อนว่าชายผู้นี้ไม่มีศรัทธาจริงหรือไม่"

The king then called his second son to him.
จากนั้นกษัตริย์ทรงเรียกบุตรคนที่สองของพระองค์มาหา
"I entrust my life and my honor to men"
"ฉันฝากชีวิตและเกียรติของฉันไว้กับมนุษย์"
"But what if one of these men prove faithless?
"แต่จะเกิดอะไรขึ้นถ้าผู้ชายคนใดคนหนึ่งพิสูจน์ได้ว่าไม่มีความซื่อสัตย์
?
"How should such a man be punished?"
"คนเช่นนี้ควรได้รับการลงโทษอย่างไร?"
The second prince replied to his father, the king.
เจ้าชายองค์ที่สองตอบพระราชบิดาของตนคือพระราชา
"Doubtless such a man's head should be cut off"
"ไม่ต้องสงสัยเลยว่าคนเช่นนี้ควรจะถูกตัดหัว"
"But first you should establish the facts"
"แต่ก่อนอื่นคุณควรพิสูจน์ข้อเท็จจริงเสียก่อน"
"What do you mean?" inquired the king.
"ท่านหมายถึงอะไร" กษัตริย์ตรัสถาม
"Let your majesty be pleased to listen"
"ขอพระองค์ทรงพอพระทัยที่จะทรงฟัง"
Once upon a time there reigned a king.
กาลครั้งหนึ่งนานมาแล้ว มีกษัตริย์พระองค์หนึ่งครองราชย์อยู่
This king was very fond of going out hunting.
กษัตริย์พระองค์นี้ทรงชื่นชอบการออกล่าสัตว์มาก
One day his horse took him into a dense forest.
วันหนึ่งม้าพาเขาเข้าไปในป่าทึบแห่งหนึ่ง
He went far from his followers, deep into the woods.
เขาเดินออกไปจากผู้ติดตามของเขาจนลึกเข้าไปในป่า
He rode on and on through the endless, quiet forest.
เขาขี่ไปเรื่อยๆ ฝ่านป่าอันเงียบสงบที่ไม่มีที่สิ้นสุด

He saw neither villages nor towns, only trees.
เขาไม่เห็นหมู่บ้านหรือเมือง มีแต่ต้นไม้เท่านั้น
On the long, lonely journey he became very thirsty.
ในระหว่างการเดินทางอันยาวนานและเปล่าเปลี่ยว
เขาเริ่มรู้สึกกระหายน้ำมาก
He could see no pond, nor lake, nor stream.
เขาไม่เห็นบ่อน้ำ ทะเลสาบ หรือลำธารเลย
But then he saw something dripping from a tree.
แต่แล้วเขาก็เห็นอะไรบางอย่างหยดลงมาจากต้นไม้
He concluded it was rainwater resting in a cavity.
เขาสรุปว่ามันคือน้ำฝนที่ค้างอยู่ในโพรง
He stood on horseback beneath the tree, cup in hand.
เขายืนอยู่บนหลังม้าใต้ต้นไม้ โดยถือถ้วยไว้ในมือ
He caught the drops slowly dripping into the small cup.
เขาจับหยดน้ำที่ค่อยๆ หยดลงในถ้วยเล็ก
The water, however, was not rain from the sky.
แต่น้ำนั้นไม่ใช่ฝนที่ตกจากท้องฟ้า
A huge cobra sat on top of the tall tree.
งูเห่าตัวใหญ่เกาะอยู่บนต้นไม้สูง
The snake had struck the tree in rage with its sharp fangs.
งูได้กัดต้นไม้ด้วยความโกรธด้วยเขี้ยวอันแหลมคม
The snake's poison came out and fell downward in heavy
drops.
พิษงูพุ่งออกมาและตกลงมาเป็นหยดหนักๆ
The king thought the falling liquid was simple rainwater.
กษัตริย์ทรงคิดว่าของเหลวที่ตกลงมาเป็นเพียงน้ำฝนธรรมดา
The horse sensed the danger and tried to warn him.
ม้ารู้สึกถึงอันตรายจึงพยายามเตือนเขา
The cup was nearly filled with the deadly snake-poison.
ถ้วยเกือบเต็มด้วยพิษงูร้ายแรง
The king raised the cup and prepared to drink.
กษัตริย์ทรงยกถ้วยขึ้นเตรียมจะเสวย
But the horse moved wildly, with the king on its back.
แต่แล้วม้าก็เคลื่อนไหวอย่างดุเดือด โดยมีกษัตริย์อยู่บนหลัง
The cup fell from his hand, and the poison spilled.

ถ้วยหลุดจากมือของเขา และพิษก็หกออกมา
The king became angry and struck the horse's neck.
พระราชาทรงกริ้วจึงทรงฟันคอม้า
The blow from the sword immediately killed his horse.
การโจมตีด้วยดาบทำให้ม้าของเขาตายทันที
And so the second prince's story concluded.
และเรื่องราวของเจ้าชายองค์ที่สองก็จบลงดังนี้
"You might have to cut a man's head off"
"คุณอาจต้องตัดหัวผู้ชายคนหนึ่งออก"
"But first you should establish the facts"
"แต่ก่อนอื่นคุณควรพิสูจน์ข้อเท็จจริงเสียก่อน"
"You must see whether the man is really faithless"
"ต้องดูก่อนว่าชายผู้นี้ไม่มีศรัทธาจริงหรือไม่"

The king then called to him his third youngest son.
จากนั้นกษัตริย์ทรงเรียกพระราชโอรสองค์เล็กลำดับที่สามของพระองค์
มา
"I entrust my life and my honor to men"
"ฉันฝากชีวิตและเกียรติยศของฉันไว้กับมนุษย์"
"But what if one of these men prove faithless?
"แต่จะเกิดอะไรขึ้นถ้าผู้ชายคนใดคนหนึ่งพิสูจน์ได้ว่าไม่มีความซื่อสัตย์
?
"How should such a man be punished?"
"คนเช่นนี้ควรได้รับการลงโทษอย่างไร?"
"Doubtless such a man's head should be cut off"
"ไม่ต้องสงสัยเลยว่าคนเช่นนี้ควรจะตัดหัวทิ้ง"
"But first you should establish the facts"
"แต่ก่อนอื่นคุณควรพิสูจน์ข้อเท็จจริงเสียก่อน"
"What do you mean?" inquired the king.
"ท่านหมายถึงอะไร" กษัตริย์ตรัสถาม
"Let your majesty be pleased to listen"
"ขอพระองค์ทรงพอพระทัยที่จะทรงฟัง"
Once long ago there reigned a wise and noble king.

กาลครั้งหนึ่งนานมาแล้ว
มีกษัตริย์พระองค์หนึ่งทรงมีพระปรีชาสามารถและมีพระเกียรติ
In his palace he kept a bird of Suka species.
ในพระราชวังของพระองค์ พระองค์ทรงเลี้ยงนกพันธุ์ซูกาไว้ตัวหนึ่ง
One day the bird went out flying into the fields.
วันหนึ่งนกได้บินออกไปในทุ่งนา
There he saw his father and mother calling from above.
ที่นั่นเขาเห็นพ่อและแม่ของเขาเรียกจากด้านบน
They asked him to come visit them in their nest.
พวกเขาขอให้เขามาเยี่ยมพวกเขาที่รัง
The nest was far away in a distant hidden land.
รังนั้นอยู่ห่างไกลในดินแดนที่ซ่อนเร้น
The Suka said, "I'll come if I get king's leave"
สุกะ กล่าวว่า "ข้าพเจ้าจะไปหากได้รับพระราชทานอนุญาต"
"I'll speak to the king today and return tomorrow"
"ฉันจะไปคุยกับกษัตริย์วันนี้แล้วจะกลับมาพรุ่งนี้"
"Please wait at this same spot in the morning"
"กรุณารอที่จุดเดิมนี้ตอนเช้า"
That very day, Suka spoke with the gentle, kind king.
วันนั้นเอง สุกะได้สนทนากับพระราชาผู้ใจดีและมีเมตตา
The king gave permission for the bird to leave.
พระราชาทรงอนุญาตให้นกออกไปได้
Although he was sad to part with his bird.
แม้ว่าเขาจะเสียใจที่ต้องแยกทางกับนกของเขา
The next morning, Suka met his parents again.
เช้าวันรุ่งขึ้น ซูก้าก็ได้พบกับพ่อแม่ของเขาอีกครั้ง
He flew with them to their nest on a tall tree.
เขาบินไปกับพวกเขาไปจนถึงรังของพวกเขาบนต้นไม้สูง
The three birds lived together happily in peaceful joy.
นกทั้งสามตัวก็อยู่ร่วมกันอย่างมีความสุขและสงบสุข
They stayed like this for a fortnight of lovely days.
พวกเขาอยู่เช่นนี้เป็นเวลาสองสัปดาห์แห่งวันอันแสนน่ารัก
But even those quiet and pleasant days had to end.
แต่แม้กระทั้งวันอันเงียบสงบและน่ารื่นรมย์เหล่านั้นก็ต้องสิ้นสุดลง
Suka said, "Beloved parents, the king gave me two weeks"

สุกากล่าวว่า "พ่อแม่ที่รัก พระราชาทรงให้เวลาข้าพเจ้าสองสัปดาห์"
"That time is now over, so I must return tomorrow"
"เวลานั้นหมดลงแล้ว ดังนั้นฉันต้องกลับพรุ่งนี้"
His father and mother agreed and blessed his decision.
พ่อและแม่ของเขาเห็นด้วยและอวยพรการตัดสินใจของเขา
They told him to carry a gift for the king.
พวกเขาบอกให้เขานำของขวัญไปถวายกษัตริย์
After some talk, they chose some fruit as a gift.
หลังจากพูดคุยกันสักพักพวกเขาก็เลือกผลไม้เป็นของขวัญ
The fruit had grown from the Immortality Tree.
ผลไม้ได้เติบโตจากต้นไม้แห่งความเป็นอมตะ
Early the next morning, Suka went to the tree.
เช้าวันรุ่งขึ้น สุกาก็เดินไปที่ต้นไม้
And he plucked a magical glowing fruit.
และเขาก็เด็ดผลไม้เรืองแสงวิเศษออกมา
He held the fruit gently in his beak, full of care.
เขาถือผลไม้ไว้ในปากอย่างอ่อนโยน เต็มไปด้วยความเอาใจใส่
The fruit was heavy and slowed his swift flying pace.
ผลไม้นั้นหนักและทำให้ความเร็วในการบินของเขาช้าลง
He could not reach the city before night arrived.
เขาไม่สามารถไปถึงเมืองได้ก่อนที่กลางคืนจะมาถึง
Suka stopped to rest in a tree along the way.
สุกาได้หยุดพักบนต้นไม้ข้างทาง
He feared the fruit might drop while he slept.
เขาเกรงว่าผลไม้จะหล่นลงมาในขณะที่เขานอนหลับ
If he kept the fruit in his beak, it could fall.
ถ้าเขาเก็บผลไม้ไว้ในปาก มันอาจจะร่วงหล่นได้
But he saw a hole in the trunk of the tree.
แต่เขาเห็นรูอยู่ที่ลำต้นของต้นไม้
He placed the fruit safely inside the dark tree.
เขาเอาผลไม้ไปวางอย่างปลอดภัยภายในต้นไม้ที่มืดมิด
But inside the hole, there lived a poisonous black snake.
แต่ภายในหลุมนั้นมีงูพิษสีดำอาศัยอยู่
In the night, the snake bit the fruit with venom.
ในเวลากลางคืน งูได้กัดผลไม้ด้วยพิษ

And the fruit became smeared with deadly poison.
และผลไม้ก็ถูกทาด้วยพิษร้ายแรง
At dawn Suka took the fruit back in his beak.
เมื่อรุ่งสาง สุกาก็คาบผลไม้กลับเข้าปาก
He flew again on his journey to the king's palace.
เขาได้บินอีกครั้งเพื่อเดินทางไปยังพระราชวังของกษัตริย์
As he reached the palace the king was sitting with ministers.
เมื่อพระองค์เสด็จมาถึงพระราชวัง
พระองค์ก็ประทับนั่งร่วมกับเหล่าเสนาบดี
The king was overjoyed to see Suka return once more.
พระราชาทรงดีใจมากเมื่อเห็นสุกากลับมาอีกครั้ง
He greatly admired the beautiful, shining fruit gift.
เขาชื่นชมของขวัญผลไม้ที่งดงามและแวววาวเป็นอย่างมาก
The fruit was lovely to look at and admire.
ผลไม้ดูน่ารักและน่าชื่นชม
It was the finest fruit found across the earth.
มันเป็นผลไม้ที่ดีที่สุดที่พบได้ทั่วโลก
And anyone who ate the fruit was granted immortality.
และผู้ใดที่กินผลไม้นั้นก็จะได้รับความเป็นอมตะ
The king was about to eat the beautiful fruit.
กษัตริย์กำลังจะเสวยผลไม้อันสวยงาม
But his ministers warned him the fruit might be poisoned"
แต่รัฐมนตรีของเขาเตือนเขาว่าผลไม้นั้นอาจถูกวางยาพิษได้"
"It would be better to test the fruit before you eat it"
"ควรทดลองทานผลไม้ก่อนทานจะดีกว่า"
He threw the fruit to a crow sitting on the wall.
เขาโยนผลไม้ให้กับอีกาที่กำลังนั่งอยู่บนกำแพง
The crow ate from the fruit, and dropped dead instantly.
อีกากินผลไม้แล้วล้มตายทันที
The king, thinking Suka tried to kill him, grew furious.
พระราชาทรงทราบว่าสุกาพยายามจะฆ่าพระองค์ จึงทรงกริ้วมาก
He seized the bird and killed him with his bare hands.
เขาจึงจับนกแล้วฆ่ามันด้วยมือเปล่า
He ordered the seed to be planted outside the city.
พระองค์ทรงรับสั่งให้นำเมล็ดพันธุ์ไปปลูกไว้นอกเมือง

The seed became a tree with the same glowing fruit.
เมล็ดพันธุ์ได้กลายมาเป็นต้นไม้ที่มีผลเรืองแสงเหมือนกัน
The king feared the fruit would bring more death.
กษัตริย์เกรงว่าผลไม้จะนำมาซึ่งความตายมากยิ่งขึ้น
So he had the tree fenced off and guarded.
ดังนั้นเขาจึงได้ล้อมรั้วและเฝ้าดูแลต้นไม้ไว้

There lived in that city an old, poor Brahman man.
ในเมืองนั้นมีพราหมณ์ชรายากจนคนหนึ่งอาศัยอยู่
He and his wife survived only on the town's charity.
เขาและภรรยาดำรงชีวิตอยู่ได้ด้วยเงินการกุศลของเมืองเท่านั้น
One day the Brahman mourned his long, miserable, life.
วันหนึ่งพราหมณ์โศกเศร้าถึงชีวิตอันยาวนานและน่าเศร้าโศกของตน
He said, "Instead of begging, I will eat poison fruit."
พระองค์ตรัสว่า "แทนที่จะขอทาน ข้าพเจ้าจะกินผลไม้มีพิษ"
"I'll end my life beneath that deadly tree in silence."
"ฉันจะจบชีวิตของฉันใต้ต้นไม้แห่งความตายนั้นอย่างเงียบๆ"
That very night, he rose quietly and left his home.
คืนนั้นเองเขาลุกขึ้นอย่างเงียบๆ แล้วออกจากบ้าน
His wife suspected and followed behind in silence.
ภรรยาของเขาสงสัยและเดินตามไปอย่างเงียบๆ
She had decided to die too, alongside her sad husband.
เธอได้ตัดสินใจที่จะตายไปพร้อมกับสามีผู้เศร้าโศกของเธอด้วย
She loved him deeply and didn't wish to stay behind.
เธอรักเขามากและไม่ต้องการที่จะอยู่ข้างหลัง
The palace guard was asleep that night, unaware of visitors.
คืนนั้นทหารรักษาพระราชวังกำลังนอนหลับโดยไม่รู้ว่ามีแขกมาเยือน
The Brahman reached the garden and plucked a hanging
fruit.
พราหมณ์มาถึงสวนแล้วเด็ดผลไม้ที่ห้อยอยู่
He looked at it once and ate the entire fruit.
เขาเห็นมันครั้งเดียวแล้วกินผลไม้ทั้งผล
His wife cried, "If you die, my life becomes nothing"
ภรรยาของเขาร้องไห้ "ถ้าคุณตาย ชีวิตฉันก็จะไร้ค่า"
"I will also eat and die here with you now"

"ฉันจะกินและตายที่นี่กับคุณตอนนี้"
So saying she plucked a fruit and ate it.
พูดจบนางก็เด็ดผลไม้มากิน
They thought the poison would act slowly through the night.
พวกเขาคิดว่ายาพิษจะออกฤทธิ์ช้าๆ ตลอดทั้งคืน
So they both went home and quietly lay down in bed.
ทั้งสองจึงกลับบ้านและนอนลงบนเตียงอย่างเงียบๆ
They believed they would never again rise from sleep.
พวกเขาเชื่อว่าจะไม่มีวันตื่นจากการหลับใหลอีกต่อไป
To their surprise, they woke up feeling full of life.
พวกเขาตื่นขึ้นมาด้วยความรู้สึกมีชีวิตชีวาอย่างน่าประหลาดใจ
Not only were they alive, but they were young again.
พวกเขาไม่เพียงแต่มีชีวิตเท่านั้น แต่พวกเขายังหนุ่มแน่นอีกครั้ง
And they were strong and had new found energy.
และพวกเขาก็แข็งแกร่งและมีพลังงานใหม่ๆ เกิดขึ้น
Neighbors hardly recognized them, so changed they looked.
เพื่อนบ้านแทบจะจำพวกเขาไม่ได้เลย หน้าตาพวกเขาจึงเปลี่ยนไป
The old Brahman was now handsome and full of youth.
พราหมณ์ชรานั้นบัดนี้มีรูปงามและเต็มไปด้วยความเยาว์วัย
His grey hair vanished, and had colour again.
ผมหงอกของเขาหายไปและมีสีสันอีกครั้ง
His wrinkled cheeks turned smooth, and his skin shone.
แก้มที่เหี่ยวย่นของเขากลับเรียบเนียนขึ้น และผิวของเขาก็เปล่งปลั่ง
And as for his wife, she became extremely beautiful.
ส่วนภรรยาของเขาก็สวยมากๆ
She looked as beautiful as any lady of the kingdom.
เธอมีรูปลักษณ์ที่งดงามไม่แพ้สุภาพสตรีทั่วราชอาณาจักร
The king heard of their miraculous transformation.
กษัตริย์ทรงได้ยินข่าวการเปลี่ยนแปลงอันน่าอัศจรรย์ของพวกเขา
He asked his guards to send the Brahman to him.
เขาขอให้องครักษ์ส่งพราหมณ์มาหาเขา
And he asked the Brahman the source of his youth.
แล้วท่านก็ทรงถามพราหมณ์ว่า วัยหนุ่มของท่านเป็นเช่นไร
The Brahman told the king every detail of the story.

พราหมณ์จึงเล่าเรื่องทั้งหมดให้กษัตริย์ฟังอย่างละเอียด
The king then wept for his poor, loyal pet bird.
จากนั้นกษัตริย์ก็ทรงร้องไห้คิดถึงนกเลี้ยงที่ซื่อสัตย์และน่าสงสารของพระองค์
He deeply regretted killing his faithful bird.
เขาเสียใจอย่างยิ่งที่ได้ฆ่านกผู้ซื่อสัตย์ของเขา
And he wished he had known the bird's loyalty.
และเขาปรารถนาที่จะรู้ถึงความภักดีของนกตัวนี้
And so the second prince's story concluded.
และเรื่องราวของเจ้าชายองค์ที่สองก็จบลงดังนี้
"You might have to cut a man's head off"
"คุณอาจต้องตัดหัวผู้ชายคนหนึ่งออก"
"But first you should establish the facts"
"แต่ก่อนอื่นคุณควรพิสูจน์ข้อเท็จจริงเสียก่อน"
"You must see whether the man is really faithless"
"ต้องดูก่อนว่าชายผู้นี้ไม่มีศรัทธาจริงหรือไม่"
"I know Your Majesty suspects me of evil last night"
"ฉันรู้ว่าเมื่อคืนนี้ฝ่าบาททรงสงสัยว่าฉันมีพฤติกรรมชั่วร้าย"
"Please allow me to explain myself before punishing me"
"โปรดให้ฉันได้อธิบายตัวเองก่อนที่จะลงโทษฉัน"
"While making rounds I saw a woman leave the palace"
"ขณะเดินตรวจตราไปเห็นผู้หญิงคนหนึ่งออกจากพระราชวัง"
"I stopped her, and she said her name was Rajlakshmi"
"ฉันหยุดเธอไว้ แล้วเธอก็บอกว่าเธอชื่อราชลักษมี"
"She claimed to be the guardian deity of the palace"
"นางอ้างว่าตนเป็นเทพผู้พิทักษ์พระราชวัง"
"She said she was leaving because death was near"
"เธอบอกว่าเธอจะไปเพราะความตายใกล้เข้ามาแล้ว"
"The king," she said, "would be killed later that night"
"กษัตริย์" เธอกล่าว "จะถูกฆ่าในคืนนั้น"
"I begged her to go back into the palace"
"ฉันขอร้องให้เธอกลับเข้าไปในวัง"
"And I promised to do my best to protect you."
"และฉันสัญญาว่าจะทำดีที่สุดเพื่อปกป้องคุณ"

"I ran quickly into Your Majesty's chamber without delay."
"ข้าพเจ้ารีบวิ่งเข้าไปในห้องของท่านโดยไม่ชักช้า"
"There I saw a cobra circling your golden bedstead."
"ที่นั่นฉันเห็นงูเห่าวนอยู่รอบเตียงทองคำของคุณ"
"I fought the snake and killed it with my blade."
"ฉันต่อสู้กับงูและฆ่ามันด้วยดาบของฉัน"
"I chopped the body into many exactly one hundred pieces."
"ข้าพเจ้าได้หั่นร่างกายออกเป็นชิ้นๆ ร้อยชิ้นพอดี"
"I placed those pieces inside the pan for proof."
"ฉันวางชิ้นส่วนเหล่านั้นไว้ในกระทะเพื่อเป็นหลักฐาน"
"But something occurred as I was cutting up the snake."
"แต่มีบางอย่างเกิดขึ้นในขณะที่ฉันกำลังหั่นงู"
"A drop of blood fell onto the breast of your wife."
"มีเลือดหยดหนึ่งตกลงบนหน้าอกภรรยาของคุณ"
"I feared I had saved my father, but killed my stepmother."
"ฉันกลัวว่าฉันได้ช่วยพ่อของฉันไว้ แต่กลับฆ่าแม่เลี้ยงของฉัน"
"I wrapped my tongue tightly with cloth seven times."
"ข้าพเจ้าเอาผ้าพันลิ้นข้าพเจ้าให้แน่นถึงเจ็ดครั้ง"
"Then I licked up the drop of venomous blood."
"แล้วฉันก็เลียหยดเลือดพิษนั้น"
"While I was licking the blood, my stepmother awoke."
ขณะที่ฉันกำลังเลียเลือด แม่เลี้ยงของฉันก็ตื่นขึ้น
"She saw me and opened her eyes with confusion."
"เธอเห็นฉันแล้วก็ลืมตาด้วยความสับสน"
"This is the truth of what I did last night."
"นี่คือความจริง ในสิ่งที่ฉันทำเมื่อคืนนี้"
"If Your Majesty commands, then cut off my head now."
"หากฝ่าบาททรงบัญชา โปรดตัดหัวข้าพเจ้าเสียเดี๋ยวนี้"
The king, full of love and joy, embraced his son.
กษัตริย์ทรงเปี่ยมด้วยความรักและความยินดี
ทรงโอบกอดพระโอรสของพระองค์
From that moment, he loved him more than ever before.
ตั้งแต่นั้นเป็นต้นมาเขาก็รักเขามากขึ้นกว่าเดิม